'पिढीतल्या तामिळ लेखकांपैकी सर्वाधिक कुशल शब्दधुरंधर.'

— कारवा

'महान प्रभावी साहित्यिक.'

— द हिंदू

'मुरुगन यांचं काल्पनिक गाव हे धोक्यांनी परिपूर्ण असून जातीच्या सीमारेषा, हिंसक कृती आणि सामाजिक बहिष्कार यांच्या माध्यमातून राखल्या जातात.'

— एलेन बॅरी, न्यू यॉर्क टाइम्स

'नातेसंबंधात मुरुगन यांच्या अंतर्मनाला दिसून येणारं दृश्य, त्यांच्या प्रत्येक शब्दातून विजेच्या लोळासारखं चमकतं.'

— कालचुवडू

अर्धनारी

पेरुमाल मुरुगन

अनुवाद

डॉ. शुचिता नांदापूरकर-फडके

मेहता पब्लिशिंग हाऊस

✆ +91 020-24476924 / 24460313 / Mob. No. 9545000513

Email : production@mehtapublishinghouse.com

Website : www.mehtapublishinghouse.com

ARDHANAARI by **PERUMAL MURUGAN**

First published in Tamil as Ardhanaari by Kalachuvadu Publications Pvt. Ltd, Nagercoil 2014

First published in English in Penguin Books by Penguin Random House India 2018

Translated into Marathi Language by Dr. Shuchita Nandapurkar-Phadke

अर्धनारी / अनुवादित कादंबरी

अनुवाद : डॉ. शुचिता नांदापूरकर-फडके

authors@mehtapublishinghouse.com

मराठी अनुवादाचे व प्रकाशनाचे हक्क : मेहता पब्लिशिंग हाऊस प्रा. लि.

संस्थापक : सुनील अनिल मेहता

प्रकाशक : मेहता पब्लिशिंग हाऊस प्रा. लि.
१९४१, सदाशिव पेठ, माडीवाले कॉलनी, पुणे ४११०३०

मुद्रक : ट्रिनिटी ॲकॅडमी फॉर कॉर्पोरेट ट्रेनिंग लिमिटेड

मुखपृष्ठ : सरदार जाधव

प्रथमावृत्ती : फेब्रुवारी, २०२३

किंमत : ₹ २७०

P Book ISBN 9789357200219

E Book ISBN 9789357200226

E Books available on : amazonkindle Apple Books Google Play Books

त्याला जगू द्या

'वन पार्ट वुमन' (माधोरुबागन) वाचणाऱ्यांना प्रश्न पडला, की कादंबरीच्या शेवटी कालीचं काय होईल. त्यांच्या प्रश्नाला मला उत्तर देता येईल की नाही, या उत्सुकतेपोटी त्याच कादंबरीचे पुढचे दोन भाग मी लिहिले.

काली जगला की नाही, या अनिश्चिततेतून सर्वांची सोडवणूक करण्यासाठी मी त्याला अर्धनारी (ट्रायल बाय सायलेन्स) मध्ये जीवित ठेवलं. काली एक सामान्य माणूस आहे. सामान्य जगातल्या लोकांच्या सीमारेषा बंदिस्त असतात, कालीच्या शेताप्रमाणेच. त्याच्या त्या बंदिस्त जगातून त्याला बाहेर काढत थोडंसं भटकू देण्याचा प्रयत्न मी केला. परंतु, त्याला ते फारसं जमलं नाही. पुन्हा शेताकडे येत त्याने स्वत:ला कोंडून घेतलं. असो, जगू दे त्याला तसंच.

ही कादंबरी लिहिली तेव्हा मला मनाची मुक्तता तीव्रतेने जाणवली. माझं मन आणि हात सहजगत्या एकत्र काम करत होते. त्या मुक्ततेचे परिणाम तुम्हाला या कादंबरीत दिसतीलच. परंतु, आज मात्र माझ्या मनात विचार आल्याशिवाय राहत नाही की, त्या काळानुसार मनाचं इतकं स्वातंत्र्य योग्य होतं का? म्हणूनच, आयुष्यातल्या अतिशय दुर्लभ अशा क्षणांतून प्रकट झालेल्या या कादंबरीचं स्वागत मी आसुसून करतो.

या कादंबरीची ही दुसरी आवृत्ती आहे. पहिल्या आवृत्तीनंतर मी थोडेफार बदल केले आहेत. ही कादंबरी आहे, आणि म्हणूनच ती काल्पनिक आहे हे तुम्ही लक्षात घ्यावं, अशी मी तुम्हाला विनंती करतो. मी हे सांगू इच्छितो की, यातली प्रत्येक बाब म्हणजे निव्वळ माझा कल्पनाविलास आहे. विशेषत:, मी हे सांगू इच्छितो की, इथे आलेले स्थळांचे, गावांचे, नावांचे उल्लेख कुठली विशिष्ट जागा किंवा कुणा व्यक्तीच्या संदर्भात नाहीत. या कादंबरीत मी अनेक लोककथांचा वापर केला आहे. घटनांची वर्णनं, भाव आणि शब्द वापरले आहेत. माझ्या शब्दांतून जे जग

आकाराला येत होतं त्याच्या अनुषंगाने हे आवश्यक होतं. त्याचं वाचन लक्षपूर्वक करा. यापैकी काही तुम्हाला सोसवेनासं झालं असेल तर ही कादंबरी वाचणं तुम्ही टाळावंत असं मी तुम्हाला नम्रपणे सुचवेन.

आपला विनीत,
पेरुमाल मुरुगन

नमक्कल
२६ जानेवारी २०१६

एक

पारोशा पिंपळाची फांदी जिथे छाटली होती त्या भुंड्या भागाकडे काली टक लावून पाहत होता.

एखाद्या व्यक्तीचा हात खांद्यापासून उडवला तर तो भाग जसा थोटा दिसेल तशीच ती झाडाची जागा दिसत होती. कुऱ्हाडीने झाडाच्या खोडावर झालेल्या खुणा कालीला अद्याप दिसत होत्या. माशांच्या खवल्यांसारख्या वाटल्या त्या त्याला. त्यानेच ती फांदी तोडली होती. त्याची आई त्याच्या इतकी मागे लागली होती, की वैतागून त्याला ती तोडावी लागली होती. झाडाची ती विशिष्ट फांदी त्याची फार लाडकी होती. ते झाड अतिशय प्रेमाने आपला एक हात त्याच्या दिशेने करत आहे, त्याला मायेने आपल्यावर चढायला सांगत आहे, असं त्याला त्या फांदीकडे पाहून वाटत असे. उत्तेजित होत तो पट्कन उडी मारून ती फांदी पकडत असे. मग, हाताला कळा येईपर्यंत तो त्या फांदीवर झोके घेत राही. हात भरून आले, की मग छानसा झोका घेत, फांदी सोडून पाच-सहा फूट दूर उडी मारत असे. झाडाच्या सावलीत रवंथ करणारी गाय आणि बैल त्याच्याकडे चकित होऊन पाहत असत.

असंच एकदा त्याच्या मामाची मुलं कुठल्यातरी सणासाठी आली होती. त्यानेच त्या वेळेस त्या मुलांसाठी झोका बांधून दिला होता. जमिनीला टाचेने एक रेटा दिला की, त्या मुलांना मस्त मोठा झोका घेता येत होता. त्यांना कशाचाही अडथळा नव्हता. ती फांदी चांगली मजबूत होती, एखाद्या कुस्तिगीराच्या दणकट दंडांसारखी. मुलांनी कितीही जोरात झोका घेतला तरी फांदी मोडेल किंवा तुटेल याची भीतीच नव्हती. सरतेशेवटी, नेमकी तीच फांदी छाटावी लागली याचं कालीला अतोनात दुःख झालं होतं. त्याला ती छाटावीच लागली कारण त्याच्या आईने तसा हट्टच धरला होता. खरं म्हणजे ते झाडच उखडून टाकायची तिची इच्छा होती, पण त्याने तिला इतका तीव्र विरोध केला की, शेवटी तिला एक फांदी छाटण्यावर समाधान मानावं लागलं.

अत्यंत त्रासदायक मनस्थितीत त्या दिवशी त्याने जेव्हा त्या फांदीकडे पाहिलं

तेव्हा जणू ती फांदी त्याला पुकारते आहे, असं त्याला वाटलं. मुळातच, तो अशा स्थितीत पोहोचला होता जिथे त्याच्यासमोर मृत्यू हा एकच उपाय उरला होता. अन्यथा, त्याला आयुष्यात एक पाऊलही पुढे टाकणं अशक्य झालं होतं. किती विपरीत परिस्थिती होती ती! एका माणसाला मूर्ख बनवण्यासाठी किती लोकांनी एकत्र येऊन कट केला होता! त्याची आई, सासू, सासरा, मेहुणा, पोन्ना. इतर सर्वांनी त्या योजनेला अनुमती दिली असली तरी पोन्नाने ती कशी दिली? दुसऱ्या एखाद्या पुरुषाबरोबर झोपण्याची तिची आंतरिक इच्छा नसती तर तिने त्या योजनेला संमती दिलीच नसती. विळ्याने तिचंच मुंडकं छाटून टाकावं, हा पहिला विचार त्याच्या मनात आला, इतका तो संतापला होता. परंतु, तसं त्याने केलं असतं तर तिचं मस्तकविहीन धड क्षणभर थरथरलं असतं, क्षणभर त्या शरीराला वेदना असह्य झाल्या असत्या आणि तिचा मृत्यू झाला असता. उलट, बायकोचा खून केल्याचा ठपका कालीला आयुष्यभर वागवावा लागला असता. त्यामुळे, तसं करून चालणार नव्हतं. तिने जे काही केलं त्याबद्दल उर्वरित आयुष्य तिने पश्चात्तापाच्या आगीत होरपळतच काढायला हवं होतं. म्हणूनच तो या निष्कर्षाला आला की, तो जर मेला तर तिच्यासाठी ती अगदी योग्य शिक्षा ठरेल.

आपण मेलो तर आपल्या स्वत:चाही छळवाद थांबेल, असं त्याच्या मनात आलं. पोन्नाचा विचार मनात येऊन तो मोठ्यांदा म्हणाला, 'तू आयुष्यभर तडफडली पाहिजेस.' बराच वेळ तो हे एकच वाक्य वारंवार म्हणत राहिला. त्याने दातओठ खाल्ले. ते वाक्य पुन्हा पुन्हा उच्चारलं. संतापाने त्याचा नुसता थयथयाट होत होता. मक्याचा कडबा बांधून ठेवलेली दोरी त्याने सोडवून आणली. त्या दोरीच्या लांबीचा अंदाज घेतला. जुनी होती ती दोरी पण तिला अनेक मजबूत पीळ होते जे कधीच तुटले नसते. त्याने ती दोरी उचलली आणि फांदीवर टाकली. एखाद्या सापासारखी ती तिथे लोंबकळू लागली. दोरीचं दुसरं टोक ओढत त्याने फास तयार केला. मग त्याच्या लक्षात आलं, की आपली निष्ठुर योजना खरोखरच अमलात आणायची असेल तर पायाखाली काहीतरी आधार लागेल. 'काय बरं घ्यावं' अशा विचारात त्याने अवतीभोवती पाहिलं. त्याला एक मोठं डालं दिसलं. कोंबडीच्या पिल्लांवर ते उपडं घातलं होतं. त्याने ते उचलताच आतली पिल्लं कलकलाट करत चारी दिशांनी सैरावैरा पळाली.

अजून पहाट झाली नव्हती. प्रकाश फारच अंधूक होता. आजूबाजूच्या वस्तू जेमतेम दिसत होत्या. तशा त्या अंधारातच कोंबडीची पिल्लं इकडे तिकडे पळू लागली. कालीने ते डालं त्या लटकणाऱ्या दोरीखाली टाकलं. आता तर कोंबडीच्या पिल्लांचा कलकलाट अजूनच वाढला. अजून उजाडायचं होतं. त्याची आई सीरायी या वेळेस खेड्यातल्या तिच्या घराकडून शेताच्या दिशेने निघाली होती. काली घरी

नसल्यामुळे गोठ्यातली स्वच्छता उरकून घ्यावी, असा तिचा विचार होता. गावातल्या चिंचेच्या झाडांवरच्या कावळ्यांची 'काव काव' ऐकू येताच ती नेहमीपेक्षा लवकरच उठली होती. आता ती शेताच्या जवळ आली. तितक्यात, तिला कोंबडीच्या पिलांचा कलकलाट ऐकू आला. एखादी रानमांजर त्यांची शिकार करायला आली असणार या विचाराने सीरायी पुढे धावली. जे कोणी गोठ्यात घुसलं असेल त्याला तिथून घालवून द्यायला तिने आरडाओरड करायला सुरुवात केली. तितक्यात तिला दिसलं की, तिथलं फाटक सताड उघडं होतं. तिच्या मनात आलं, नक्की चोर असणार! आदल्या रात्री आपण शेतातच झोपून सगळीकडे लक्ष ठेवायला हवं होतं असं तिला वाटलं. तसं न केल्याने तिला स्वत:चाच राग आला. जशी ती फाटकातून आत धावली तसा तिला काली दिसला. सगळीकडे अंधार होता तरी समोरची आकृती कालीचीच आहे, हे ती ठामपणे सांगू शकली असती. पुढच्या क्षणी तिला उपडं घातलेलं डालं आणि वर लोंबकळणारी दोरी दिसली. नेमकं काय घडत आहे, हे तिला क्षणार्धात कळून चुकलं.

छाती बडवत, "अरे देवा! माझं लाडकं लेकरू!" असा आक्रोश करत ती त्याच्या दिशेने धावली. त्याने पायाने डालं उडवून टाकू नये म्हणून तिने त्याचे पाय घट्ट पकडले. लोखंडी बेड्यांसारखीच तिची पकड होती. कालीला इंचभरसुद्धा हालता येईना. नेमक्या क्षणी ती आल्याचा त्याला इतका संताप आला की, तिच्या तावडीतून स्वत:ला सोडवण्यासाठी त्याने तिला लाथ घालण्याचा प्रयत्न केला. तो जोरात किंचाळला, "सोड मला!" परंतु, तिने आपली पकड जराही सैल होऊ दिली नाही. तिच्यासारख्या किरकोळ स्त्रीमध्ये इतकी अफाट ताकद कुठून आली याचं त्याला नवल वाटलं. सापळ्यात अडकलेल्या उंदरासारखी त्याची स्थिती झाली. स्वत:ला किंचित शांत करत तो पुन्हा म्हणाला, "सोड मला!"

सीरायी बेंबीच्या देठापासून ओरडली, "इतकी वर्षं मी केवळ तुझ्यासाठी स्वत:ला जिवंत ठेवलं आहे. टांग मलाच त्या दोरीला! तू स्वत:ला संपवण्यापूर्वी मी कशी थरथरून मरते ते बघ जरा. या झाडाला भरपूर फांद्या आहेत. घे दुसऱ्या फांदीला टांगून स्वत:ला!"

तिच्या त्या त्राग्याने आणि याचनेने तो जरा ताळ्यावर आला. तो म्हणाला, "अम्मा, ठीक आहे. मी मला काहीही करून घेणार नाही. काळजी नको करूस. सोड मला." अजूनही तो स्वत:ला तिच्या मगरमिठीतून सोडवण्याचा प्रयत्न करत होता.

ती म्हणाली, "माझी शपथ घेऊन सांग, की तू स्वत:च्या जीवाचं बरं-वाईट करणार नाहीस."

तो म्हणाला, "तुझी शपथ."

"देवी कूलिथायीला साक्ष ठेवून मला वचन दे."

"देवी कूलिथायीला साक्ष ठेवून मी वचन देतो. सोड आता मला."

एव्हाना त्याला काळजी वाटू लागली होती की, हे सगळं जर कोणाच्या नजरेस पडलं तर त्याच्यावर फारच लाजिरवाणी परिस्थिती ओढवेल.

त्याला सोडत सीरायीने डालं ढकललं आणि ती जमिनीवर आडवी पडली. काली भानावर आला. त्याच्या लक्षात आलं की, त्या मोक्याच्या क्षणी ती येऊन धडकली नसती तर उगवणारी नवी लालसर पहाट तो पाहू शकला नसता.

मग तो गोठ्याच्या बाजूला ठेवलेल्या रांजणाच्या दिशेने गेला. रांजण अर्धा उरला आहे हे त्याच्या लक्षात आलं. पाणी काढायला त्याला बरंच खाली वाकावं लागलं. आदल्या रात्री तो जर शेतात थांबला असता तर तिथली सगळी गाडगी-मडकी त्याने विहिरीचं पाणी उपसून भरून ठेवली असती. बाजूचा साबणाचा लहानसा तुकडा वापरून त्याने चेहरा स्वच्छ धुतला. माठातलं पाणी पिऊन तो तिथेच धापा टाकत बसला.

एव्हाना, सीरायी उठून बसली होती. छाती बडवत तिने गायला सुरुवात केली;

पिकली आणि जीर्ण झाली तरी
ताडाची पानं चमकतात आणि बहरतात इथे
ताज्या टवटवीत पानाला मात्र निघून जावंसं वाटतं
मेलेली झाडं पुन्हा बहरतात इथे
ताज्या तरुण झाडांना स्वतःला उखडून घ्यावंसं वाटतं
नेच्याच्या जुन्या झाडाची मुळं घट्ट धरतात मातीला
नवीन टवटवीत नेचा मात्र उन्मळून पडू पाहतो
पडझड झालेली झाडं ताठ उभी राहतात
तरतरीत झाड मात्र मरायला आतूर होतं

एव्हाना, मरण्याच्या इच्छेतून काली पूर्णपणे बाहेर आला होता. सभोवतालच्या जगाची त्याला लख्ख जाणीव झाली होती. त्याने कुंपणाकडे पाहिलं. तिथून जर कुणी चालत जात असेल, कुणी आपली गुरंढोरं बाहेर काढत असेल तर त्याच्या आईच्या तोंडचं हे शोकगीत नक्कीच ऐकू आलं असतं. मग, नेमकं काय घडलं आहे हे जाणून घ्यायला ती व्यक्ती तिथे येऊन पोहोचली असती. झाडाला लटकणारा दोर दिसला असता तर काली स्वतःला टांगून घ्यायचा प्रयत्न करत होता, याची दवंडी त्याने गावात पिटली असती. तसं झालं असतं तर, आपण नेमकं का आणि काय करत होतो, याचं स्पष्टीकरण त्याला प्रत्येकाला देत बसावं

लागलं असतं. जेमतेम एका क्षणात त्याचं नशीब बदललं होतं. क्षणभरापूर्वी संतापाने थयथयाट करणाऱ्या त्याच्या मनात आता केवळ शरम दाटून आली होती. तो ओरडून सीरायीला म्हणाला, ‘‘मी अजून जिवंत आहे, आहे ना? मग? असली मरणाची गाणी कशाला म्हणते आहेस? जर कुणी ऐकलं तर काय होईल याचा विचार करशील की नाही?’’

बसल्या जागेवरून झटकन उठत सीरायी त्याच्या दिशेने धावली. त्याचं मस्तक हातात धरत ती म्हणाली, ‘‘अरे बाबा, स्वत:ला संपवण्याचा विचार करण्याइतकं तुझ्या आयुष्यात काय वाईट झालं आहे? शरम आणि सन्मानाच्या गोष्टी करतो आहेस आता, मला यायला जर क्षणभर उशीर झाला असता तर माझं उर्वरित आयुष्य मला अपमानास्पद रीतीने घालवावं लागलं असतं, याचा काही विचार केला होतास?’’

हुंदके देत काली म्हणाला, ‘‘तुम्ही सगळ्यांनी मिळून माझा अपमान करण्याचा कट रचला आहे. कशासाठी जगू मी आता? मी पुरुष आहे याचा काय दावा करू मी या जगात आता?’’ इतकं बोलून, तिच्यापासून दूर जात तो खाटेवर बसला.

त्याच्याजवळ जात प्रेमाने त्याचं डोकं कुरवाळत ती म्हणाली, ‘‘माझ्या लहानग्या परमेश्वरा, अरे, अशा पद्धतीने विचार करू नकोस. हे तुझ्याच भल्यासाठी केलं आम्ही सगळ्यांनी. लहान आहेस अजून तू. तुझ्यासाठी भलंबुरं काय आहे, याची तुला जाण नाही. जे योग्य आहे ते करणं माझं काम आहे; तेच केलं मी!’’

दोन

सीरायी गयावया करत पुढे म्हणाली, "अरे माझ्या लाडक्या बाळा, जे असेल ते असेल, आपण बोलूयात ना त्याबद्दल. स्वत:ला संपवण्याचा विचारसुद्धा करू नकोस." बोलता बोलता तिचं लक्ष पारोशा पिंपळाकडे आणि त्यावर लटकणाऱ्या दोरीकडे गेलं. "हे झाडं इथून पुढे इथे असता कामा नये. ज्या माणसाने हे झाड रुजवलं आणि वाढवलं त्या माणसासाठी यमाचे पाश झालं आहे हे झाड. आण ती कुऱ्हाड इकडे. आत्ताच्या आता ते झाड तोडते मी." संतापून उभी राहत ती पुढे म्हणाली, "बळी मागतंय हे झाड, या झाडाचाच बळी देऊ त्याला."

हुंदके थांबवत काली म्हणाला, "आपण माणसं वाटेल ते करतो. त्यासाठी या गरीब झाडाला का दोष देतेस? शिवाय, हे झाड तोडून टाकायला फारसा वेळ लागणार नाही पण दुसरं झाड वाढवायला किती वर्षं लागतील याचा जरा विचार करशील की नाही?"

"म्हणजे? झाड आणि माणसं या सगळ्यांना एकच न्याय लावणार वाटतं तू? ही जमीन आणि इथे मी घालवलेला काळ - एकटी आई म्हणून तुला वाढवताना मला काय कष्ट पडले आहेत, हे आम्हा दोघींनाच माहीत आहेत. असं असताना तू पाहा तुझ्याकडे! ज्या आयुष्याचं शिंपण मी रक्ताचं पाणी करून केलं आहे ते आयुष्य तू खुशाल संपवायला निघाला होतास. एका मिनिटात संपलं असतं सगळं. मला एकच सांग, तू जर आज मेलास तर तुझ्या जागी दुसऱ्या कोणाला आणून ठेवू शकशील का? संगोपन करण्यासाठी मला एक लहान मुलगा आणून देशील का?" सीरायी जरी संतापून बोलत होती तरी तिला एकीकडे समजत होतं की, कालीची समजूत पटवण्याची ती योग्य वेळ नव्हती. स्वत:ला आवरत ती म्हणाली, "ठीक आहे! नको तोडूस सगळं झाड, पण निदान ती फांदी तरी तोडावी लागेल. उठ पट्कन," असं म्हणून तिने त्याचा हात धरून त्याला उठवलं. त्याने मुकाट्याने विळा आणला. थरथरत्या पायाने तो त्या झाडावर चढला आणि ती फांदी छाटू लागला. चांगलीच मोठी होती ती. त्या फांदीचं धनुष्य किंवा पिकोता करता

येईल, असं त्याच्या मनात आलं. त्या क्षणी त्याच्या मनात जमीन आणि शेताचाच विचार होता, याचं त्याला नवल वाटलं.

झाडाच्या सावलीत बांधलेली गुरढोरं सोडवत सीरायीने त्यांना बाजूला घेतलं. कोठे कोणी बघतंय का याकडेच तिचं लक्ष होतं. बाहेरच्या पाऊलवाटेवरून जाणारी काही माणसं तिला दिसली. तरीसुद्धा, तिला माहीत होतं, की इतक्या पहाटे कुणी त्यांच्याकडे येणार नाही. कड्कड्कड्! मोठा आवाज करत ती मोठी फांदी कोसळली. ज्या ठिकाणी ती झाडापासून वेगळी झाली होती ती जागा शोक करणाऱ्या, उघड्या तोंडासारखी दिसू लागली. विळा खाली फेकत काली शांतपणे झाडावरून उतरला. एरव्ही, त्याने झाडावरून उडी मारली असती पण त्या क्षणी, त्याची तशी मन:स्थिती नव्हती. बाजेवर बसल्यावर त्याला अचानक अतोनात थकवा जाणवू लागला. चट्कन झोपी जावं असं वाटू लागलं. त्याचं संपूर्ण शरीर ठणकत होतं. त्या बाजेवर आडवं पडून हातपाय ताणून पुढचे कैक तास झोपेच्या स्वाधीन व्हावं असं त्याला वाटत होतं.

दरम्यान, जमिनीवर पसरलेले शेणाचे पोयटे उचलले गेले नव्हते. कोंबडीची पिल्लं 'क्लॅक क्लॅक' करत शेण चिवडत होती. खायला कुठे काही दाणा मिळतो का ते पाहत होती. सीरायीने वेगवेगळे आवाज करत त्या पिल्लांचं लक्ष वेधून घेण्याचा प्रयत्न केला. ती सारी पिल्लं तिच्याकडे धावली. हातात मक्याचे दाणे घेऊन ती तयार होती. पिल्लं जवळ येताच तिने त्यातले काही दाणे स्वत:च्या पावलांच्या फटीत टाकले. मोठे कोंबडे घाईने पुढे आले. त्यांनी तिच्या पावलाशी पडलेले मक्याचे दाणे टिपायला सुरुवात केली. पाहता पाहता कोंबड्यांची सगळी पिल्लं सीरायीभोवती जमा झाली. त्यांचा कलकलाट सुरू झाला. त्यांना अगदी अनपेक्षित असताना सीरायी चट्कन झुकली आणि एक मोठा कोंबडा तिने दोन्ही हातांनी गच्च पकडला.

स्वत:ला सोडवून घेण्यासाठी त्या कोंबड्याने चांगलीच धडपड केली. त्या गोंधळात बाकीची पिल्लं इकडेतिकडे धावली. पुन्हा, थोड्याच वेळात पावला पावलांनी ती सगळी मक्याच्या दाण्यांच्या दिशेने पुढे आली. तो मोठा कोंबडा सीरायीच्या पकडीतून सुटण्याचा प्रयत्न करतच होता. एका मोठ्या पिल्लावळीचा भाग होता तो. अगदी तरुण कोंबडा. बाजूलाच पडलेला सुतळीचा तुकडा उचलून सीरायीने त्याच्या पायांभोवती बांधला. मग, त्या सुतळीचं दुसरं टोक तिने झोपडीच्या बाजूला एका खांबाला बांधलं. अजूनही स्वत:ला सोडवण्याची धडपड करत मक्याचे दाणे टिपण्याचा त्या कोंबड्याचा प्रयत्न होता.

थोड्याच वेळापूर्वी पाण्याने भरून ठेवलेलं भांडं सीरायीने उचललं. पाणी गार होतं. बाजेवर झोपण्याच्या विचारात असणाऱ्या कालीला तिने हाक मारली. तो

तिच्याकडे चालत आला. त्याला काहीएक कल्पना न देता तिने ते पातेलं त्याच्या डोक्यावर उपडं केलं. काली पुटपुटला, ''अम्मा, काय हे!'' मग त्याने नेसूची वेष्टी सोडली. आता त्याच्या अंगावर केवळ लंगोट होता. एक पातेलंभर पाणी त्याला पुरेसं वाटलं नाही. शेजारी असलेली, गच्च भरलेली, रुंद तोंडाची घागर उचलून तीही त्याने डोक्यावर रिकामी केली. तोवर सीरायीने त्याला बदलण्यासाठी कोरडी वेष्टी आणली होती. कपडे बदलून त्याने तिच्या हातातल्या पंच्याने अंग कोरडं केलं. त्याच पंचाने त्याने केस कोरडे केले. एव्हाना त्याचे केस सुटून पाठीवर रुळू लागले होते. कदाचित, काल रात्री अतोनात दारू ढोसल्यामुळे किंवा अतिशय थकव्यामुळे असेल; नेमकं का कोण जाणे पण त्याला झोप अनावर झाली होती. सीरायी मात्र त्याला झोपू देत नाही. अजून एक गोष्ट बाकी होती. तिने त्याला कोंबड्याला सोडवायला सांगितलं आणि झाडाच्या खाली त्याचा बळी द्यायला सांगितलं. तो कोंबड्याचं डोकं उडवत असताना कोंबड्याने जोराने बोंबलू नये म्हणून तिने कोंबड्याचं डोकं घट्ट धरून ठेवलं.

मग ती म्हणाली, ''ठीक आहे, जाऊन झोपू शकतोस आता तू. आणि हे बघ, पुन्हा तसा काहीही विचार करायला सुरुवात करू नकोस. माझा स्वयंपाक झाला की उठवेन मी तुला. गुराढोरांकडे पाहेन मी आज.''

कालीचे केस अद्यापि ओले होते. ते तसेच मोकळे ठेवत तो झोपडीतल्या बाजेवर पडला. त्याच्या मनात आलं, 'एक मोठा प्राणी जिवंत राहावा म्हणून एका लहान प्राण्याला मरावं लागलेलं दिसतंय. मृत्यूचा देव कोणासाठी कधी येईल कोण जाणे!' त्यानंतर त्याला अगदी गाढ झोप लागली.

आदल्या दिवशी काली गावातून बाहेर गेला होता तेव्हा नेमकं काय घडलं होतं याची जरी सीरायीला पूर्णपणे कल्पना नव्हती तरी तिची एक खात्री पटली होती - कालीला आता सारं काही समजून चुकलं होतं. तिच्या मनात आलं, की कूलिथायी देवीनेच तिला योग्य वेळेला शेताकडे धाडलं होतं. कापलेल्या कोंबड्याचं सगळं रक्त तिने त्या पारोशा पिंपळाखाली वाहू दिलं. तिने झाडाला विचारलं, 'एवढं रक्त पुरे आहे ना तुला? काय रे, इतकी वर्षं तुला वाढवलं, तुझ्याकडे लक्ष दिलं ते तू आमची काळजी घ्यावी म्हणूनच ना? लक्षात ठेव, आता तुला बळी मिळाला आहे, तेव्हा शांत राहा. थांबव सगळं.' मग, कोंबड्याचा तो मृतदेह आणि डोकं टोपलीत ठेवून, ती टोपली पानेई वृक्षाच्या झावळ्यांनी झाकून सावलीत ठेवली. बाजेवर गाढ झोपलेल्या कालीकडे तिने पाहिलं आणि तिच्या मनात खिन्नता दाटली. ती बोलू लागली, ''एव्हाना तू मेला असतास आणि तिरडीवर पडला असतास.'' आपण जर मोठ्यांदा रडलो आणि शोकगीत म्हटलं तर आपल्याला बरं वाटेल असं तिला

वाटलं पण तसं करण्याची ती योग्य वेळ नव्हती, हे माहीत असल्याने तिने स्वत:ला थोपवलं. ती स्वत:शी पुटपुटली, ''सध्यातरी पाय असलेल्या खाटल्यावर झोपण्याचं तुझं वय आहे. बिनापायाच्या तिरडीवर पडण्याचं वय नाही तुझं.''

शेताच्या कोपऱ्याकडे जात. तिथे वाळत पडलेल्या पानेई वृक्षाच्या पाच-सहा झावळ्या उचलून तिने एकत्र केल्या. झाडाच्या फांदीबरोबर खाली पडलेली दोरी सोडवायचा प्रयत्न तिने केला. दोरीची गाठ टणक झाली होती. त्यापायी तिचं दु:ख उफाळलं. ती रडत पुटपटू लागली, ''इथेच हे शेत आहे, इथेच ही मोकळी जमीन आहे, जिच्याशी तू लग्न केलं ती इथेच आहे. असं असताना, दोर टांगून फास लावून घेण्याची काय गरज वाटली तुला?'' विळा हातात घेऊन तिने त्या दोरीची गाठ कापून सरतेशेवटी तो फांदीपासून मोकळा केला. त्या दोरीचं एक टोक तिने हातात धरलं. ती दोरी तिच्या हातातून खाली लोंबकळत होती. त्या खालच्या टोकाला फास लोंबकळत होता. क्षणभर तिला वाटलं की, त्या फासात तिची स्वत:चीच मान अडकली होती. घाईघाईने मान झटकत तिने ते दृश्य मनातून दूर ढकललं.

थोड्या वेळापूर्वी ज्या झावळ्या तिने गोळा केल्या होत्या त्यावर तिने ती दोरी ठेवली. अतिशय क्षुब्ध मन:स्थितीत ती कामाला लागली. कोणाला तरी मरण्यापासून तिने थांबवलं होतं, याची जाणीव झाल्यामुळे ती फार उत्तेजित झाली होती. तिने ती झाडाची फांदी ओढण्याचा प्रयत्न केला. अस्ताव्यस्त पसरली होती ती. त्या फांदीने जमिनीचा बराच भाग व्यापला होता. तिच्याकडून ती फांदी सरकवली गेली नाही. परंतु, तिला ती फांदी तिथे खाली पडलेलीसुद्धा नको होती. बांधलेले बैल तिला दिसले. पुढे होत तिने ते बैल सोडवून आणले. ती फांदी दोरीने त्या बैलांच्या गळ्यात अडकवली. आता ती फांदी दोन्ही बैलांच्या मध्ये होती. मग तिने बैलांना हाकलायला सुरुवात केली. बैल पुढे चालू लागले आणि त्यांच्यामागून ती फांदी ओढली जाऊ लागली.

फांदीचा झाडाकडचा भाग जाडजूड होता. त्याला अनेक उपफांद्या आणि गच्च पानं होती. ती फांदी फाटकातून बाहेर काढणं जरा कठीणच वाटत होतं. पण बैलांनी ती अगदी सहजतेने बाहेर नेली. तिथून त्या बैलांच्या मदतीने तिने ती फांदी ओढत बाजूच्या पडीक जमिनीकडे नेली. शेतापासून आणि कोठारापासून आता ती फांदी दूर होती. मग बैलांच्या गळ्यातून दोरी सोडवत तिने त्यांना परत त्यांच्या जागेवर बांधून टाकलं. कोंबड्याच्या धडावर आणि डोक्यावर उपडं टाकलेलं डालं उचलून ती शेतात गेली. विहिरीच्या जवळच्या पलई वृक्षाच्या फांदीला एक फावडं अडकवलं होतं. त्या फावड्याने वृक्षालगत तीन फूट खोल खड्डा खणत त्यात त्या कोंबड्याला तिने गाडून टाकलं. मग ती धावत कोठाराकडे आली. काली अद्याप गाढ झोपला होता.

सीरायीसमोर भरपूर कामं पडली होती. तिला एकेक करत सगळी कामं आठवली. गायीच्या शेणाचे पोयटे गोठ्यात सगळीकडे पसरले होते. मेंढ्या केकाटत होत्या. भल्या मोठ्या रांजणात पाणी नव्हतं. सगळ्यात आधी तिने कोंबड्यांना दाणे टाकले. मग तिने एक दुसरी कोंबडी पकडली. छान, गुबगुबीत, घट्ट आणि जड! त्या दिवशी तिचं मरण लिहिलं होतं. पायांनी कोंबडी धरत तिने तिचं डोकं समोरच्या गोठ्यातल्या फरशीवर आपटलं. 'क्वॅक्' असा आवाज करत ती कोंबडी ठार झाली. सीरायीने जिथे पानेईच्या झावळ्या आणि दोरी ठेवली होती तिथेच ती कोंबडीला घेऊन बसली. तिथेच तिने कोंबडी साफ करायला सुरुवात केली. कोंबडीचं अंग अद्यापि गरम होतं. शिवाय, ती कोंबडी आता अगदी अंडी देण्यावर आली होती. त्यामुळेच, तिची पिसं उपटणं सोपं गेलं. सीरायीने तिची मोठी मोठी पिसं उपटली. लहान पिसं आगीत सहज जळाली असती. मग तिने त्या पानेईच्या पानांना आग लावली. आधी ती पानं पेटली आणि त्यानंतर ती दोरीसुद्धा पेटली. सीरायीने ती कोंबडी आगीत भाजायला सुरुवात केली. दोरी पट्कन जळाली नाही. तिच्यातून धूर येत राहिला, ती आगीच्या ज्वाळांना विरोध करत राहिली. पानेईची सगळी पानं नीट जळतील याची सीरायीने खात्री करून घेतली. आग चांगली धगधगू लागल्यावर ज्या दोरीने कालीचा जीव घेतला असता ती दोरी सरतेशेवटी जळाली. 'हिस्स' आवाज करत, सापासारखे फूत्कार टाकत ती दोरी शेवटी भस्मसात झाली.

तीन

कोठारात बसून एक-एक काम हातावेगळं करत असताना सीरायीची कालीवर बारीक नजर होती. कैक दिवसांत न झोपल्यागत तो ढाराढूर झोपला होता. तो उठण्यापूर्वी कोंबडीची सागुती आणि थोडं सारू करावं असं तिच्या डोक्यात होतं. स्वयंपाकासाठी लागणारे सगळे मसाले तिथेच होते. पूर्वी ते तिथे स्वयंपाक करत. बाजूलाच एक जुना मोठा पाटा-वरंवटा होता जो तिला वापरता आला असता. एकापरीने बरंच होतं, कारण कालीला एकटं सोडून गावातल्या घरी जाऊन स्वयंपाक करायची तिची मुळीच इच्छा नव्हती. जे घडलं त्यानंतर काली स्वतःला संपवण्याच्या निर्णयाप्रत येईल, असं तिला कधीच वाटलं नव्हतं. सुरुवातीला, सगळ्याचा स्वीकार करणं त्याला जड जाईल पण कालांतराने सारंकाही पूर्ववत होईल, अशी तिची कल्पना होती. पोन्नाला मोठ्या मंदिरातल्या उत्सवात पाठवण्यात तिचाच पुढाकार होता.

करत्तूर समारंभ तीन महिने चालत असे. मासी महिना सुरू झाला, की लोक तयारीला लागत. त्या उत्सवानिमित्त पंचक्रोशीतली दुकानं आणि करमणूक करणारी मंडळी तिथे तळ ठोकून राहत. पुढे पंगुनी किंवा अगदी चिथिरायी महिन्यांपर्यंत ते बरेचदा तिथेच मुक्काम करत. प्रत्यक्षात तो उत्सव फक्त बावीस दिवसांचा होता. बहुतेक सर्व लोकांसाठी तेविसावा दिवस हा जेवणावळींचा आणि मांसाहाराचा होता. वरच्या टेकड्यांवरून देवतेला खाली उतरवलं जात असे तो दिवस आणि देवतेला वर नेलं जात असे तो दिवस हे दोन महत्त्वाचे दिवस होते. देवतेच्या दर्शनासाठी अतोनात गर्दी लोटे. देवता टेकडीवर परतणं हा उत्सवाचा सगळ्यात महत्त्वाचा भाग होता.

त्या दिवशी अगदी सकाळपासूनच लोक तिथे जमा व्हायला सुरुवात होई. पंचक्रोशीतल्या खेड्यापाड्यांतून, छोट्या नगरांतून लोक चालत किंवा बैलगाडीने येत असत. जणूकाही एखादी सैन्याची तुकडी चालून आली आहे, असं वाटे. त्या दिवशी प्रत्येकाला प्यायला मोफत पाणी मिळावं, म्हणून जागोजागी छोट्या

पाणपोया उभारल्या जात. त्या गावाच्या भोवतालची सर्व शेतं त्या काळात रिकामी असत. पाऊस पडून गेला असला तरी शेतकरी जेमतेम वरवर नांगरटी करून शेतं तशीच ठेवत. उत्सवासाठी त्या खेड्यात येणाऱ्या सर्व बैलगाड्या त्या शेतांमध्येच सोडल्या जात. त्या एका दिवशी कुणीही जमिनीवरून किंवा जागेवरून भांडाभांडी करत नसे. खरंतर, तिथल्या शेतांतून इतक्या अतोनात बैलगाड्या जमत, की बैलविक्रीचा मेळावा आहे की काय, असं वाटू लागे. येणारी मंडळी भरपूर खायला-प्यायला घेऊन येत. समजा, कुणी तसं आणलं नसेल तरी उपाशी कुणी राहत नसे कारण उत्सवाच्या मैदानाच्या चहूबाजूंनी अनेक ठेले उभे असत. तिथे नाना तऱ्हेचे पदार्थ खायला मिळत. काही लोक येताना जिवंत कोंबड्या घेऊन येत. दुसऱ्या दिवशी, पूचिसामी देवतेसमोर त्या कोबड्यांचा बळी दिला जाई. त्यानंतर ती कोंबडी शिजवून, तिचा चट्टामट्टा केल्यानंतरच बैलांना पुन्हा परतीसाठी गाड्यांना जोडलं जाई. गावातल्या आठही रस्त्यांवर वेगवेगळ्या सांस्कृतिक आणि मनोरंजनाच्या कार्यक्रमांची आणि सादरीकरणाची अगदी रेलचेल असे. पेटत्या मशाली आणि कंदिलांनी तिथलं मोकळं पटांगण इतकं झगमगू लागे, की रात्रीऐवजी दिवस आहे की काय, असं वाटू लागे. एरव्हीचे रिकामे आणि धुळकट रस्ते त्या दिवशी अतोनात गर्दीच्या वाटचालीने सजीव होत. गावात चार तळी होती. गावातल्या स्त्रिया या तळ्यांतलं पाणी रस्त्यावर सडा घालण्यासाठी वापरत. त्यामुळे, पायाखालची जमीन जरा गार राही आणि धूळसुद्धा दबे.

एकत्र येऊन आनंद साजरा करण्याचा काळ असे तो. ज्या पटांगणात उत्सव साजरा होई त्याच्या बाहेरच्या बाजूला ताडी आणि अराकची जोरात विक्री होई. चटकमटक खाद्यपदार्थांच्या दरवळाने लोक दुकांनाकडे ओढले जात. पोलिसांची सतत गस्त सुरू राही. इतकं असूनही, उत्सव अगदी शिगेला पोहोचला की, मशाली मंद केल्या जात आणि तेव्हा सगळे नीतिनियम धाब्यावर बसवले जात. रात्रच रात्रीची साक्षीदार होई. प्रत्येक चेहऱ्यावर अंधाराचा बुरखा ओढला जाई. पौर्णिमेच्या चंद्राचाच काय तो थोडाफार प्रकाश आधाराला असे. रात्रीच्या त्या उत्सवाच्या काळात सर्व पुरुषांची आदिम प्रेरणा उसळू लागे.

सुरुवातीला, कालीने पुन्हा लग्न करून दुसरी बायको करावी, असा त्याच्यावर सगळीकडून दबाव देण्यात येत होता. त्याला आणि पोन्नाला बारा वर्षं मूलबाळ झालं नव्हतं ही बाब अत्यंत खेदाची होती. परंतु, कालीने दुसरं लग्न करण्यास नकार दिल्याने सीरायीने उत्सवाचा विषय त्याच्याकडे काढत पोन्नाला तिथे पाठवायला सुचवलं. परंतु, त्याची त्यालासुद्धा संमती नव्हती. त्याचं मन या कशाचाही स्वीकार करू शकत नव्हतं. निव्वळ तो विषय काढल्यानेच त्याची मन:शांती ढळली होती. सतत त्या विषयाचा विचार घोळू लागला होता. त्याच्या डोक्यात नुसता कलकलाट

होत होता. पोन्नाला त्या उत्सवाला पाठवण्याची त्याची अजिबात तयारी नव्हती. शिवाय, कुठल्यातरी अनोळखी पुरुषाने दिलेल्या मुलाचा स्वतःचं मूल म्हणून तो स्वीकार करू शकेल की नाही, याचीही त्याला खात्री नव्हती. असं जर काही झालं तर पोन्नाला त्याच्याबद्दल आदर वाटणार नाही, असं त्याला वाटत होतं. असं काही झालं तर त्याच्या नपुंसकत्वावर सर्वांकडून शिक्का बसेल याचीही भीती त्याला वाटत होती. या सगळ्या प्रश्नांनी त्याचा अगदी छळ मांडला होता. गेली दोन वर्षं हे सारं असंच सुरू होतं. या वर्षी, कालीला न समजू देता पोन्नाला त्या उत्सवात पाठवायचा सगळ्यांचा निर्णय झाला होता. त्याचा मेहुणा त्याला एका दूरच्या राईमध्ये घेऊन गेला होता. तिथेच त्याने त्याला भरपूर ताडी आणि अराक पाजली होती. उत्सवाला जायला कालीने अनुमती दिली आहे, असा पोन्नाचा समज होईल अशा पद्धतीने बाकीची मंडळी वागली होती. परंतु, त्या उत्तररात्री कालीला जेव्हा हे सगळं समजलं तेव्हा सगळ्यांनी आपली फसवणूक केली आहे, या विचाराने तो त्याच्या शेताकडे परतला होता.

त्या रात्री पोन्ना कोणा दुसऱ्या पुरुषाबरोबर होती, या बाबीचा स्वीकार करणं त्याला अशक्य झालं होतं. त्या दोघांची आयुष्यं एकमेकांत बेमालूम मिसळली होती. दुसऱ्या कोणा पुरुषाचा देहगंध पोन्नाच्या देहावर रेंगाळण्याची कल्पनाच त्याला सहन होत नव्हती. तिचा देह कायमस्वरूपी त्याच्या देहाशी जोडला गेला होता. गेली बारा वर्षं त्या देहाने त्याचाच गंध वागवला होता. ती दोन शरीरं विलग करणं कोणालाही शक्य नव्हतं. तिच्या देहाचा प्रत्येक इंच आपल्याच मालकीचा आहे, असं त्याला वाटत होतं. तिचा देह दुसऱ्या कोणा पुरुषाच्या देहाने विटाळला जाणं हा त्याच्या दृष्टीने कलंक होता. कालीने स्वतःला बजावून सांगितलं होतं, की तिचं शरीर जर असं कलंकित झालं तर तो त्या शरीराला कधीही स्पर्श करणार नाही. जर त्या रात्री प्रत्येक पुरुष ईश्वर असेल तर त्या ईश्वराने कालीच्याही देहात प्रवेश करायला हवा होता. तो ईश्वर जर खराच असेल तर कालीच्या माध्यमातून पोन्नाला दिवस जाण्यासाठी त्याने मदत करायला हवी होती. असं असताना, ईश्वर त्याच्या ठायी यायला नकार का देत होता?

गावातली अनेक मुलं अशा पद्धतीने जन्माला आली आहेत, हे त्याने पूर्वी ऐकलं होतं पण त्या कशावरही त्याचा विश्वास नव्हता. कदाचित, जुन्या काळी लोक तसं काही करत असतीलही. परंतु, त्याचा अर्थ असा नाही, की आताही लोकांनी तसंच करत राहावं. पूर्वी कधीतरी मोठ्या भावाची बायको धाकट्या भावाला लाभू शकत असे किंवा धाकट्या भावाची बायको आपलीच बायको आहे असं मोठ्या भावाला वाटू शकत असे. परंतु, आजच्या युगात लोक अशा गोष्टींचा स्वीकार करतील का? नल्लय्यन काकांचा इस्टेटीतला वाटा त्यांच्या भावांनी हडप

केला होता. स्वत:च्या वाट्यावर दावा करताना नल्लयन काका म्हणाले होते, "माझ्या वहिन्या मला दुधाचा पुरवठा करूदेत. मग मी माझ्या इस्टेटीचा वाटा त्यांना देईन." केला होता का बाकीच्यांनी त्या प्रस्तावाचा स्वीकार? पूर्वीच्या काळी, लोक फार मोठ्या कुटुंबात राहत. आताशा तसं नव्हतं. आजकाल, शेवटच्या मुलाचं लग्न होईपर्यंतच कुटुंब एकत्र राहत होतं. त्यानंतर, प्रत्येकजण आपल्या वेगळ्या वाटेने चालत होता. कावळा जसा त्याची पिल्लं मोठी झाल्यावर चारापाणी शोधायला त्यांना घरट्यातून हुसकावून लावतो, तसंच आता होत होतं. पूर्वीच्या काळी काही विशिष्ट गोष्टींचा स्वीकार होत असेलही परंतु, आजच्या काळात त्या स्वीकारार्ह होत्या असा त्याचा अर्थ नव्हता. काळ बदलला होता.

विवाहप्रसंगी मुलीचा मामा तिला आपल्या खांद्यावर विवाहवेदीवर घेऊन येतो, अशी पूर्वी पद्धत होती. परंतु, अलीकडच्या काळी कुल्लूर इथे एका विवाहप्रसंगी वराने म्हटलं, "दुसरा कुणी पुरुष माझ्या बायकोला स्पर्श करत आहे, तो तिला उचलतो आहे, हे मला सहन होणार नाही. आपण ही प्रथा पाळायची नाही." त्यावर, तो मामा धुसफुसत तिथून निघून गेला होता. जाऊ दे त्याला! लग्न महत्त्वाचं होतं की मामा? पोन्नाच्या बाबत कालीची अशीच भूमिका होती. ती केवळ आणि केवळ त्याचीच होती. त्याने हरकत घेतली असतानाही पोन्ना त्या उत्सवाला गेली, हे समजल्यावर त्याला तिच्याकडून फार अवमानित झाल्यासारखं वाटलं. तिला उर्वरित आयुष्यभर शिक्षा भोगावी लागावी म्हणूनच त्याने पारोशा पिंपळाच्या झाडावर दोर टाकून गळफासाची तयारी केली होती.

त्या रात्री काली किंवा पोन्नाला झोप लागली नव्हती. सीरायीसुद्धा जागीच होती. डोक्यावर पूर्ण चंद्र येईपर्यंत ती तिथेच शेतात थांबली होती. पुन्हा एकदा तिने गुराढोरांना चारा घातला. आता घरी जायला हरकत नाही, असा विचार करून ती तिथून निघाली होती. गावातल्या घरी जाऊन अंग टाकावं आणि थोडीशी झोप काढावी, असं तिच्या मनात होतं.

रात्रभर ती एकच जप पुटपुटत होती, 'देवा, या दुःखातून बाहेर पडण्याची वाट माझ्या सुनेला दाखव.' तिच्या घरातल्या बाजेवर जरी ती पहुडली होती तरी तिला झोप काही लागत नव्हती. ती सारखी कूस बदलत होती. त्यापेक्षा, शेतातच थांबलो असतं तर बरं झालं असतं असं तिला वाटलं होतं. त्या रात्री तिला तिच्या सुनेची फार काळजी वाटली होती, पण मुलाचा विचार करायला ती विसरली होती. कदाचित, ईश्वराला तेच मान्य नसावं. काली शेतात परत आला आहे, याची तिला मुळीच कल्पना नव्हती. अद्यापि तो आपल्या सासऱ्याच्या घरी आहे, असंच तिला वाटलं होतं. दुसऱ्या दिवशी पहाट होण्यापूर्वीच तिला जाग आली. उठून ती तडक पुन्हा शेताकडे निघाली. तिला गुराढोरांना खायला घालायचं होतं. शेण गोळा

करायचं होतं. काली असता तर तिला यातलं कुठलंच काम करावं लागलं नसतं. परंतु, ती जेव्हा शेतात पोहोचली तेव्हा तिला दिसलं की काली स्वत:ला पारोशा पिंपळाला टांगून घेण्याच्या तयारीत आहे.

आज, एकीकडे तिचे हात काम करत होते तरी तिच्या मनात फक्त कालीचा विचार होता. आत्महत्या करण्यापासून तिने त्याला एकदा वाचवलं होतं. आत्महत्येचा विचार कायमचा सोडून देण्यासाठी काही लोकांना तेवढं एकदा थांबवणं पुरेसं होतं परंतु, काहींची मरण्याची इच्छा अधिकाधिक तीव्र होऊ शकते. आत्महत्येची ऊर्मी दुसरी कुठली तरी संधी साधू शकते. या एकाच कारणापायी तिने कालीवर अगदी बारकाईने लक्ष ठेवलं होतं. तो त्या क्षणी इतका गाढ झोपला होता की, पहाटे असं काही भयंकर घडून गेलं असेल याची कोणालाही कल्पना आली नसती. तिचा भात रांधून झाला. तिने कोंबडीची घट्ट सागुतीसुद्धा रांधली. तो कधी उठेल याची वाट पाहत ती बसून राहिली. थोड्या वेळापूर्वी ती जेव्हा कुरणातून गुरढोरं आणायला परत गेली होती तेव्हा तिला कारान भेटला होता. त्याच्या हाती तिने अडैयूर इथे पोन्नाच्या घरी निरोप पाठवला होता, की काली घरी आला असून गुराढोरांकडे लक्ष देण्यासाठी तो घरीच थांबेल. इथे घरीच ती दोघं कोंबडीचा बळी देतील आणि मेजवानी करतील. पोन्नाने पुढचे दिवस तिच्या माहेरी राहावं. घरी परतायची घाई करू नये. सीरायीने जेव्हा कारानला ते काम करण्याचे आठ आणे देऊ केले तेव्हा ते पैसे घेऊन तो आनंदाने गेला. त्याला वाटलं, की पोन्नाच्या माहेरी हा निरोप पोहोचवला की तिकडूनही आठ आणे किंवा एखादा रुपया मिळेल. त्याला त्याच्या घरी बोकड खायला मिळणार असला तरी पोन्नाच्या घरी कोंबडीसुद्धा खायला मिळू शकेल.

सीरायीला माहीत होतं, की काली परत आला आहे हे कळवलं नाही तर कुणीतरी त्याला शोधायला तिथे येऊन बसेल आणि त्यानंतर गोष्टी अजून विकोपाला जातील. कालीची एकंदरीत मानसिक स्थिती बघता काहीही होऊ शकलं असतं. वादविवाद झाले असते, आरोप-प्रत्यारोप झाले असते आणि सगळ्या गावासमोर परिस्थिती उघड झाली असती. त्याऐवजी, पुढचे काही दिवस ते सगळं टाळण्याचा एखादा मार्ग तिने शोधला असता तर तोवर कालीचा रागही कमी झाला असता. तिच्या मनात आलं, की कदाचित तिचा दृष्टिकोन काय आहे हेसुद्धा कालीच्या लक्षात येऊ शकेल. तसं पाहिलं तर काली तिला कधीही उलटून बोलत नसे. तिच्या प्रत्येक म्हणण्याला तो होकार देई. अनंत अडचणी पार करत त्याच्या आईने एकटीने त्याला वाढवलं होतं. आपल्याकडून ती कधीही दुखावली जाऊ नये याची तोही सर्वतोपरी काळजी घेत होता. तिचं एखादं म्हणणं पटलं नाही तर तो सहसा गप्प बसत असे. त्यानंतर, अत्यंत सौम्यपणे तो एकमत न होण्याचं त्याचं कारण

सांगत असे. सीरायीला या सगळ्याची जाणीव होती. ते सगळं लक्षात घेऊन इथून पुढे त्याच्याशी कसं वागायचं, याबद्दल ती तर्कवितर्क लढवत होती.

तिच्या हातची ती कोंबडीची सागुती कालीला फार आवडत असे. तशीच सागुती करण्यासाठी पोन्ना अगदी आटापिटा करे, पण तो तिला नेहमी सांगे, की त्याच्या आईच्या हातच्या सागुतीची चव पोन्नाच्या हातच्या सागुतीला नव्हती. तेव्हा पोन्ना हट्टाने म्हणे, "तुझी आई करते तसंच करते सगळं मी. अगदी तेवढ्याच मिरच्या घालते, तेवढंच एरंडीचं तेल ओतते, त्याच पाट्या-वरवंट्यावर वाटते; मग चव कशी बरं सारखी येणार नाही?" त्यावर तो उत्तर देई, "या सगळ्या व्यतिरिक्त आणखी एका गोष्टीची गरज असते - हाताची चव." परंतु, ती हसून नकार देत म्हणे, "नाही, नाही. असं काही नसतं. तुझी आई मसाला वाटताना पाणी न घालता त्यात दोनदा थुंकते, म्हणूनच त्याचा इतका दुर्गंध येतो." परंतु तिच्या त्या उत्तराने तो कधीही संतापत नसे. उलट तो म्हणे, "ठीक आहे, पुढच्या वेळेस तूसुद्धा मसाला वाटताना त्यात थुंक. मग पाहू या चव कशी लागते. कदाचित, मुनीयान्नच्या अराकपेक्षा जालीम होईल तुझ्या हातची सागुती." हे ऐकताच ती लाजून म्हणे, "असं असेल तर तू तिथे प्यायला कशाला जातोस? मी रोज तुझ्या जेवणात थुंकत जाईन की."

सीरायीने सागुती करण्यासाठी निवडलेली कोंबडी तरुण आणि ताजी होती. चार-पाच दिवसांतच तिने अंडी द्यायला सुरुवात केली असती. सीरायीने अगदी सावकाश ती नव्याने तयार होणारी अंडी बाहेर काढली. अंड्यांची फुलंच वाटत होती ती. ज्या पळीत तिने फोडणी केली होती त्याच पळीत तिने ती अंडी वेगळी तळली. कालीला ती विशेषकरून आवडत असत. अतिशय प्रेमाने केलेला हा स्वयंपाक तिने जर त्याला भरवला असता आणि त्यानंतर त्याच्याशी ती काळजीपूर्वक बोलली असती तर त्याने तिचं म्हणणं नक्कीच ऐकून घेतलं असतं. त्याच्याशी काय बोलायचं याची ती मनात उजळणी करू लागली.

चार

दुपार झाली तरी काली झोपलेलाच होता. त्याला जवळून पाहता यावं, म्हणून सीरायी त्याच्या बाजेजवळ गेली. झोपण्यापूर्वी त्याने बाजेवर पातळशी चादरसुद्धा घातली नव्हती. ती बाज नारळाच्या काथ्याची विणलेली होती. त्या काथ्याचे वण कालीच्या अंगावर उमटले होते. त्याच्या अंगावर आखूड वेष्टी तेवढी होती. त्याचं पोट केळीच्या निस्तेज पानासारखं दिसत होतं. तिच्या मनात आलं, 'काहीच तर नाही त्या पोटात.' त्याने काहीही खाल्लं नव्हतं. तो अतिशय भुकेला असणार. त्याचे पाय बाजेच्या बाहेर आले होते. त्याच्या डोक्यावरचे केस दाट आणि लांब होते, अगदी बायकांच्या केसांसारखे. त्याने आदल्या दिवशी एरंडेल तेल लावलं असावं, कारण तो गावाबाहेर जाणार होता. केस चांगलेच तेलकट दिसत होते. तो त्या बाजेवर पसरला होता तेव्हा त्याला बांधून ठेवणाऱ्या धरणासारखे दिसत होते त्याचे केस. त्याचा चेहरा रुंद होता. जणूकाही पानेईचे दोन वृक्ष बाजूबाजूला एकत्र उभे होते. त्याने दाढी काढून टाकली होती आणि मिशी बारीक केली होती. त्याची छाती रुंद होती. सीरायीच्या मनात आलं, की त्याचा बाप कधीच इतका तगडा दिसला नव्हता. काली मात्र थोराड आणि धट्टाकट्टा होता.

कित्येक वर्षांपूर्वी कालीने जेव्हा तिला सांगितलं, की त्याला पोन्नाशी लग्न करायचं आहे तेव्हा सीरायीच्या मनात विचार आला होता की कालीसारख्या बलदंड आणि काळ्या कातळातून काढलेलं वाटावं अशा शरीराला पोन्ना शोभेल की नाही. तिने ताबडतोब उत्तर दिलं नव्हतं. काही मिनिटांनी तिने विचारलं, "ती तुला शोभते का?" तिच्या म्हणण्याचा अर्थ त्याच्या लक्षात आला नव्हता. ती पोन्नाच्या चारित्र्याबद्दल विचारते आहे असं वाटून त्याने उत्तर दिलं होतं, "हो, हो, फार चांगली मुलगी आहे ती." त्यावर सीरायीने थेट प्रश्न केला होता, "अरे मूर्खा, मला तसं नाही विचारायचं! तू एखाद्या बलदंड वृक्षासारखा आहेस. ती एखाद्या उंदरासारखी नाजूक साजूक असली तर काय करायचं? माझ्या म्हणण्याचा असा अर्थ आहे.' त्यावर तो मोकळा हसला होता. ते सगळं आठवून सीरायीला असं वाटलं, की

तिच्या त्या बोलण्यामुळेच तिच्या लेकाला दृष्ट लागली होती. असं म्हणतात, की गावातले लोक, नातेवाईक, कुरूप, बेढब आणि विधवा यांची असूया आणि दुष्ट नजर यापेक्षा पालकांचा अभिमानाचा कटाक्ष जास्ती घातक ठरतो. त्यामुळे, त्या दिवसानंतर आपल्या लेकाला दृष्ट लागू नये म्हणून ती रोज मिरच्या जाळू लागली. त्या सकाळी कालीने तो धट्टाकट्टा सुदृढ देह संपवला असता हा विचार तिच्या मनात आला तेव्हा तिला तिच्या नवऱ्याची आठवण आली.

अचानक मरून गेलेला कालीचा बापसुद्धा चांगला सुदृढ होता. तो आडीचा महिना होता. गावातल्या प्रत्येक शेतात नाचणीचं उत्तम पीक आलं होतं. सगळीकडे धांडं ताठ उभी होती. नेमक्या त्याचवेळेस उंदरांचा सुळसुळाट झाला. त्यामुळे अनेक शेतकरी एकत्र येऊन उंदीर मारण्याच्या मोहिमेवर होते. शेतात एकीकडे उंदरांचे सापळे लावायचे आणि दुसऱ्या बाजूने पाठलाग करत उंदरांना त्या सापळ्यापर्यंत आणायचं असा उद्योग सुरू होता. त्या शिकारीमध्ये कालीचा बापसुद्धा सामील होता. दुर्दैवाने, वाटेत आलेल्या एका भेदरलेल्या म्हाताऱ्या उंदरावर पाय पडू नये या प्रयत्नात अपघाताने त्याचाच पाय एका सापळ्यात अडकला होता. त्याला घरी आणण्यापूर्वीच त्याचा मृत्यू झाला. तो जर जिवंत असता तर सीरायीचं आयुष्य सहज आणि सुखकर झालं असतं. कालीचं पोन्नावर जसं प्रेम होतं तसंच त्याचं सीरायीवर प्रेम होतं. आताशा काली खूपसा वडिलांसारखा दिसू लागला होता. त्याला उठवण्यासाठी सीरायीने मायेने स्पर्श केला. पण तो ढिम्म हलला नाही. मग तिने त्याला गदागदा हलवायला सुरुवात केली. सहसा, तिच्या हलक्या स्पर्शाने तो उठत असे. खरं सांगायचं, तर गायी एकदा जरी हंबरल्या तरी तो खाड्कन डोळे उघडत असे. काली उठत नाही हे पाहून तिची भीती पुन्हा जागी झाली. स्वत:ला फासावर लटकून घेण्याआधी अराकमध्ये विष मिसळून ते तर तो प्यायला नसेल ना असं तिच्या मनात आलं. ताडी किंवा अराकमध्ये अरळीच्या बिया कुटून घातल्याने किती लोक मेले होते याची तर मोजदादच नव्हती. या सगळ्या विचारांपायी अस्वस्थ होऊन तिने त्याच्या गालांवर थापट्या मारत हाका मारायला सुरुवात केली, ''कालीअप्पा, कालीअप्पा!''

त्याने डोळे उघडले तेव्हा त्याच्या आईचा चेहरा त्याच्या अगदी नजरेसमोर होता. भानावर यायला त्याला काही क्षण जाऊ द्यावे लागले. मग, तिने त्याला खायला बोलावलं.

''मला काहीही खायचं नाही,'' असं म्हणत त्याने खुशाल कूस बदलली.

काळजीने तिने म्हटलं, ''माझ्याकडे बघ जरा. तुझ्या आवडीची कोंबडीची सागुती केली आहे. अरे, माझ्याही पोटात अन्न नाही बघ. तू उठायची वाट पाहत होते. तू जर काही खाल्लं नाहीस तर मीसुद्धा उपाशी राहीन. सांगून ठेवते!''

चिरडीला येत तो उठून म्हणाला, ''अम्मा, अशी का वागते आहेस?'' वैतागून तो बाजेवरून बाजूला झाला. इतका तीव्र सूर्यप्रकाश त्याने कधीच अनुभवला नव्हता. त्यामुळे तो जरा बावचळला. डोळ्यांवर हात आडवा ठेवत तो माठाच्या दिशेने गेला. त्यातलं पाणी काढून त्याने तोंडावर मारलं. मग कुठे तो थोडासा ताळ्यावर आला. त्याला भोवतालचं जरा भान आलं. किती वाजले याचा अंदाज घ्यायला त्याने आकाशाकडे पाहिलं. मध्यान्ह उलटून गेली होती. सूर्य डोक्यावरून सरकला होता. दुसऱ्या दिशेने उतरणीला लागला होता.

झोपडीत पाय ठेवत त्याने विचारलं, ''सकाळी काही खाल्लंस तरी की नाही.''

तोवर सीरायीने दोन ताटात जेवण वाढून आणलं होतं. एक ताट त्याच्या हातात देत ती म्हणाली, ''तुला काय वाटलं? आज सकाळी तू जे काही करणार होतास ते पाहिल्यावर तर मी अन्न गिळायच्या मनःस्थितीत तरी असेन का?'' तिच्या हातातून आपलं ताट घेत तो बाजेवर जेवायला बसला. हळूहळू त्याने भातात रस्सा कालवला. त्याचं मन तरल आणि निर्विकार झालं होतं. तिने भातावर कोंबडीचे भरपूर तुकडे घातले. ते तुकडे बाजूला करून त्याने रस्सा कालवलेल्या भाताचे मोठे मोठे घास घ्यायला सुरुवात केली. तो खात असताना ती त्याच्याकडे पाहत राहिली. सुरुवातीला आपण काय खात आहोत, यात त्याला जराही रुची नव्हती. थोड्या वेळाने मात्र त्याला अन्नाची चव लागली. तो जरा सावकाश खाऊ लागला. चवीने जेऊ लागला. मग तिने हुश्श केलं. तिनेही थोडं खाल्लं. तिचं सगळं लक्ष त्याच्या ताटाकडे होतं. ती पुन्हा पुन्हा त्याला कोंबडीचे तुकडे वाढत होती. तिचं मन जरी स्वच्छ होतं तरी ती सारखी सुस्कारे टाकत होती.

त्याने जेवणावर ताव मारला आणि मग पुन्हा जाऊन बाजेवर आडवा झाला. सीरायीनं त्याबद्दल कुठलीही टीकाटिप्पणी केली नाही. तिने त्याला हवं तेवढं झोपू दिलं. ती कामाला लागली. संध्याकाळी काली उठला. बाहेर येऊन दगडावर बसला. त्याची आई सगळी कामं करत आहे हे दिसत असलं तरी त्याला काहीही करण्याची इच्छा होत नव्हती. थोडा वेळ तो तसाच बसून राहिला. मग तो रात्रीचा जेवायला बसला. आताही त्याने चांगला आडवा हात मारला. त्यानंतर, झोपडीबाहेर आपली बाज आणून तो त्यावर पडून राहिला. टक्क जागा होता तो. गेले कित्येक तास त्याचं मन अगदी रिकामं झालं होतं. आयुष्यात पहिल्यांदाच त्याला असा काही अनुभव येत होता. फार सुखद वाटला त्याला तो अनुभव. सीरायी येऊन बाजूच्या दगडावर बसून त्याच्याशी बोलू लागली.

ती म्हणाली, ''कालीअप्पा, जरा बघ माझ्याकडे. तू मला वचन दिलं आहेस, त्यामुळे असा काही वेडेपणा करू नकोस, आलं ना लक्षात? तू जर मेलास तर माझ्या आयुष्यात जगण्यासारखं काय उरेल? तुझी पावलं पकडून मीही तुझ्यामागून

येईन हे लक्षात ठेव. परंतु, पोन्ना एकटी काय करेल? तिचं तुझ्यावर किती प्रेम आहे हे तुला माहीत नाही का? एकवेळ तुझ्या माघारी जीव द्यायला मी कचरेन पण ती अजिबात कचरणार नाही. आपलं कुटुंब असं उद्ध्वस्त झालेलं पाहण्यासाठी का मी आयुष्यभर इतक्या खस्ता खाल्ल्या? मरण्यात काय अर्थ? आपण जरी आज मेलो तरी उद्या जग त्याच्या गतीने पुढे चालत राहणार आहे. मुद्दा नीट जगण्यात आहे. जगाला ते दाखवून देण्यात आहे. मला किती भोगावं लागलं आहे याची तुला कल्पना आहे का? तू मोठा होऊन सर्व जबाबदारी घेईपर्यंत मी काय काय अडचणींचा सामना केला आहे...''

तो तिचं म्हणणं ऐकून घेत होता.

''या गावातली माणसं कशी वागली हे तरी तुला माहीत आहे का?'' ती पुन्हा बोलू लागली. ''अरे, रात्र झाली की माझ्या दारावर थापा पडू लागत. कुणी घरात दगड फेकत, कुणी माझ्या नावाने हाका मारत... ते असो, कुणी कितीही मागे लागलं तरी मी माझं दार कधीच कुणाला उघडलं नाही. आपला नल्लय्यन. तू तर ओळखतोस त्यांना. त्याचाही विचार फार कणवेने करू नकोस. त्याने मला म्हटलं होतं, ''वहिनी, माझ्याबरोबर राहा, माझी सगळी मालमत्ता तुझ्या मुलाला देतो.'' मी त्याला म्हटलं होतं, ''नीघ इथून, अरे माझ्या पायावरच्या एका केसाइतकीसुद्धा किंमत नाही तुझ्या मालमत्तेची.'' माझा मनात फक्त पूर्ण वेळ तुझा आणि तुझाच विचार होता - एकच व्यक्ती जिला मी माझं म्हणू शकत होते, एक व्यक्ती जिचं सर्व दुःखापासून संरक्षण करणं माझ्यासाठी आवश्यक होतं. त्यासाठीच मी इतकी खंबीर राहिले.''

तो अजूनही तिचं म्हणणं ऐकत होता.

''कसं आहे कालीअप्पा, आपल्या आयुष्यात मूल आलं की सगळं बदलतं बघ. आपलं आयुष्यावर नियंत्रण आहे याची जाणीव आपल्याला होऊ लागते. तू तर मुलासाठी किती कासावीस झाला होतास. स्वतःला तू या शेतात बंद करून घेतलं आहेस. तिकडे पोन्ना रात्रभर छताकडे पाहत पडून राहते. अरे, तुम्हा दोघांचं हे सोसणं माझ्याच्याने सहन होत नाही. म्हणूनच मी सुचवलं होतं ते. तुला त्याबाबत चकार शब्द न सांगता मी स्वतः तिला घेऊन गेले असते. पण, तुझ्या अनुमतीवाचून ती काही यायला तयार झाली नसती. म्हणूनच, मी आधी तुझ्याशी बोलले होते. पोन्नाला तर वाटतंय की तू या सगळ्या प्रकाराला होकार दिला होतास; नाहीतर ती गेली असती का?''

तो तिचं म्हणणं ऐकत राहिला.

''या जगातल्या इतर लोकांनी केलं नसतं असं काहीही आपण केलेलं नाही, केलंय का? मडक्काडूचा तो म्हातारा माहीत आहे ना तुला? त्याचं नाव माहीत

आहे का? त्याचं नाव आहे माच्छामी. पूर्वीच्या काळी, तो ईश्वराने दिलेला प्रसाद आहे म्हणून लोक त्याचा सन्मान करत. त्याचे आईबाप दहा वर्षं निपुत्रिक होते. त्यानंतर त्याचा जन्म झाला. त्यांचं आयुष्य नाही का चांगलं गेलं? त्यापायी त्यांनी काय गमावलं? ते जाऊ दे, स्वत:चे नवरे असताना किती बायका दुसऱ्या पुरुषाकडे जातात हे तुला माहीत तरी आहे का? मी तसं तर काही सुचवलं नाही ना? हा उत्सव युगानुयुगं सुरू आहे. ईश्वराला आपण वेगवेगळा प्रसाद अर्पण करतो, नवस बोलतो. हे असंच मागणं आहे बाबा! आपण ईश्वराला म्हणतो, की तू मला मूल दे, मी त्या मुलाचं नाव तुझ्यावरून ठेवेन....''

आणि तो ऐकत राहिला.

''तू जेव्हा त्या उत्सवाला जायचास तेव्हा मला सगळं माहीत नव्हतं असं तुला वाटलं का? कित्येकदा तू इतका विलक्षण दिसायचास की काय सांगू! पण मी तुला कधी थांबवायचा प्रयत्न केला नाही. तुझ्या मजेत आडवं येण्याची माझी कधीच इच्छा नव्हती. तू दुसऱ्या बाईबरोबर होतास असा आरोप पोन्नाने केला तर तू तिला काय उत्तर देशील? किंवा, न्यायाचा तुझा नियम तिच्यासाठी वेगळा आणि तुझ्यासाठी वेगळा आहे का? सांग मला. माझं म्हणणं ऐक. ही सगळी माझी कल्पना होती. तुला जो काही दोष द्यायचा तो मला दे. इतर कोणाला दोष देता कामा नये. तुझे सासू-सासरे, तुझा मेहुणा मुथु - सगळेजण माझ्या योजनेनुसार वागले. कोणाचा दोष असेल तर तो फक्त माझा. तुला माझ्यावर जो आरोप करायचा असेल तो कर. वाटलं तर मला लाथा मार, वाटलं तर मला मारून टाक. तुझी तशीच इच्छा असेल तर तसंच होऊ दे. या पारोशा पिंपळाला कितीतरी फांद्या आहेत अजून. तू जर त्यातल्या एका फांदीवर लटकावून टाकलंस तर आनंदाने मरण पत्करेन मी. पण पोन्नाला किंवा तिच्या कुटुंबाला या संदर्भात दोष द्यायचा नाही.''

तो ऐकत राहिला.

''या सगळ्यासाठी मी जबाबदार आहे. माझा मुलगा पुन्हा चारचौघांत मिसळावा एवढ्याचसाठी केलं मी हे. त्याने बाहेर पडावं, सहज इतरांना भेटावं, जिथे वाटेल तिथे जावं, हवं ते करावं, आनंदी राहावं, हाच माझा उद्देश होता. माझा वंश पुढे चालला पाहिजे हीच माझी इच्छा आहे. मी जेव्हा मरेन तेव्हा माझ्या चितेला अग्नी द्यायला निदान एक तरी नातू किंवा नात हवी मला. म्हणून केलं मी हे सगळं. माझं काही चुकलंय असं मला तरी वाटत नाही. या सगळ्याचा विचार मी एक प्रार्थना म्हणून केला. आता तुझा जर हट्ट असेल, की हे सारं चुकीचं होतं तर त्यासाठी तुला जी योग्य वाटेल ती शिक्षा मला दे. माझ्यावर ठपका ठेव. ही सगळी माझी करणी आहे. याबाबत कोणालाही दोष देता कामा नये....''

तो फक्त ऐकत राहिला.

***

लग्नानंतर काही दिवसांनी असंच एकदा काली आणि पोन्ना एकमेकांच्या मिठीत सुखावले होते तेव्हा त्याने तिला सांगितलं होतं, की पोन्ना त्याला शोभेशी आहे की नाही असं त्याच्या आईने विचारलं होतं.

त्यावर पोन्ना म्हणाली होती, "काय हे तुझ्या आईचं विचारणं? असं कसं विचारू शकते ती?"

त्याने उत्तर दिलं होतं. "का बरं? त्यात काय झालं? आपल्या घरात असलेले वेगवेगळे मुसळ पाहिले आहेत ना तू? ते कशासाठी असतील असं तुला वाटतंय? हे बघ, त्यातला एक आपण कणसातून नाचणी वेगळी करायला वापरतो. दुसरा आपण नाचणी कांडण्यासाठी वापरतो. आपल्याला जर अर्धी वाटी पीठ हवं असेल तर आपल्याला छोटं जातं लागतं. पण जेव्हा चार-पाच माणसांसाठी पीठ दळायचं असतं तेव्हा तर आपल्याला जात्याचं मोठं पाळं आणि साजेसा खुंटा लागतो. कितीतरी बारकावे असतात प्रत्येक गोष्टीत. आपलंसुद्धा तसंच नाही का!"

तिने उत्तर दिलं होतं, "ते असो. पुरुषाचे आईवडील करतात असा सगळा विचार. बाईचे आईवडील अशा गोष्टींची काळजी करतात का? नाही. जसा त्यांना एखादा पुरुष मिळतो तसे ते आपल्या लेकीचं लग्न लावून मोकळे होतात."

त्याने उत्तर दिलं होतं, "नाही, नाही! असं नको म्हणूस. मुलीच्या आईवडिलांना अशा गोष्टींची खूप काळजी करावी लागते. मी तुला एक गोष्ट सांगतो..."

कालीकडे अशा गोष्टींचा खजिना होता. केवळ पुरुषापुरुषांच्यात सांगितल्या जाणाऱ्या चहाटळ कथा असायच्या त्या. अधूनमधून अशी एखादी गोष्ट सांगत तो पोन्नाची करमणूक करायचा. ती विचारायची, "अशा गोष्टींबद्दल इतक्या मोकळेपणाने कसा बोलू शकतोस तू? तुला लाज नाही वाटत?" तरीसुद्धा, त्याच्या त्या पाणचट गोष्टी ती अगदी उत्कंठतेने ऐके.

अशाच एका गावात, कुणी एक माणूस होता. त्याला फक्त एक मुलगी होती. ती मुलगी वयात येऊन पाच-सहा वर्षं झाली होती पण अद्यापि तिचं लग्न जमलं नव्हतं. तिच्या आईला आणि तिला त्याबद्दल फार काळजी वाटत होती. पण, तिचं लग्न न होण्यामागचं खरं कारण तिचे वडील होते. त्याचं आपल्या लेकीवर अतोनात प्रेम होतं. ती एकुलती एक होती ना! ती लहान असताना त्याने एकदा तिला नागडं पाहिलं होतं. तेव्हा त्याच्या मनात आलं होतं, की त्याच्या लेकीचे प्रजनन अवयव फार छोटे आहेत. कुल्लापुची किड्याच्या घरट्यासारखे. त्याने ठरवलं होतं की तिचं भोक अगदी छोटं असल्याने करंगळीइतकाच अवयव

ती धारण करू शकेल. त्यामुळे, छोटंसं शिश्न असणारा माणूस तिच्यासाठी शोधण्याचा निश्चय त्याने केला होता. त्याच्या मुलीशी लग्न करणाऱ्या माणसाचं शिश्न मोठं असलं तर तिला त्रास होईल ही काळजी त्याला भेडसावत होती.

मुलीला पाहायला जेव्हा कोणी मुलगा येत असे तेव्हा तिचे वडील त्याला खूप पाणी आणि ताक पाजत. इतकं सगळं पेय पोटात गेल्यावर आलेला पाहुणा जागच्या जागी चुळबुळ करू लागे. त्याला घाईने लघवी लागलेली असे. त्यानंतर, मुलीचा बाप काहीतरी कारण काढून त्या मुलाला बाहेर शेतात घेऊन जाई. तिथे तो बाप अखंड बडबड करत राही. शेवटी, असह्य होऊन आलेला पाहुणा तिथेच धोतर सोडून लघवी करू लागे. ज्या क्षणी तो लघवीसाठी खाली बसे त्या क्षणी मुलीचा बाप सावकाश त्याच्या बाजूला बसून हळूच त्याच्या शिश्नाकडे डोकावून पाही. करंगळी इतकं छोटं शिश्न असणाऱ्या मुलाच्या शोधात होता तो. परंतु, येणाऱ्या कुठल्याही माणसाचं शिश्न इतकं छोटं नव्हतं. मोठं शिश्न असलेला नवरा आपल्या मुलीच्या नशिबात आला तर काय हीच काळजी त्याला होती. त्यामुळे आलेलं प्रत्येक स्थळ नाकारायला तो काहीतरी कारण शोधून काढे.

आलेल्या मुलांपैकी मुलीला बरेचदा बरेच जण आवडत, पण तिचा बाप प्रत्येक मुलाला घालवून देत असे. असं का याचं कुतूहल तिला वाटू लागलं. तिने तिच्या आईला कारण शोधायला सांगितलं. मग एके दिवशी तिची आई तिच्या वडिलांशी बोलली. वडिलांनी त्यामागचं कारण समजावून सांगितलं. ते ऐकताच त्याची बायको त्याच्यावर ओरडून म्हणाली, ''अरे देवा! तुझ्याइतका मूर्ख माणूस मी आजवर बघितला नाही!'' तरीसुद्धा, त्या बापाने त्याचा हट्ट सोडला नाही. त्याला त्याच्या मुलीची तितकी काळजी होतीच. हे सगळं आईने जाऊन मुलीला सांगितलं. ती असंही म्हणाली, ''मला नाही वाटत तुझं लग्न कधी ठरेल.'' मुलीला यातून मार्ग काढणं भाग होतं. तिला तोपर्यंत शिश्नाबद्दल बरीच माहिती झाली होती. पुढच्या वेळेस तिला पाहायला जेव्हा एक तरुण आला तेव्हा तिची योजना तयार होती. हात धुवायला तो तरुण मागच्या अंगणात आला तेव्हा तिने त्याला परिस्थिती समजावून सांगितली. तिने असंही सुचवलं की, तो जेव्हा शेतात मुतायला जाईल तेव्हा त्याने स्वतःबरोबर पाण्याचं टमरेल घेऊन जावं आणि त्यातल्या पाण्याचे सपकारे शिश्नावर मारावेत. अपेक्षेप्रमाणेच तिचे वडील त्या तरुणाला शेतात घेऊन गेले. मिळालेल्या सूचनेनुसार त्या तरुणाने पाण्याचं छोटं टमरेल बरोबर ठेवलं होतं. बापाचं लक्ष नाही हे पाहून त्याने गार पाण्याचे हपकारे स्वतःच्या शिश्नावर मारले. त्यानंतर तो जेव्हा मुतायला खाली वाकला तेव्हा म्हातारा त्याच्या बाजूलाच बसला. म्हाताऱ्याने हळूच डोकावून पाहिलं. त्याला त्या तरुणाचं शिश्न नीट दिसलंच नाही इतकं ते छोटं होतं. त्या क्षणी त्या बापाने ठरवलं की याच तरुणाला आपला जावई

करून घ्यायचं. अशाप्रकारे लग्न पार पडलं आणि त्यानंतर ती मुलगी सुखात राहू लागली.

काली म्हणाला होता, ''खरं तर, गोष्ट अजून संपली नाही. पुढे सांगू?''

लाजून लाल होतच तिने उत्तर दिलं होतं, ''काही गरज नाही!''

तो म्हणाला होता, ''ठीक आहे, परत कधीतरी सांगेन.'' तिला तिच्या संकोचातून बाहेर काढणं त्याला त्या दिवशी फार कठीण झालं होतं.

पाच

दोन दिवस मुथु फार अस्वस्थ होता. कालीला जाऊन भेटावं, असं त्याला वाटत होतं पण ती फारशी चांगली कल्पना नाही असंही वाटत होतं. उत्सवाच्या महत्त्वाच्या दिवशी काली त्याच्या सासऱ्यांच्या घरी अडैयुर इथे येऊन पोहोचला होता. परंतु, त्या रात्री कालीला समजू न देता पोन्नाला करत्तुर इथे उत्सवाच्या मैदानावर घेऊन जाण्याची योजना त्या सर्वांनी आखल्यामुळे कालीचं मन वळवण्याची कामगिरी मुथुकडे होती. त्यामुळेच, अराक पिण्याच्या निमित्ताने तो कालीला दूर घेऊन गेला होता. मंदायनच्या घरी ते गेले होते. नारळाच्या वाडीत त्याचं घर होतं. नारळाच्या ताडीपासून तयार केलेली अराक त्या सर्वांनी यथेच्छ प्राशन केली होती. मुथु तिथेच झोपला होता. परंतु कालीला पोन्नाची खूप आठवण येत होती. तिला भेटण्याची तीव्र इच्छा झाल्यानेच त्याने आपल्या सासरी परत यायचं ठरवलं. तिथे आल्यावर त्याला दिसलं, की पोन्ना घरात नव्हतीच. मुख्य म्हणजे, ती उत्सवाच्या ठिकाणी गेली होती. हा धक्का असह्य झाल्याने तो तसाच त्याच्या शेताकडे धावला होता. स्वतःला पारोशा पिंपळाला टांगून घेण्याचा निर्णय त्याने घेतला होता.

यथेच्छ पिऊन मंदायनच्या झोपडीत झोपल्यावर तिकडे काय घडलं हे मुथुला ठाऊक नव्हतं. तो उशिरा उठला होता. कालीवर लक्ष ठेवण्याऐवजी आपल्याला झोप लागल्याबद्दल त्याने स्वतःला दूषणं दिली होती. काली नेमका किती वाजता तिथून निघाला हे मंदायन किंवा कथयी या दोघांनाही सांगता आलं नव्हतं. काली त्याच्या सासू-सासऱ्याच्या घरी अडैयुरला गेला की आत्तूर इथे त्याच्या शेताकडे परत गेला हे मुथुला माहीत नव्हतं. तो जर अडैयुरला गेला असेल तर तोवर पोन्ना परत आली होती का? तो स्वतःच्या शेताकडे गेला असावा. आपल्या शेतापासून एक दिवसही दूर राहणं कालीसाठी महाकठीण होतं. त्याच्या मेंढ्या आणि गुरंढोरांच्या सहवासात तो सतत व्यग्र असे. त्याच्या शेतात एखाद्या लहानशा उंदराने जरी नव्याने बीळ केलं तरी दुसऱ्या दिवशी सकाळी ते सर्वप्रथम कालीच्याच लक्षात येई. मुथु कालीला नेहमी चिडवत असे, ‘‘मला एक सांग, तुझ्या या

कुंपणात किती पाली राहतात?'' त्यावर काली फक्त हसत असे.

कित्येक वर्षांपासून कालीने स्वत:ला त्या शेतात अडकवून घेतलं होतं. चारचौघांत मिसळणं बंद केलं होतं. त्याच्या शेताबाहेरच्या पाऊलवाटेवरून एखाददुसऱ्या येणाऱ्या जाणाऱ्या माणसाशी तो बोलत असे, तेवढंच. त्याच्या निपुत्रिक असण्याबद्दल प्रत्येकजण त्याला इतकं खोदून खोदून बोलत असे, की त्याने सगळ्यांमध्ये मिसळणंच बंद करून टाकलं. तरुण असताना, काली आणि मुथु या भागात खूप भटकले होते. मुथुला कालीचं खूप वेड होतं. म्हणूनच, त्याने त्याला त्याच्या बहिणीशी लग्न करून स्वत:चा मेहुणा होऊ दिलं. सीरायीच्या या नव्या योजनेत मुथु अनिच्छेनेच सहभागी झाला होता. निपुत्रिक असल्यामुळे कालीला बहिष्कृतासारखं वाटू लागलं आहे, ही एकच काळजी त्याला भेडसावत होती. म्हणूनच, सीरायीच्या या नव्या योजनेत तो सहभागी झाला होता.

सूर्य तापला तसा मुथु मंदायनच्या घरून निघाला. तिथे रेंगाळणं त्याला कठीण झालं होतं. तो जोवर स्वत:च्या घरी पोहोचला तोवर त्याच्या वडिलांनी एक कोंबडी मारून भाजायला सुरुवात केली होती. मुथुच्या लक्षात आलं, की काली तिथे आलाच नव्हता. त्याच्या मनात आलं की, कालीच्या शेताकडे जाऊन तो व्यवस्थित पोहोचला आहे की नाही हे पाहावं. तितक्यात, सीरायीने दिलेला निरोप घेऊन कारान येऊन पोहोचला. ते ऐकून मुथु जरा सुखावला. तरीसुद्धा, त्याला काहीतरी टोचणी लागली होती. काली का निघून गेला असं पोन्नाने विचारल्यावर तो म्हणाला होता, ''असं दिसतंय की, तुझा नवरा एक रात्रसुद्धा शेतापासून दूर राहू शकत नाही. तू काही दिवस इथंच राहून आराम करावा असं त्याने सांगितलं आहे.'' उत्सवाच्या ठिकाणी सारं काही ठरल्याप्रमाणे झालं की नाही, इतकंच त्याने त्याच्या आईला विचारलं. तिने मान डोलावली.

पोन्नाच्या चेहऱ्यावर उत्साह दिसत होता. खरोखरच, देवतेने पोन्नाला प्रसाद दिला असावा, असं दिसत होतं. यातून तिला दिवस जावेत, अशी मुथुने प्रार्थना केली. काली सगळं नीट निभावेल, याबद्दल त्याला विश्वास होता. तरीसुद्धा, त्या योजनेबद्दल कालीला समजलं आहे का हे जाणून घेणं त्याच्यासाठी आवश्यक होतं. ते माहीत नसल्यामुळे तो अस्वस्थ झाला होता.

म्हणूनच, एके दुपारी तो कालीकडे जायला निघाला. कालीच्या शेतात पाऊल ठेवताच त्याच्या लक्षात आलं, की काहीतरी बदल झाला आहे. कालीने वांग्याची रोपं लावली होती. त्या भागाची तो अतोनात काळजी घेत असे. तो हिरवागार भाग आता कोरडा पडला होता. त्याला पाणी दिलेलं नव्हतं. काली अशी हयगय कधीही करत नसे. विहिरीच्या बाजूला असलेल्या पलई वृक्षाच्या सावलीत सीरायी बसली होती. तिचं लक्ष मेंढ्याकडे होतं. मुथुला पाहताच त्याच्या दिशेने धावत येत ती

म्हणाली, ''माझ्या पोरा! एक शब्दही विचारू नकोस. ज्या दिवशी सकाळी तो इथे आला त्या दिवशी त्याने पारोशा पिंपळाला दोरी टांगून स्वत:ला फास लावून घेतला होता. कसं कोण जाणे पण देवी कूलियाथाने मला बुद्धी दिली आणि मी इथे योग्य क्षणी येऊन पोहोचले. म्हणूनच, वाचवू शकले मी त्याला. काय सांगू रे बाबा आता तुला? काय सांगू? अरे, एक-दोन अडचणी आल्या तर मी करेन त्याचा सामना. पण जेव्हा एकाच वेळेस अनंत अडचणी येऊन कोसळतात तेव्हा मी मोडून नाही का पडणार? त्या दिवसापासून त्याने एकाही कामाला हात लावलेला नाही. तो धड खात नाही. नुसता त्या खाटल्यावर पडून छताकडे पाहत राहतो. मी सारखी त्याच्याशी बोलायचा प्रयत्न करते, त्याने काहीतरी बोलावं म्हणून प्रयत्न करते. त्याच्यावर काही परिणाम होत नाही. लहान लेकरू असता ना तो तर झोडपलं असतं त्याला. चांगलं खडसावलं असतं. हे सगळं असं घडलं म्हणून मी इथे येऊन राहिले आहे. चार-पाच दिवसांनी त्याचा संताप कमी होईल अशी मला आशा होती. तसं झालं, की मी पोन्नाला बोलावणं धाडणारच होते. एक काम कर बाबा, जा आणि त्याच्याशी बोलायचा प्रयत्न कर. तुझ्या प्रिय मित्राला पुन्हा पहिल्यासारखं कर.''

हे ऐकल्यावर तर शेतात पाय टाकण्याची मुथुची हिंमतच झाली नाही. कालीला कसं सामोरं जावं, हे त्याला समजत नव्हतं. डोक्यावरचं मुंडासं काढून त्याने खांद्यावर टाकलं. मागून त्याला सीरायीच्या गीताचे बोल ऐकू येऊ लागले...

पांढरी गं वेष्टी घालायचा गडी,
झोकात ठेवी अन् घालून ती घडी,
रस्त्यातून चाले मोठा डौलदार
अदबीने दूर होत, लोक करती सलाम,
आता नेसेनासा झाला धोतरं पांढरं,
ऐट गेली सारी, चालण्यात नाही डौल,
रस्त्यावर तो चालेनासा झाला
छताकडे टकं लावी, धरून कोपरा...

सीरायीला बसल्या ठिकाणी शोकगीत सुचलं. तिच्या त्या स्वराने तो पाठकण्यातून शहारला.

तो कालीकडे कसं पाहणार होता? तो त्याला काय सांगणार होता? तो सुरुवात कशी करणार होता? काली इतका दुखावला गेला होता, की स्वत:ला फासावर लटकवून घेण्यापर्यंत त्याची मजल गेली होती. काली जर त्याच्या त्या

भयानक योजनेत यशस्वी झाला असता तर काय उत्पात झाला असता! निव्वळ त्या विचाराने मुथुला कापरं भरलं. तसं जर झालं असतं तर मुथुने पोन्नाला काय सांगितलं असतं? मुथु शेताकडे चालू लागला. तिथे खूप शांतता होती. काली कदाचित पारोशा पिंपळाच्या सावलीत, किंवा झोपडीत पहुडला असावा. पुढे पाऊल टाकताना मुथुची चलबिचल झाली. त्याने स्वतःच्या मनाचं समाधान करण्याचा प्रयत्न केला - काही का असेना, काली मरणापासून वाचला होता ना! आणि त्याहून अधिक वाईट काय होऊ शकणार होतं? काली त्याच्यावर हल्ला करणार होता का? त्याला ठार करणार होता का? मुथुने जे काही केलं होतं ते कालीच्या भल्यासाठी. कालीला ते समजलं असतं किंवा नसतंही. जे काही होईल त्याला तोंड देणं मुथुला भाग होतं.

आपण आलो आहोत हे सांगण्याच्या हेतूने मुथुने ते झावळ्यांचं फाटक जरा जोरातच उघडलं. शेपूट हलवत, कुत्रं त्याच्या स्वागताला धावत आलं. मुथु मुद्दामच त्या कुत्र्याशी जोरात बोलू लागला. काली बहुधा झोपडीत असावा. काली झोपला की काय असा विचार मुथुच्या मनात आला. तो झोपला असेल तर त्याला उठवावं असं त्याने ठरवलं. आत जातानाच त्याने हाक मारली, ''मपिल्लई, मपिल्लई!'' कालीने काही उत्तर दिलं नाही. मुथु त्याला हाक मारत आहे हे त्याच्या गावीही नव्हतं, शून्यात नजर लावून बसला होता तो. मुथु त्याच्यासमोर जाऊन उभा राहिला, तरी कालीच्या चेहऱ्यावर ओळखीची खूण उमटली नाही. मुथु आल्याचंही त्याच्या लक्षात आलं नव्हतं. आजूबाजूला होणारे आवाज किंवा हालचाली याची जाणीवच त्याला होत नव्हती. तो कुठल्या तरी दुसऱ्या जगात हरवला होता. धीर एकवटत मुथुने कालीच्या खांद्याला हात लावत म्हटलं, ''दे, मपिल्लई!''

काली अचानक दचकून जागा झाला. त्याने मुथुच्या हातातून आपला खांदा सोडवला. मान वर करून त्याने मुथुकडे पाहिलं. तो म्हणाला, ''ये! माझ्या अंत्यसंस्काराला आलास का? पण तुला दिसतंय ना, मी तर वाचलो आहे. माझी आई, ती महाभयानक विधवा, ती रांड, जिने मला वाढवलं, तीच माझ्या या अवस्थेला जबाबदार आहे. माझी पावलं घट्ट धरून ठेवली तिने. मला मरू दिलं नाही. नाहीतर, जिथे माझे अंत्यसंस्कार केले असते तिथे हे कुत्रं मुतताना दिसलं असतं तुला आता.''

मुथु अंतर्बाह्य शहारला. कालीच्या गालांवरून ओघळणारे अश्रू त्याला दिसले. तो म्हणाला, ''मपिल्लई, त्याचा आता विचार करू नकोस. आपल्या वाट्याला फक्त चांगल्या गोष्टीच येणार आहेत. तू कशाला मरायला हवंस?'' बोलता बोलता त्याचे ओठ कोरडे पडले. जीभ कोरडी पडली. त्याला पुढे बोलता येईना. काली म्हणाला, ''अगदी बरोबर! एखाद्याच्या बायकोला दुसऱ्या पुरुषाबरोबर पाठवणं ही

चांगली गोष्ट आहे, नाही का? त्या दिवशी तू मला वाट्टेल तशी अराक पाजलीस, पाजलीस की नाही? त्यापेक्षा त्यात थोडं विष घालून मला पाजायचं आणि मारायचं होतंस. त्यानंतर तुझ्या बहिणीला दुसऱ्या पुरुषाकडे पाठवायचं होतंस. का नाही केलंस तू असं?''

मुथु हळुवारपणे म्हणाला, ''कृपा करून असं काही बोलू नकोस. यापूर्वी अनेकांनी केलं आहे हे या गावात. त्या सगळ्यांवर देव प्रसन्न झाला. जे इतरांनी केलं तेच केलं आहे आपण.''

''त्या उत्सवात आपापल्या बायकोला पाठवायला तयार झालेल्या पुरुषांनी तसं मनापासून सांगितलं होतं का हे माहीत आहे का तुला?'' रडतच कालीने विचारलं. ''माझ्या मनात आता जे विचार आहेत तेच विचार त्याही लोकांच्या मनात नव्हते हे तुला कशावरून ठाऊक? या सगळ्यातून जे मूल जन्माला येतं त्या मुलाशी खेळताना त्यांना काही आठवत नसेल का की ते दुसऱ्याच्या मुलाशी खेळत आहेत? आणि त्या ज्या बायका, त्या ज्या तिथे एकदा गेल्या - परत परत तिथे जायचा मोह त्यांना झाला नसेल? तू माझ्या घराला रंडीखाना केलंस!''

मुथुने त्याला दिलासा देण्याचा प्रयत्न करत म्हटलं, ''अरे, आम्ही सगळे आहोत ना तुझ्याबरोबर. काहीही वाईट घडणार नाही. कृपा करून रडू नकोस बाबा.''

कालीने फटकारलं, ''काही वाईट होणार नाही म्हणजे? ती रांड, ती जाऊन दुसऱ्याबरोबर झोपली! तुझ्या घरी आता अगदी आनंदात वेळ घालवते आहे ती, नाही का? बघतोच मी ती इथे कशी येते आणि माझ्या नजरेला नजर कशी देते ते!''

मुथु गयावया करत म्हणाला, ''पोन्नाला अशा नावाने हाक मारू नकोस.'' त्याचा आवाज थरथरत होता. ''तू तिला अनुमती दिली आहेस अशी आम्ही तिची समजूत करून दिली. या सगळ्याचा दोष तिच्यावर टाकू नकोस.''

काली संतापून म्हणाला, ''मी 'हो' म्हटलं असं तुम्ही सांगितलं, आणि ती गेली? मी जरी तिला स्वतःहून सांगितलं असतं, आणि तिचं जर माझ्यावर खरोखर प्रेम असतं तर ती गेली असती का? खरं सांगायचं तर ती नेहमीच वखवखलेली असे. तिच्यासाठी आताशा एक पुरुष पुरेसा नव्हता म्हणून ती तिथे गेली!'' पोन्नाला वाटेल तसं बोलायला त्याने सुरुवात केली.

मुथुला ते सगळं ऐकणं असह्य झालं. तो अजिजीने म्हणाला, ''कृपा करून तिच्याबद्दल असं बोलू नकोस रे. तिचं तुझ्यावर किती प्रेम आहे हे तुला ठाऊक नाही का?''

अचानक कालीने मुथुच्या खांद्यावरच्या मुंडाशाला हात घालत म्हटलं, ''पाहा जरा याच्याकडे! हा कसला भाऊ? आपल्या बहिणीचीच दलाली करतो हा! वर

येऊन मला सल्ले देतो! नीघ इथून! हो चालता बाहेर!'' असं म्हणत कालीने मुथुला झोपडीतून बाहेर ढकललं.

मुथु अतिशय हादरला होता. त्याच्या तोंडून जेमतेम शब्द बाहेर पडले, ''मपिल्लई...''

''मपिल्लई? कोण मपिल्लई?'' काली ओरडला. ''इथून पुढे आपल्यात कुठलंही नातं नाही. परत इथे आलास ना तर तुझी तंगडी मोडेन मी! कुत्र्या, नीघ निघून.''

त्याची समजूत घालण्याचा प्रयत्न करत मुथु पुन्हा झोपडीकडे चालत आला, पण धावत येऊन कालीने त्याच्या पाठीत गुद्दा हाणत त्याला तिथून दूर ढकललं. मुथु जमिनीवर पडला. कालीने त्याला वाटेल तसं बडवायला सुरुवात केली. मुथुची शेंडी एका हाताने पकडून ठेवत तो सटासटा त्याच्या थोबाडीत लगावू लागला. मुथुची पावलं तुडवली. जवळच पारोशा पिंपळाची फांदी पडली होती. ती उचलून, डोळे बंद करत, त्याने मुथुला झोडपायला सुरुवात केली. हात समोर करत मुथुने त्या छडीचा मार चुकवण्याचा प्रयत्न केला. पण त्याचा काही परिणाम झाला नाही. कालीच्या मारापासून स्वत:ला वाचवण्याचा प्रयत्न करत तो गडाबडा लोळत होता.

ते सगळं पाहून सीरायी धावत आली. ती किंचाळली, ''अरे हरामखोर, मादरच्योद! अरे, आपल्या मित्राला असं कसं मारू शकतोस तू? ही सगळी माझी कल्पना होती सांगितलं नाही का मी तुला? या सगळ्यासाठी मी एकटी जबाबदार आहे, सांगितलं ना तुला? मग, का मारतोस त्याला? ये इकडे आणि मार मला! त्याने तुझा जर संताप शमला नसेल तर येऊन मला हाण. मार मला गुद्दे. हृदय बंद पडून मरेन तरी मी! ज्या छातीला तू लुचलंस तिथेच मार मला!'' कालीसमोर झुकून त्याच्याकडे पाहत सीरायी संतापाने बोलू लागली.

मुथुवर थुंकून काली झोपडीत गेला आणि पुन्हा बाजेवर पडून राहिला. तो संतापाने धुमसत होता. वाऱ्यावर पारोसा पिंपळ डोलू लागल्यावर जसा आवाज येईल तसाच आवाज त्याच्या उच्छ्वासाचा येऊ लागला.

मुथुला हात देत सीरायीने त्याला उठवून उभं केलं. त्याचं अंग मातीने माखलं होतं. छडीपायी झालेल्या जखमांमधून रक्त वाहत होतं. उठून उभं राहिल्यावर मुथुने त्याच्या मुंडाशाचा शोध घेतला. ते सापडताच त्याने अंग पुसत तो म्हणाला, ''दे, काली, तू मला इतकं मारलंस, तरी मला तुझा राग आलेला नाही. अजूनही तुझं जर समाधान झालं नसेल तर बाहेर ये आणि मला हवं तितकं मार. तू जर माझा जीव घेऊ इच्छित असशील तर तसं कर. ये बाहेर. पण कृपा करून पोन्नाला दोष देऊ नकोस, तिला वाटेल तसं बोलू नकोस. ती चांगली मुलगी आहे. तिच्यासाठी तूच तिचं आयुष्य आहेस. आज मी तुला एकच गोष्ट सांगतो. तुझ्या भल्याचाच

काय तो विचार होता माझ्या मनात. आज तुझ्या लक्षात येत नाही पण आज ना उद्या तुला ते समजेल. काली, तू आयुष्यभर माझा मित्र राहशील.''

इतकं बोलून मुथु सावकाश पावलं टाकत तिथून बाहेर पडला. काहीही न बोलता सीरायी त्याच्या मागून चालू लागली. काय बोलावं ते तसंही तिला समजत नव्हतं. बाहेर आल्यावर, समोरच्या पायवाटेवरून हळूहळू चालणाऱ्या पाठमोऱ्या मुथुकडे पाहत ती तशीच उभी राहिली. थोड्या वेळाने, तो दिसेनासा झाला.

सहा

सूर्य टेकाडावर चढेपर्यंत पूवयी मुथुची वाट पाहत थांबली. निदान तो सकाळचं जेवायला तरी घरी येईल, अशी तिला आशा होती पण तो काही आला नाही. आदल्या दिवसापासून तो गेला होता. आदल्या दिवशीच्या सकाळच्या जेवणानंतर त्याने काही खाल्लं नव्हतं. ते थोत्तक्काडू इथे राहत होते. त्यापलीकडे पाच-सहा शेतं सोडली की, उंचावरची शेतं असलेलं मेत्तक्काडू होतं. तिथेच त्यांनी गुरा-ढोरांना आणि मेंढरांना डांबायला बंद गोठा बांधला होता. ढोरांचं शेण त्यांना शेतात खत म्हणून वापरता येत होतं. मुथुचा सगळा वेळ मेत्तक्काडू इथे जात असे. ताडाच्या झाडापासून ताडी तयार करणं सुरू होतं. ताडीचा हंगाम संपत आला होता. आता जी ताडी निघाली असती ती पुढे वर्षभर पुरणार होती. ती विशेष गुणकारी होती. अति ताडी पिऊन मुथु कुठेतरी त्या उंचावरच्या शेतात तर पडला नसेल ना अशी शंका पूवयीला आली.

तिच्या बोलण्यातून तिचा त्रागा स्पष्ट होत होता. ती म्हणाली, ''एखादं कुत्रंसुद्धा हाक मारल्यावर खायला येईल. हा माणूस कुठे उलथतो आणि कधी परत येतो हे कुणी लक्षात ठेवावं? हा तर नेहमीचाच त्रास झाला आहे.'' आदल्या रात्री तिने मुथुसाठी गड्याबरोबर जेवण पाठवलं होतं. त्याबद्दल तिने त्याला विचारल्यावर तो म्हणाला होता की, त्याला शेतात मुथु कुठेच दिसला नव्हता. गोठ्याच्या बाजूच्या खांबावर त्याने खाण्याचा डब्बा अडकवून ठेवला होता. त्याने गोठ्यात डोकावून पाहिलं की नाही, असं तिने विचारल्यावर तो म्हणाला होता की, आतमध्ये कोणीच नव्हतं म्हणून त्यानेच सगळ्या मेंढ्या आत करून फाटकाला कुलूप लावलं. मगच तो तिथून निघाला. सहसा, स्थानिक नगरपालिकेच्या इमारतीवरचा भोंगा आठ वाजता वाजला की मुथु मेंढ्यांना कोंडत असे.

मुथुची आईसुद्धा त्याच्या या वागण्याला कंटाळून चिरडीला आली होती. 'वेळशीर घरी येता येत नाही का पुरुषांना? जरा त्या लहान लेकराकडे पाहा म्हणावं! बापाची वाट बघत केव्हाचा बसला आहे तिथे. निदान, पोराचं तोंड

पाहायला तरी यायला हवं ना! खरंच, हा तर अगदी हाताबाहेर गेला आहे आताशा,' अशी तिची बडबड सुरू होती. त्यावर पूवयी संतापून म्हणाली, "हे पाहा, आता तुम्ही इतका आरडाओरड करताय. तो घरी आला की, तुम्ही एक शब्दही उच्चारणार नाही."

पोन्नाला या सगळ्याची फार मजा वाटली. मात्र, तिचे वडील म्हणाले, "कुठे जाऊ शकतो तो? त्याच्या कुठल्या तरी छुप्या जागेत जाऊन झोपला असेल. उठला की येईल घरी परत. तुम्ही काळजी करणं थांबवा बरं."

दुसऱ्या दिवशी सकाळीसुद्धा मुथु जेव्हा घरी आला नाही तेव्हा पूवयी स्वतःच मेत्तक्काडूला निघाली. गड्याने कोंडवाड्याला बाहेरच्या बाजूने घातलेलं कुलूप अद्याप तसंच होतं. आतल्या लेंड्यासुद्धा उचललेल्या नव्हत्या. तिला पाहताच मेंढ्यांनी बॅऽऽऽ बॅऽऽऽ सुरू केलं. कुत्रं बांधलेलं नव्हतं. त्यामुळे ते शेतात मोकाट फिरत होतं. "हे कुत्रसुद्धा या माणसापेक्षा अधिक जबाबदारीने वागतंय," पूवयीच्या तोंडाचा पट्टा सुरू झाला. "मेंढ्यांकडे लक्ष द्यायचं सोडून गेला कुठे हा? जाऊ कसा शकतो? कोणी येऊन मेंढ्यांचा सगळा कळप हाकलत घेऊन जाईल. एक दिवस हे असंच होणार आहे. मग येईल तो ताळ्यावर."

आदल्या रात्रीचा डबा पूवयीने कुत्र्याच्या थाळीत रिकामा केला. कुत्रं धावत तिच्याजवळ आलं आणि शेपूट हलवत उभं राहिलं. त्या कुत्र्याला फक्त रात्रीच जेवायला घातलं जाई. दिवसभरात ते कुत्रं शेतातले उंदीर मारत स्वतःचं पोट भरे. असंच एखाद्या दिवशी, जेव्हा तिने पाठवलेला डबा उरे तेव्हा कुत्र्याची चंगळ होई. घरी परत जाताना ती संतापून म्हणाली, "आजपासून मी त्यालाही कुत्र्यासारखं बांधूनच खायला घालणार आहे." घरी आल्यावरही तिची बडबड थांबली नाही. उलट, दिवस चढू लागला तसतशी तिची बडबड वाढू लागली. पोन्नाला आता खरंच वैताग आला होता. तिच्या मते, तिचा भाऊ कसा आहे हे सगळ्यांनाच माहीत होतं. इकडेतिकडे भटकून तो घरी नक्कीच परत येत असे. जाणार तरी कुठे? मुरुगेसन या आपल्या भावाच्या मुलाशी खेळण्यात तिने वेळ घालवला. गेली दोन वर्षं कालीने तिला माहेरी पाठवलंच नव्हतं. या वर्षी कसाबसा तो तिला माहेरी पाठवायला आणि उत्सवाला जाऊ द्यायला तयार झाला होता. आता तर त्याने निरोपही पाठवला होता की, तिने आठवडाभर राहायला हरकत नाही. या सगळ्याने तिला खूप आनंद झाला होता. देव आपल्यावर प्रसन्न झाला असून आपल्याला नक्की वर देणार आहे यावर तिचा विश्वास होता. परंतु, उत्सवाच्या त्या रात्रीबद्दल कालीला कसं सांगायचं या विचाराने ती थोडी अस्वस्थ होत होती. त्याच्याकडे बघायचा धीर तरी आपल्याला होईल का असं तिला वाटत होतं. त्यामुळेच, माहेरी अजून एक आठवडा राहायची कल्पना तिला फार आवडली.

साधारण, चार ते पाच वर्षांपूर्वीच पोन्ना आणि तिची भावजय पूवयी यांनी एकमेकींशी बोलणं टाकलं होतं. असंच एकदा पोन्ना माहेरी आली होती. मुरुगेसन तेव्हा एखाद-दीड वर्षाचा असावा. पोन्नानंतर अडीच वर्षांनी मुथुचं लग्न झालं होतं आणि तरीसुद्धा त्याला आणि पूवयीला मुलगा झाला होता. पोन्ना मात्र अद्यापि मूल व्हावं म्हणून वेगवेगळ्या देवी-देवतांना नवस बोलत होती. तिच्या त्या माहेरच्या भेटीदरम्यान ती नेहमीप्रमाणेच कुत्र्याशी खेळत होती. मेंढरांच्या मागे पळत होती. उत्तेजित झालेल्या लहानशा मुलांसारखी वागत होती ती. एका जागी स्वस्थ बसणं तिला जमत नव्हतं. माहेरी आली की पोन्ना नेहमी अशीच वागत असे. तिच्या अंगात उत्साह संचारे. ती घरातल्या कुठल्याही कामाला हात लावत नसे. तिची आईसुद्धा तिला कधीकधी रागावून म्हणे, "काही काम कर म्हटलं की लगेच आजारी पडतेस." परंतु, पोन्नावर त्या कशाचाही परिणाम होत नसे.

त्यावेळेस, पूवयीचं बाळ अगदी लहान होतं. पोन्नाच्या त्या वागण्याची तिला अगदी चीड आली. त्या दोघींत काहीतरी बाचाबाची झाली तेव्हा ती म्हणाली, "तुला जर लग्नानंतर योग्य वेळेस मूल झालं असतं ना तर एव्हाना तुझ्या कडेवर आणि हाताशी दुसरं असतं. अशा पद्धतीने उंडारायला तुला वेळच मिळाला नसता."

पोन्ना हसून म्हणाली होती, "तसं झालं ना तरी मी माहेरी आल्यावर अगदी अशीच वागणार आहे बघ."

त्यावर पूवयी पट्कन टोचून बोलली होती, "तुझी ही मानसिकता बदललीस ना तरंच तुला मूल होईल, सांगून ठेवते."

तिच्या या शेऱ्याने पोन्ना खोलवर दुखावली गेली. ती म्हणाली, "तुला मूल होऊ शकलं म्हणून तू माझ्याशी अशी बोलू शकतेस ना? कशाला काळजी करतेस? सारा वेळ हागणं-मुतणं स्वच्छ करावं लागत नाहीये याचाच आनंद आहे मला." त्या दिवसानंतर दोघींनी एकमेकींशी बोलणं टाकलं. त्या एकमेकींकडे बघतसुद्धा नसत. पूवयीचे शब्द आणि वागणं पोन्नाला आताही फार त्रासदायक वाटत होतं.

मग तिचे वडील मुथुच्या शोधार्थ मेत्तूक्काडूला गेले. त्यांनी जेव्हा मेंढवाड्यात पाऊल ठेवलं तेव्हा त्यांना मुथुच्या चपला तिथे पडलेल्या दिसल्या. मेंढ्यांच्या पायांनी चिरडल्या गेल्या होत्या त्या. ते जेव्हा आत गेले तेव्हा बाजेवर पडलेला मुथु त्यांना दिसला. त्यांनी त्याला जागं करून घरी आणलं. मुथु मुकाट्याने त्यांच्या मागून आला. त्याचे डोळे रक्तासारखे लाल झाले होते. त्याला बहुतेक फारच चढली आहे, असा विचार करून वडिलांनी रस्ताभर त्याला झापलं. मुथुने त्यांना उत्तर दिलं नाही.

परंतु, भावाकडे नजर टाकताच पोन्नाला लक्षात आलं की, तो प्यायलेला नव्हता. तो रात्रभर झोपलाच नव्हता. त्याचे डोळे सुजले होते. काहीतरी बिनसलं आहे याचा तिला अंदाज आला. पारोशा पिंपळाच्या सावलीत टाकलेल्या बाजेवर तो बसला. त्याच्या बाजूला बसत तिने विचारलं, "अन्ना, काय झालं?"

त्याने मान वर केली नाही. त्याच्या शरीरावरच्या जखमा तिला दिसल्या.

ती ओरडली, "तुझं तर सगळं अंग सुजलं आहे. कोणाशी भांडून आलास? कोणी मारलं तुला?"

त्याच्या अंगावरची सूज तिच्या वडिलांच्या लक्षात आली नव्हती. त्या वेळी ते म्हणाले, "हा कुतरडा कुठल्या तरी मैदानात किंवा दगडांवर जाऊन पडला असणार! या कणा नसलेल्या प्राण्याला कोण मारणार आहे?"

परंतु, तोवर पूवयी धावत बाहेर आली होती. हळुवारपणे मुथुच्या अंगावरून हात फिरवत ती म्हणाली, "स्स्स! किती सुजलंय सारं अंग!" मग ती तशीच घरात धावली. जेव्हा मुथुने सगळ्यांची घालमेल बघितली तेव्हा तो रडायला लागला. त्याला स्वत:ला आवरणं शक्य होईना.

त्याचा खांदा हलवत पोन्नाने विचारलं, "अन्ना, काय झालं? मला सांग!"

तो रडतच म्हणाला, "पोन्ना, तुझ्या नवऱ्याला सगळं कळून चुकलं आहे."

हे ऐकून पोन्नाला धक्का बसला. ती ओरडली, "म्हणजे? आत्तापर्यंत त्याला काहीच ठाऊक नव्हतं असं म्हणायचं आहे का तुला?"

मुथु गप्प राहिला. पोन्ना आपल्या आईकडे धावली. आईलाही तिने तोच प्रश्न विचारला. उत्तर देताना आईची चलबिचल झाली. तरीसुद्धा ती कसंबसं म्हणाली, "ही सगळी तुझ्या सासूची कल्पना होती. तिने त्याला सांगितलं आहे आणि काही अडचण नाही असं तिनेच आम्हाला सांगितलं."

आता कुठे पोन्नाच्या सारं काही स्पष्ट लक्षात आलं. कालीने त्या योजनेला अनुमती दिलीच नव्हती. झाडाच्या सावलीत तो खायला बसला होता तेव्हा तिच्या आईने तिला कालीबरोबर एक क्षणही बसू दिलं नव्हतं. सारखं कुठलं तरी काम करण्यासाठी ती पोन्नाला बोलवून घेत होती. त्या दिवशी त्याच्याशी बोलायला पोन्नाला सवडच मिळाली नव्हती. 'मी जाऊ शकते का?' असं त्याला थेट विचारायची तिला फार लाज वाटत होती. तिने जावं असं तिला थेट सांगायचा त्यालाही संकोच वाटत होता असंच तिला वाटलं होतं. जेव्हा तो तिला म्हणाला, "जा. आम्ही पाहून घेऊ," तेव्हा तो तिला फक्त माहेरी जाण्याबद्दल म्हणाला होता. "आम्ही पाहून घेऊ" या त्याच्या वाक्याचा अर्थ तिने मात्र वेगळाच घेतला होता. योजनेला त्याने अप्रत्यक्ष संमती दिली आहे असा अर्थ तिने घेतला होता. तिचा भाऊ तेव्हा तिला म्हणाला होता, "मी कालीला समजावून सांगितलं आहे की, हा एक

धार्मिक विधी आहे. मी त्याला 'हो' म्हणायला लावलं आहे.'' हे सगळं खोटं होतं तर!

पोन्ना आता धास्तावली. कालीला समजल्यावर काय झालं असेल, या विचाराने तिचं धाबं दणाणलं. मुथुला हलवत तिने म्हटलं, ''मला सांग! तू त्याला तिथे मारायला गेला होतास का?''

मुथुच्या डोळ्यांतून अजूनही अश्रू ओघळत होते. तो कसंबसं म्हणाला, ''अगं, त्यानेच मारहाण केली मला.'' त्यानंतर त्याने तिला सारं काही सांगितलं. त्या रात्री नारळाच्या बनातून कालीचं निघून जाणं, दुसऱ्या दिवशी सकाळी मुथुच्या ते लक्षात येणं, कालीला सारं काही समजणं, त्याने परत आपल्या शेताकडे जाऊन स्वत:ला गळफास लावून घेण्याचा प्रयत्न करणं, आदल्या दिवशी मुथुने कालीला भेटणं, कालीने त्याला यथेच्छ बडवून काढणं - सारंकाही त्याने तिला सांगितलं.

पोन्ना जोरात ओरडली, ''माझ्या नवऱ्याने स्वत:ला गळफास लावून घेण्याचा प्रयत्न केला! तुम्ही सगळे किती हलकट आहात! तुम्ही मला इथवर खेचत आणलंत. तुम्ही माझी फसवणूक केलीत. या कल्पनेला त्याची अनुमती नाही, हे तुम्ही मला सांगू शकत नव्हता का? माझ्या आयुष्याचा सत्यानाश करण्याची ही योजना तुम्ही किती दिवसांपासून करत आहात? मी माझ्या नवऱ्याला चांगली ओळखून होते, पण तुमच्या सगळ्यांवर विश्वास टाकला मी. किती हा माझा मूर्खपणा! अय्यो! त्याला किती यातना झाल्या असतील! त्याच्या मनात कसे कसे विचार येऊन गेले असतील!'' छाती बडवत पोन्ना आक्रोश करू लागली.

मुथुकडे वळून बघत ती ओरडली, ''मादरच्योद! हा धार्मिक विधी आहे हे त्याला समजावून सांगितलं असून त्यासाठी तू त्याची परवानगी घेतली आहे असं तू मला सांगितलंस. माझ्याशी असं खोटं कसं बोलू शकलास तू? आम्ही दोघं मेलो तर आमची जमीन तुझी होईल असं वाटलं का रे तुला, हलकटा, मादरच्योदा?'' दोन्ही हातांनी ती त्याच्या थोबाडीत लगावू लागली.

मान खाली घालत मुथु तिचा मार खाऊ लागला. मुथु आणि पोन्नाला दूर करण्याचा प्रयत्न करत पूवयी म्हणाली, ''पुरुष आहे तो. तू त्याला अशी मारू शकत नाहीस. तसंही, तुझं लग्न झाल्यापासून फार सोसावं लागलं आहे आम्हा सगळ्यांना.''

मुथु मात्र म्हणाला, 'मारू दे तिला किती मारायचं आहे ते. माझी हीच लायकी आहे. मुली, हो पुढे, मार मला हवं तसं.'

अचानक, पोन्ना तंद्रीत बोलू लागली, ''अशा पद्धतीने लबाडी करून मला फसवण्याची तुमची क्षमता असेल तर तुम्ही मला विषही देऊ शकता. तुमचा डोळा माझ्या इस्टेटीवर आहे. इथून पुढे, मला ना कोणी बाप आहे, ना आई आहे, ना

भाऊ. माझं माहेर म्हणावं असं मला काहीही नाही. या घरात इथून पुढे मी पाण्याचा थेंबसुद्धा पिणार नाही. मी मेले तरी तुमच्यापैकी कोणीही माझ्या घरी येऊन मला भेटता कामा नये. या घरात जर कोणी मेलं तर मला बोलावणंसुद्धा धाडू नका. देवी कूलियथाला साक्षी मानून मी शपथ घेते. इथून पुढे तुमच्यापैकी कोणीही मला भेटायचं नाही, माझा चेहरासुद्धा बघायचा नाही. तोंडातल्या थुंकीसारखं मी तुम्हाला दूर भिरकावते आहे. मी कधीही तुमच्याकडे परत येणार नाही!''

इतकं बोलून ती पचकन जमिनीवर थुंकली. तिची आई किंचाळली, ''पोन्ना! हे काय करते आहेस तू?''

परंतु, कोणाकडेही लक्ष न देता पोन्नाने पारोशा पिंपळाच्या बुंध्यापासची माती दोन्ही हातात गोळा करून घराच्या दिशेने भिरकावली. एक शब्दही न बोलता त्या सगळ्यांकडे पाठ वळवून ती तिच्या घराकडे जाणाऱ्या अरुंद वाटेने पळू लागली.

सात

बरंच अंतर पोन्ना धावत राहिली. मातीचा चढ आला तेव्हा कुठे तिची गती कमी झाली. हा सगळा तिचाच दोष होता असं तिला वाटलं. सासू, आई आणि भाऊ यांच्याकडून आपण स्वत:ला मूर्ख कसं बनू दिलं, हाच विचार तिच्या मनात होता. इतक्या शब्दांत कालीने तिला परवानगी देणं शक्यच नव्हतं. मुळीच नाही! तसं झालं असतं तर तिने त्याला थेट विचारायला तरी हवं होतं. दुसऱ्या बाजूने विचार केला तर, अशा पद्धतीने सगळे कारस्थान रचतील, अशी तिची अपेक्षाच नव्हती. अशा कल्पनेला 'हो' म्हणणाऱ्यांपैकी तो असता तर त्याने कधीचच 'हो' म्हटलं असतं. त्यासाठी त्याने दोन वर्षं लावली नसती. तिच्या सासूने आणि आईने दोन वर्षांपूर्वीच सुचवलं होतं पण काली त्याबाबत पोन्नाशी थेट काही बोलला नव्हता. तिच्यासमोर विषय काढायला त्याने पुरेसा वेळ घेतला होता. अशाच एका उत्कट क्षणी त्याने तिला विचारलं होतं, "त्या सुचवत आहेत तसं तू उत्सवात जाशील का?" त्या काळातली त्यांची भावनिक अवस्था लक्षात घेता तिने उत्तर दिलं होतं, "तुझी इच्छा असेल तर मी जाईन."

तिचं हे उत्तर त्याच्या पचनी पडलं नव्हतं. त्यामुळे, त्याचं समाधान करण्यासाठी तिला वेगवेगळ्या पद्धतीने स्पष्टीकरण द्यावं लागलं होतं. त्यानंतर, तो विषय निघाला की तो गप्प बसत असे. तिलाही काळजी घेणं भाग होतं, कारण तिने तो विषय काढला असता तर तिला त्या उत्सवाला जायची इच्छा आहे असा अर्थ त्याने काढला असता. सरतेशेवटी, तिने त्याबद्दल बोलणंच बंद केलं. खरं सांगायचं तर, माहेरी जायचा विषयही ती काढेनाशी झाली. तिला भीती वाटत होती, की तो विषय काढला तर उत्सवाचा नकोसा विषय समोर येईल. तरीसुद्धा, त्यावर्षी मुथु त्यांच्याकडे आला होता. त्यांनी तिला माहेरी यावं, म्हणून आग्रह केला होता. त्याही वेळेस तिला मुळीच कल्पना नव्हती, की साऱ्यांनी गुपचूप काहीतरी योजना आखली आहे. नंतर, तिने असा निष्कर्ष काढला होता, की गेल्या दोन वर्षांत कालीचा त्या कल्पनेला असलेला विरोध मावळला असल्यानेच त्याने त्या योजनेला संमती दिली

आहे. काहीही असलं तरी, त्यांच्या निपुत्रिकपणाचा विषय सततच संभाषणात येत राही. कालीने जरी स्वत:ला शेतातल्या खोपटात बंद करून घेतलं असलं, तो जरी लोकांना भेटणं टाळत असला तरी लोक त्याला शांतपणे जगू द्यायला तयार नव्हते.

खरंतर, ती ज्या रस्त्यावरून चालत होती त्याच रस्त्यावर दोन महिन्यांपूर्वीच ते सगळं घडलं होतं. कालीने मेंढ्यांना पायवाटेपर्यंत हाकत आणलं होतं. तो तिथे उभा असतानाच वुवुथुपात्तर समोर आला. कुरणात चरणाऱ्या त्याच्या गाई परत घेऊन चालला होता तो. कालीला पाहून तो दोन शब्द बोलायला थांबला. बोलता बोलता तो ढेरीवरून हात फिरवत होता. सहसा, बोलायला कुणी थांबलं, की काली काढता पाय घ्यायला काहीतरी निमित्त शोधत असे. पण त्या दिवशी मात्र दिवस उतरणीला लागला होता आणि मेंढ्या अद्यापि आळसावलेल्या स्थितीत इकडेतिकडे चरत होत्या. गडद काळोख पडेपर्यंत चरायला त्यांना फार आवडत असे. त्या क्षणी तिथून त्यांना ओढत नेऊन त्यांच्या चरण्यात बाधा आणायला कालीला आवडलं नसतं. म्हणूनच, तो मुकाट्याने तिथे थांबून त्या म्हाताऱ्याच्या प्रश्नांना त्रोटक उत्तरं देत राहिला. एव्हाना, म्हाताऱ्याच्या गायी चरत चरत रस्त्याच्या कडेला रमल्या होत्या. हातातला कासरा सैल करत त्यानेही गायींना थोडी मोकळीक दिली होती. कसं कोण जाणे पण त्या माणसाचं भुईमुगाचं पिक आदल्या वर्षीसारखं चांगलं न झाल्याचा विषय निघाला.

तो म्हणाला, ‘‘कलीअप्पा, मी तरी काय करू? बी अगदी उत्तम दिसतं रे पण कोंबच फुटत नाही. सेन्नुरचा तो माणूस माहीत आहे ना तुला? शेतं नांगरायला मी त्याला बोलावलं होतं. छोटाच होता त्याचा नांगर. वरवर नांगरटी केली त्याने. त्यामुळे, बी सगळं वरतीच राहिलं. उन्हात वाळून गेलं. म्हणूनच वाढलं नाही. करायचं तरी काय बाबा? तुझी परिस्थिती अगदी अशीच आहे बघ. तू आणि पोन्ना तब्येतीने तर अगदी मस्त आहात. तू तर पानेईच्या वृक्षासारखा धट्टाकट्टा आणि मजबूत आहेस. पण तुमच्या दोघांसाठी काहीच कामी येत नाही, असं दिसतंय. हे बघ, तुझा नांगरसुद्धा छोटा असेल तर जीव लहान करू नकोस. जरा नेटाने नांगर, थोडं खोलवर बी रुजव. मग बघ कसं काम करतंय.’’ इतकं बोलून गालातल्या गालात हसत तो म्हातारा तिथून निघून गेला होता.

त्या रात्री, कालीने तो सगळा प्रसंग पोन्नाला सांगितला. ती म्हणाली होती, ‘‘या सगळ्या तिरस्करणीय लोकांपासून आपण आपल्याला दूर ठेवायचा प्रयत्न करत आहोत. पण कसंही करून आपल्याला छळणं काही ते थांबवत नाहीत.’’ असे अनेक अपमान त्या जोडप्याने पचवले होते. अशा अनुभवांपायीच कालीने कदाचित आपलं मन बदललं असेल आणि योजनेला संमती दिली असेल, असं पोन्नाला वाटलं होतं.

कालो किती अंतर्मुख राहू शकतो, याचं पोन्नाला फार नवल वाटलं. त्याने स्वत:ला गळफास लावून घेण्याचा प्रयत्न केला होता! त्याला जर यश आलं असतं तर तिचं काय झालं असतं? ती पूर्णपणे त्याच्यावर अवलंबून होती, पण त्याने तिचा जराही विचार केला नव्हता. तो किती संतापला होता याचीच ती खूण होती. सीरायी एकदा त्याला म्हणाली होती, ''अरे, या कानाचं त्या कानाला कळणार नाही काही. फक्त आपल्या चौघांना माहीत असेल.'' त्यावर तो संतापून उसळत म्हणाला होता, ''हे जरी खरं असलं तरी माझ्या मनाला सगळं ठाऊक असेल हे कळतंय का तुला? माझं मन मला विचारत राहील त्याबद्दल. काय सांगू मी माझ्या मनाला?'' त्याचा दृष्टिकोन हा असा होता. पोन्ना सतत स्वत:च्या बाजूला हवी असे त्याला. ती माहेरी गेली, की तो त्याच दिवशी तिच्या मागे जात असे. किंवा शेतात तिच्यासाठी खूप काम आहे, असा सांगावा तिला धाडत असे.

त्याच्या या वागण्यावर तिची आई वल्लयी एकदा म्हणाली होती, ''याच्यासारखा नवरा तर कुठे पाहिलाच नाही! जरा विचार कर, तू जर त्याला एक-दोन मुलं दिलीस तर तो तुझे किती लाड करेल!'' त्यावर पोन्ना हसून म्हणाली होती, ''इथेच तर चुकतंय तुझं. मी जर त्याला मुलं दिली तर त्याचं सगळं प्रेम मुलांकडे जाईल. आम्हाला पोरं नाहीत हे बरंच आहे.'' तो पूर्णपणे तिला समर्पित होता.

शेतात पोहोचताच त्याचे पाय धरायचे, असं तिने स्वत:ला सांगितलं. तिचीसुद्धा फसवणूक झाली होती यावर त्याचा विश्वास बसेल का? तिला त्या योजनेची काहीही कल्पना नव्हती हे त्याला पटेल का? तो काही क्रूर माणूस नव्हता, नाही का? पायाखालची मातीची वाट इथवर मऊ होती. दोन्ही बाजूने झाडंझुडपं वाढली होती. इथे-तिथे तिला थोडीशी खसखस ऐकू येत होती, पण ती जराही थांबली नाही. रस्त्यावरून जाणारी माणसं मेंढ्यांचा कळप किंवा गुरंढोरं घराकडे हाकत निघाली हाती. कोणीशीही बोलायला ती थांबली नाही. परंतु, तिला रस्त्यावरून धावताना पाहून लोक मनाशी विचार करत होते, 'पोन्ना इतक्या घाईने कुठे धावते आहे? ती तिच्या माहेरून येत आहे, पण तिने साधे केससुद्धा विंचरलेले नाहीत. अंगावरची साडी पाहा तिच्या! अगदी जुनाट आणि रया गेलेली आहे. भलतीच घाईत दिसते आहे ही.'

रस्त्यावरून वळत पोन्ना शेतात शिरली तेव्हा सीरायीला ती दिसली. तिने पोन्नाला हाक मारली पण तिच्याकडे दुर्लक्ष करत पोन्ना शेतात शिरली. मुथुने पोन्नाला सगळं काही सांगितलं असणार, हे सीरायीच्या लक्षात आलं. आता मात्र ती चांगलीच हादरली. कालीने मुथुला मारून त्याचा चेंदामेंदा केला होता. पोन्नाचं काय करणार होता तो? आदल्या दिवशी, मुथु निघून गेल्यावर सीरायी कालीला म्हणाली होती, ''त्याचं प्रेम आहे तुझ्यावर. असा मेहुणा किती लोकांच्या नशिबात

असतो? आपण बोलावलं की धावत येतो तो नेहमी. तो तुझं भलं चिंततो. आणि तरीही तू त्याला वाटेल तसं मारतोस? वेड लागलं आहे का तुला?'' कालीने त्यावर उत्तरच दिलं नव्हतं. सीरायीला आता भीती वाटू लागली होती की, ती जर फार बोलली तर त्याच्या संतापाचा उद्रेक तिच्यावरच होईल. त्यामुळे, ती पुढे काही बोलली नाही. रात्री तिने त्याला जेवायला बोलावलं आणि त्याने खाल्लं. संभाषण झालंच नाही. सकाळी त्याने थोडीबहुत कामं केली. शेण गोळा केलं. पण नेहमीपेक्षा प्रत्येक गोष्टीला त्याला खूप वेळ लागत होता. शेणाच्या गोळ्यांशी तो खेळत बसला आहे की काय असा प्रश्न तिला पडला होता. तरीसुद्धा, त्याने काही ना काही काम करायला सुरुवात केली आहे, हे पाहूनच तिला आनंद झाला होता.

पोन्नाच्या मागून सीरायी धावली. कोठाराचं फाटक सताड उघडं होतं. ''मामा...'' अशा हाका घालतच पोन्ना आत धावली. एका बाजूला पडलेली पारोशा पिंपळाची फांदी तिला दिसली. झाडावर ती फांदी जिथे असायला हवी होती ती रिकामी जागाही तिला दिसली. नेमकं काय कसं झालं असेल याचा तिने पट्कन तर्क लढवला. तिच्या हेही लक्षात आलं, की योग्य वेळेस सीरायी जर तिथे पोहोचली नसती तर एव्हाना काली मृत झाला असता. आल्या आल्या तिला तो कुठे दिसलाच नाही. थोड्या वेळाने, उत्तरेकडच्या कोपऱ्यात तो तिला दिसला. झाडाच्या काटकीने तो दात घासत होता. थोड्या अंतरावर कावकाव करणाऱ्या कावळ्यांकडे टक लावून पाहत होता. त्याच्या दिशेने धावत जात तिने दोन्ही हातांनी त्याची पावलं पकडली. तिच्या या अजिजीला त्याने काहीही उत्तर दिलं नाही. तिने टाहो फोडला, ''मामा! मला काहीही ठाऊक नव्हतं. तू 'हो' म्हणाला आहेस, असंच सांगितलं मला सगळ्यांनी. मीहून तुला कसं विचारावं हेच मला कळत नव्हतं. माझ्याशी ते सगळे खोटं बोलतील, याची मला भीती वाटत होती आणि तसंच झालं. ते सगळे माझ्याशी खोटं बोलले. माझ्या संसाराचं वाटोळं केलं या सगळ्यांनी. माझं चुकलं. मला मारून टाक. तुला हवी ती शिक्षा दे तू मला. तू का मरशील? तू काय करून बसणार होतास?''

कावळ्यांची कावकाव अखंड सुरू होती. परंतु, त्या कलकलाटातूनही तिला त्याचे शब्द ऐकू आले, ''हो! भोळीभाबडी छोटीशी रांड!'' असं तो म्हणाल्याचं तिला वाटलं.

ती एकदम गप्प होऊन त्याच्या चेहऱ्याकडे पाहू लागली. तो चेहरा पूर्णतया निर्विकार होता. कुठेतरी शून्यात पाहत होता तो. समोर उभ्या असलेल्या परिस्थितीपासून तो विलग झाला होता. तिने गयावया करत म्हटलं, ''मामा! कृपा करून काहीतरी बोल. तुला हवं तर मला मार.''

अगदी सहजच स्वत:ची पावलं सोडवून घेत तो कोपऱ्यात चालत गेला.

हातातल्या काटकीचे दोन तुकडे करत त्याने जीभ घासायला सुरुवात केली. मग, घसा खाकरून तो थुंकला. त्यानंतर, भांड्यातल्या पाण्याने गुळण्या करत त्याने चुळा भरल्या. पारोशा पिंपळाच्या सावलीत सीरायी उभी होती. कालीजवळ चालत जात पोन्ना म्हणाली, "मामा, असा नको वागूस माझ्याशी. तू स्वत:ला गळफास लावायचा प्रयत्न का केलास? पुन्हा कधी असा विचारसुद्धा करू नकोस. तू किती मनमिळाऊ आणि आनंदी होतास. पण आताशा तू स्वत:ला या शेतात अगदी बांधून टाकलं आहेस. मला वाटलं होतं, की याच्यावर मला उपाय शोधता येईल. म्हणून मी गेले रे. पण, तुला हे मान्य नाही हे मला माहीत असतं तर मी मुळीच गेले नसते, गेले असते का? त्या सगळ्यांनी तुला मूर्ख बनवलं आणि मलासुद्धा मूर्ख बनवलं."

त्याच्या गुळण्या करून झाल्यावर तो वळला. तो काहीतरी बोलला असं तिला वाटलं.

तो नेमकं काय बोलला हे तिला ऐकू आलं नाही, पण त्याच्या ओठांच्या हालचालीवरून तिच्या लक्षात आलं, की तो तिला 'रांड' म्हणाला. त्याने तिला रांड म्हटलं होतं. त्याचं मन जेव्हा बोलतं तेव्हा त्याचे ओठ नुसतेच हलतात. शब्द उमटत नाहीत हे तिला माहीत होतं. कित्येकदा, त्याच्या ओठांची हालचाल पाहून त्याच्या मनात काय आहे हे ती त्याला सांगू शकत असे. त्यामुळेच, त्या क्षणी तो तिला काय म्हणाला याबद्दल तिची खात्री पटली होती. त्याने खरंच तोच शब्द तिच्यासाठी वापरला होता. नक्की तोच होता तो शब्द. त्याच्या मागे चालत जात तिने विचारलं, "काय म्हणालास? तू मला तशी हाक मारलीस, मारलीस ना? माझ्या तोंडावर म्हण. तुझे ओठ हलले, तू तो शब्द उच्चारलास, ऐकला मी तो. तू मला म्हटलंच आहे तसं. कसं काय म्हणू शकलास तू मला तसं?" इतकं बोलून त्याचा खांदा धरून तो गदागदा हलवत तिने त्याच्याकडून उत्तर मागितलं. तिच्या पकडीतून स्वत:ला सोडवण्याचा सौम्य प्रयत्न त्याने केला. पण तिने त्याचा खांदा चांगलाच घट्ट धरून ठेवला होता. सर्व शक्तिनिशी त्याने तिला ढकललं. ती धडपडून खाली कोसळली.

धावत तिच्याजवळ येत तिला उचलत सीरायीने विचारलं, "काय म्हणाला तो?"

पोन्ना म्हणाली, "तुमचा मुलगा मला रांड म्हणाला. सांगा मला, मी रांड आहे का? तुम्ही सगळ्यांनी मिळून मला एक नवीन नाव दिलं आहे. थुंकते मी तुमच्यावर!" इतकं बोलून, स्वत:चं कपाळ जोरजोरात बडवत ती ढसाढसा रडू लागली.

आठ

जे काही घडलं होतं त्यामुळे काली आणि पोन्नाकडे लक्ष देण्याची जबाबदारी सीरायीवर येऊन पडली होती. तिच्या योजनेतून अशी परिस्थिती निर्माण होईल असा तिला कधीच अंदाज आला नव्हता. तिला वाटलं होतं, की काही दिवस काली थयथयाट करेल आणि नंतर शांत होईल. अचानक, ती सक्रिय झाल्याचं तिच्या लक्षात आलं. इतके दिवस, ती फार आरामात राहत होती. तिच्या आयुष्यात फारसं काही रुचीपूर्ण नव्हतं. गरज असली की ती दुसऱ्यांच्या शेतात कामाला जात असे. अधूनमधून कालीच्या आवडीचा स्वयंपाक करत असे. इतरांशी गप्पाटप्पा करणं, गावगप्पा करणं, हा तिचा आवडता छंद होता. स्वत:साठी ती रोज थोडंसं काहीतरी रांधत असे. आता मात्र अचानक तिच्यावर बरीच जबाबदारी येऊन पडली. तरीसुद्धा तिला विश्वास होता, की हे सगळं तात्पुरतं होतं आणि काही दिवसांतच काली आणि पोन्ना ठीक होणार होते.

कालीने तर बोलणंच बंद केलं होतं. एक दिवस तर तिने चिडवलंही, "मुक्या मुलाला जन्म दिला होता का रे मी?" त्याने त्याच्यावरही काही उत्तर दिलं नाही. पोन्नाचं तर काही वेगळंच होतं. सीरायीने तिच्याशी बोलायचा प्रयत्न केला, की ती रडायला सुरुवात करायची. पोन्नाने शपथपूर्वक आपल्या कुटुंबाशी नातं तोडून टाकलं आहे, हे समजल्यावर तर सीरायीला अतोनात धक्का बसला होता. गुरुवारी ती जेव्हा बाजारात गेली होती तेव्हा अडैयुरला पोन्नाच्या घरीसुद्धा जाऊन आली होती. त्या सगळ्यांचीच अवस्था मोठी बिकट दिसत होती. खरं सांगायचं तर, तिला पेलाभर पाणी तरी द्यावं की नाही, असं त्यांच्या चेहऱ्याकडे बघून वाटत होतं. पोन्नाने कूलिदेवीला साक्षी ठेवून शपथ घेतली आहे, कुटुंबाशी नातं तोडून टाकलं आहे, मूठभर माती घेऊन घराच्या दिशेने फेकत शपथ दृढ केली आहे हे सगळं तिला तेव्हा कुठे समजलं. हे ऐकल्यावर तर सीरायीने तिथे पाण्याचा थेंबही घेतला नाही.

वल्लयी रडतच म्हणाली, "तुला पेलाभर पाणीसुद्धा देऊ शकत नाही आता

मी.'' मुथुचं सांत्वन कसं करावं हेच सीरायीला समजत नव्हतं. त्यादिवशी कालीने त्याला बेदम मारलं होतं. या शेतकऱ्यांच्या समाजात जेव्हा मेहुण्यांमध्ये मारामारी होते तेव्हा कित्येकदा खूनसुद्धा होतो. असं असताना, बिचाऱ्या मुथुने मुकाट्याने सारं सोसलं होतं. त्यात भर म्हणजे, पोन्नाने अशा चांगल्या कुटुंबाशी सगळी नाती तोडून टाकावीत, हे सगळं पचवणं सीरायीला फार जड जात होतं.

पोन्नाचं कुटुंब हेच काय ते सीरायीचे नातेवाईक होते. ती त्यांच्यावर खूप अवलंबून होती. कालीचे वडीलसुद्धा त्यांच्या आईवडिलांचे एकुलते एक होते. त्यांना जर बहीणभाऊ असते तर कालीला काका, आत्या आणि इतर बरेच नातेवाईक असते. परंतु, गेल्या तीन पिढ्या त्याच्या कुटुंबात केवळ एक मुलगा तेवढा जन्माला येत होता. त्यामुळेच, त्यांना फारसे नातेवाईकच नव्हते. गावात काही नातेवाईक होते पण ते केवळ जातीपुरते कामाला येत होते, सतरा-अठरा कुटुंबं होती अशी. प्रत्येक गोष्टीसाठी तिला त्यांची मदत मागावी लागे. ते मदत करतही, पण ती प्रेमाखातर नसून कर्तव्यापोटी असे.

सीरायीच्या माहेरच्यांशीसुद्धा त्यांचा फारसा संपर्क राहिला नव्हता. कालीचं पोन्नाशी लग्न झाल्यानंतर नाती बिनसली होती. कालीने त्यांच्यातल्याच कोणाच्या तरी मुलीशी लग्न करावं, अशी त्यांची इच्छा होती. कालीने कुळाबाहेर लग्न करावं हे त्यांना अजिबात आवडलं नव्हतं. पोन्नाचा कालीच्या घरात प्रवेश होण्यापूर्वी कालीचे मामा महिन्यातून एकदा तरी मुलाबाळांसकट भेटीला यायचे. ते आले की, चांगले दोन-तीन दिवस त्यांचा मुक्काम असायचा. खाण्यापिण्याची रेलचेल असायची. कोंबडी कापली जायची. खरं सांगायचं तर, पोन्नाशी कालीचं लग्न झाल्यावरही हा पायंडा सुरूच राहिला. असंच एक दिवस, सीरायीचा धाकटा भाऊ भेटायला आला. त्याच्या कानात सोन्याचे मोठे डूल होते. बायका जसा केसांचा अंबाडा घालतात तशीच त्याने केसांची ठेवण केली होती. त्याच्या बरोबर त्याची तिसरी मुलगी होती. पोन्नाला त्या माणसाचा अगदी तिरस्कार वाटला. शेतात त्याचा मुक्काम होता. येता-जाता तो त्यांना हुकूम सोडत होता. त्याच्यासाठी त्यांना कोंबडी कापावी लागली. कोंबडीचं कुझंबु आणि भात शिजवावा लागला. जाताना एक कोंबडा उचलून घेऊन गेला तो.

त्यानंतर जेमतेम पंधरा दिवसांनी सीरायीचा मोठा भाऊ आणि त्याची दोन मुलं येऊन उभी राहिली. सीरायीचा तो भाऊ सतत पोन्नाला निरखत असे. त्याचं ते निरखणं तिला फार त्रासदायक वाटलं. पण तिला हे माहीत होतं, की तिने त्याबद्दल कालीला काहीही सांगितलं तरी तो ते गंभीरपणे घेणार नाही. पुरुष बायकांकडे असंच बघतात असं म्हणून तो तिला उडवून लावेल, हे तिला माहीत होतं. याही पाहुण्यांसाठी त्यांनी कोंबडी शिजवली, भात रांधला. जाताना तेही एक कोंबडी

उचलून घेऊन गेले. त्या दोन मुलांपैकी एकाच्या हातात असणाऱ्या कोंबडीशी बोलल्यागत पोन्नाने शेरा ओढला, "चोराच्या नजरेकडे पाहा तर खरी! इतका भात हाणलाय तरी अजून मेली हाव आहेच. जळत्या निखाऱ्याने त्याचे डोळे जाळून काढायला आवडेल मला." हे ऐकताच सीरायीच्या भावाने घाईने तिथून काढता पाय घेतला होता. त्या दिवसानंतर तो कधीही कालीकडे आला नाही. सीरायीच्या माहेरची मंडळी येताना नेहमी रिकाम्या हाताने येत, हे पोन्नाला खटकत असे. आपली बहीण सीरायी विधवा आहे, मुलाला तिने एकट्याने वाढवलं आहे हे सारं माहीत असताना ते त्यांच्या बहिणीशी असं कसं वागू शकत होते? त्यांची इच्छा असती तर त्यांनी तिला नक्कीच मदत केली असती. पण नाही. त्यांना वाटलं, की ते तिला भेटायला येत. बकाबका खात आणि आनंदाने निघून जात.

असले नातेवाईक काय कामाचे? हा विषय पोन्नाने काढला तेव्हा म्हातारी सीरायी म्हणाली होती, "हे बघ, भाऊ नेहमीच आपल्या बहिणीच्या घरी येणार-जाणार. ते जेव्हा येतात तेव्हा आपण काय त्यांना रित्या हाताने पाठवायचं का?" यावर पोन्नाने उत्तर दिलं होतं, "का नाही? आपल्या मोठ्या बहिणीच्या घरी येताना रिकाम्या हाताने यायला त्यांना तर काही लाज वाटत नाही, वाटते का?" तिचं म्हणणं उडवून लावत सीरायी म्हणाली होती, "त्यांच्या उपकारांवर आपण अवलंबून नाही, आहोत का? त्यांना त्यांची मुलं आहेत. आपण त्यांना जे देतो त्याचा आनंद घेऊ दे की त्यांना." पोन्नाच्या मते काली फार उदार होता. हे चूक होतं. तो म्हणे, "आपण आपल्या पाहुण्यांना मोकळ्या मनाने ठेवून का नाही घ्यायचं?" पोन्नाला त्यांच्या त्या भेटींबद्दल काहीही वाटत नव्हतं पण आल्यावर ते ज्या पद्धतीने येता-जाता हुकूम सोडत, कोंबडी शिजवायला लावत ते तिला आवडत नव्हतं. पोन्नाला या सगळ्याचा अतिशय वीट येत असला तरी ती गप्प बसून योग्य संधीची वाट पाहत होती.

असेच काही दिवस गेले. डोक्यावरचे केस अंबाड्यासारखे बांधणारा तो मामा पुन्हा येऊन उभा राहिला. या वेळी त्याच्याबरोबर त्याचा एकच मुलगा होता. पोन्ना त्या दिवशी शेतात एकटी होती. सीरायी गावातल्या घरी होती. काली मातीच्या रस्त्यावर मेंढ्या हाकत होता. पोन्नाने नुसतच म्हटलं, "या," आणि ती गोठ्यात आपलं काम करत राहिली. पारोशा पिंपळाच्या सावलीत टाकलेल्या बाजेवर मामा बसला. त्याचा मुलगा त्या वेळेस साधारण चौदा-पंधरा वर्षांचा होता. तो पोन्नाला म्हणाला, "अजून अंडी न दिलेली तरुण आणि मस्त कोंबडी पकडावी, असं बाबांना वाटतं."

हे ऐकताच पोन्नाच्या तळपायाची आग मस्तकाला गेली. ती कडाडली, "बाप-लेक आले आहेत रिकाम्या हातांनी. मोठ्या बहिणीला भेटायला आला ना इथे?

येताना एखादी कोंबडी आणि पाच शेर तांदूळ नाही का आणू शकत? आम्ही आमच्या इथल्या शेतात तांदूळ पिकवतो असं वाटतं का रे तुम्हाला? इथे बागायती शेती करतो का आम्ही? हे पाहा, तुम्ही बाप-लेक झाडाच्या सावलीत नुसतं पडून राहता. आपण ना आता पावसाची वाट पाहू या. मग सगळ्या विहिरी भरतील, मग आपण शेतं नांगरू, त्यात पेरणी करू, भाताची रोपं येतील, मग भाताला लोंब्या लागतील, मस्त पीक येईल. तोपर्यंत जरा दम धरा! झाडाच्या सावलीत पडून राहा बरं.'' इतकं बोलून झाल्यावर तिने पुढे पुस्ती जोडली, ''कसली ही माणसं! दर महिन्यातून एकदा भात आणि कोंबडी हादडायला येतात नुसती.'' इतकं बोलून ती जमिनीवर पचकन थुंकली, 'पच्च!'

एव्हाना, तिचा मेंढवाडा स्वच्छ करून झाला होता आणि पाहुणेही गायब झाले होते. त्यांच्या त्या भेटीबद्दल पोन्नाने सीरायी किंवा कालीला काहीही सांगितलं नाही. एक दिवस, त्या मामाची बायको सीरायीला बाजारात भेटली, तेव्हा तिने म्हटलं, ''तुझी सून इतकी उद्धट कशी गं?'' पण तिने पुढे काहीही स्पष्टीकरण दिलं नाही. ती फक्त पोन्नाला शिवीगाळ करत राहिली. घरी आल्यावर दोन भावांपैकी मोठ्याचा उल्लेख करत सीरायीने पोन्नाला विचारलं, ''पहिला थंबी भेटायला आला होता का?'' पोन्नाने विचारलं, ''कोण पहिला थंबी?'' सीरायीने उत्तर दिलं, ''माझा पहिला थंबी. दुसरं कोण?'' पोन्ना म्हणाली, ''मला कसं माहीत असणार?'' त्या भेटीबद्दल आणि त्यानंतर जे काही घडून गेलं त्याबद्दल पोन्नाने सीरायीला कधीच काही सांगितलं नाही. पोन्ना पाहुण्यांना काय म्हणाली होती हे ते पाहुणे कोणालाही सांगू शकणार नाहीत, यावर तिची भिस्त होती. पाहुण्यांनी सांगितलं असतं तर त्यांचा झालेला अपमान उघडा पडला असता. शिवाय, पोन्ना जे म्हणाली ते अगदी बरोबर होतं असंही लोकांनी म्हटलं असतं. परंतु, सीरायीचा मात्र गोंधळ झाला. पोन्ना नुसतं म्हणाली, ''ते इथं येऊन गेल्याचं स्वप्न पडलं असेल त्यांना. मी त्यांना स्वप्नात सांगितलं तरी काय?'' त्यावर काली हसला होता.

मात्र, त्यानंतर मामालोकांच्या भेटी थांबल्या होत्या. एक दिवस कालीने तिला विचारलं, ''काहीतरी जादू करून माझ्या मामांच्या भेटी थांबवल्या आहेस तू.'' पोन्नाला माहीत होतं, की केवळ कोंबडी-भातावर ताव मारायला मामाकडची मंडळी येत हे कालीलाही आवडत नव्हतं. ती त्याला म्हणाली, ''इथं येताना ते एखादी कोंबडी का आणत नाहीत असं विचारलं मी त्यांना. मी त्यांना असंही सांगितलं की भात खाण्यासाठी मी शेतात तांदूळ पिकवेपर्यंत थांबावं लागेल.'' हे ऐकताच काली खदखदून हसला होता. मामा-भाच्यांचं नातं त्या दिवशी जवळपास कायमचं संपलं होतं. सुरुवातीला सीरायीला या सगळ्या गोष्टींचा फार त्रास झाला पण लवकरच, भावांच्या भेटी थांबल्या हे बरं झालं असं तिलाही वाटू लागलं.

इतकं सगळं झालेलं असताना पोन्नाने खुशाल तिच्या माहेरच्या घरावर मूठभर माती फेकून त्यांच्याशी असलेलं नातं तोडलं होतं. ती आपलं मन बदलून पुन्हा तिच्या कुटुंबाशी जोडली जाईल का? शिवाय, एकदा अशा पद्धतीने देवीला साक्ष मानून नातं तोडल्यावर ते पुन्हा जोडणं सोपं नव्हतं. पोन्नाने देवी कूलीला मध्ये आणल्यामुळे आता दोन्ही कुटुंबांना मंदिरात जाऊन एकत्र पोंगल सादर करावं लागणार होतं, देवतेला अभिषेक करावा लागणार होता. तरच, पोन्नाची शपथ मोडली असती. तोपर्यंत, काय वाटेल ते झालं तरी, दोन्ही कुटुंबं एकमेकांच्या घरी पाण्याच्या थेंबालासुद्धा स्पर्श करू शकणार नव्हते. इतकंच नाही तर, त्या कुटुंबातल्या सदस्यांनी एकमेकांशी बोललेलंसुद्धा चालणार नव्हतं.

पोन्नाच्या आईवडिलांना सीरायी म्हणाली, ''ती आता संतापलेली आहे. आपण काही एकमेकांशी बोलणं थांबवायची गरज नाही. कूली आपली देवी आहे. ती आपल्याला काही इजा करणार नाही. हे पाहा, काही दिवस जाऊ देऊयात. हे सगळं बदलेल. वेळच सगळ्यावर उत्तर आहे. आपलं नातं पुन्हा पहिल्यासारखं होईल. तुमच्याशिवाय आमचं आहे तरी कोण? काही दिवस मात्र एकमेकांना भेटणं थांबवूया. माझी कल्पना तेवढी प्रत्यक्षात आणायचा तुमचा प्रयत्न होता. त्या दोघांचं भलं व्हावं, अशीच तुमची इच्छा होती. पण या दोन गाढवांना काहीही कळत नाही त्याचं काय करायचं? जाऊ द्या, कळेल त्यांनाही एक दिवस. मग येईल ती तुमच्याकडे धावत. अगदी असंच होईल पाहा. या दोघांना घरी बोलवायला हजारो नातेवाईक आसुसलेले आहेत असंही काही नाही. तुमच्याशिवाय त्यांना कोणीच नाही. येतील दोघं ताळ्यावर. काळजी नका करू. आपण सगळ्यांनी मिळून हे केलं आहे. सारं काही नीट होईल आणि पोन्नाला दिवस जातील अशी आशा करूया. त्यानंतर, सगळं सुरळीत होईल.''

सीरायीने पोन्नाला तिचा निर्णय विचारला नाही. परंतु, कालीला त्याबद्दल सांगितलं. ती त्याला म्हणाली, ''ते तिचं स्वत:चं कुटुंब आहे. ते तिच्या वडिलांचं घर आहे. तिने त्या सगळ्यांना वाळीत टाकलं आहे. शपथ घेऊन तिने त्यांच्याशी नातं तोडलं आहे. ती जर या प्रकरणात अपराधी असती तर तिने असं केलं असतं का?''

पण त्याने तिला उत्तर दिलं नाही.

''मी तर दगडधोंड्यांशी, वाळूशी आणि झाडांशी बोलत असावी. तुला काही सांगण्यात अर्थच उरला नाही. तुला जर धाकटी भावंडं असती ना तर कळलं असतं की हे सगळं किती त्रासदायक आहे. पण एकटा आहेस ना तू, वाढलाही एकटा आणि जगतो आहेसही एकटा!'' इतकं बोलून तिने शोकगीत सुरू केलं -

मला नाही लेक
मला नाही लेक
आपलं म्हणावं असं नाही कुणी मला
जाईन मी जेव्हा अनंताच्या वाटे
खांदा द्यावा कुणी, नाही कुणी मला

तिच्या या शोकगीतामुळे जाणवणारा संताप व्यक्त करण्यासाठी कालीने एक दंडुका उचलून बैलाच्या पाठीवर जोरात हाणला. त्यापूर्वी त्याने कधीही कोणत्याही प्राण्याला मारलं नव्हतं. अचानक झालेल्या हल्ल्याने तो बैल दचकला. घाबरून तो गोठ्यातल्या सावलीत पळाला. हे पाहताच पुन्हा एकदा सीरायीला कालीने मुथुची मारून कशी अवस्था केली होती ते आठवलं. शोकगीत थांबवून ती बधिरपणे बसून राहिली. काली बैलाला मारत सुटला.

नऊ

ज्या क्षणी कालीने पोन्नाला 'रांड' म्हटलं त्या क्षणी आजवर जे घडलं होतं ते सारं नष्ट झालं असं पोन्नाला वाटलं. तिच्याकडे आता बोलण्यासारखं काहीच नव्हतं. तो तिला असं कसं म्हणू शकला? 'गेली बारा वर्षं आपण विवाहित आहोत. इतकी वर्षं एखाद्या व्यक्तीबरोबर घालवल्यानंतर आपण त्या व्यक्तीला समजावून कसं घेऊ शकत नाही?'

परंतु, कालीने तो शब्द तिला उद्देशून आणखी एकदा वापरला होता. त्यांच्या लग्नानंतरच्या सुरुवातीच्या दिवसांत, काली रोज रात्री गावातल्या घरी जेवायला येत असे. त्यानंतर पोन्नाबरोबर तो थोडा वेळ घालवत असे. बऱ्याच रात्री, उठून तो परत शेताकडे जात असे. जाण्यापूर्वी तो पोन्नाला जागं करे, जेणेकरून ती त्याच्या माघारी दाराला कडी लावे. परंतु, फार दिवस काही ते चाललं नाही. लवकरच, तो रात्री शेतात घालवू लागला. त्यामुळे, पोन्नाला त्याचं जेवण तिथे नेऊन द्यावं लागे. काही वेळेस, मध्यरात्री तो घरी येई आणि दारावर टकटक करे.

पोन्नाने निष्कर्ष काढला, की उत्सवाच्या त्या रात्री तो जेव्हा मुथुबरोबर प्यायला गेला होता तेव्हासुद्धा तो मध्यरात्री तिच्याच विचाराने जागा झाला असणार, अगदी खरं सांगायचं तर त्या दिवशी सकाळी त्याच्या वागण्या-बोलण्यात संभोगाची इच्छा जाणवत होती हे तिला आठवलं. ती दोघं जर त्यांच्या शेतात असती तर तो तिला नक्कीच झोपडीत घेऊन गेला असता. त्याला तिची कधी गरज भासे, हे सांगता येत नसे. जेव्हा जेव्हा तो पीत असे तेव्हा तर त्याला तिच्याबरोबर असण्याची अतिशय गरज वाटे. मद्यधुंद अवस्थेत कोणत्याही क्षणी त्याला तिची गरज भासे. कधीकधी, पीता पीता तो झोपी जाई. मध्येच दचकून जागा झाल्यावर तो तिच्या शोधात येई. रात्रीचा कोणताही प्रहर असो, तो कितीही प्यायलेला असो, तिने त्याला कधीच नकार दिला नव्हता, तिची पाळी कोणत्या दिवशी असे हे त्याला बरोबर ठाऊक होतं. ते दिवस त्याच्यासाठी अतिशय दुःखाचे असत. त्या दिवसांत ती स्वतःचे कपडे शेतात धुवायला घेऊन जाई. त्या कपड्यांकडे तो अतिशय

दु:खाने आणि व्याकूळतेने पाही. तिची पाळी सुरू आहे याचा अर्थ तिला दिवस गेलेले नाहीत किंवा त्याला तिच्याबरोबर संभोग करता येणार नाही; या दोनपैकी कोणत्या कारणाने तो खिन्न होई हे सांगणं कठीण होतं. आठवड्यातून किमान दोनदा तरी त्याला तिच्याशी रत व्हायला आवडे. दिवसभराच्या त्याच्या कृती आणि बोलणं यावरून पोन्नाला अंदाज येई, की त्या रात्री तो तिच्याकडे येणार आहे की नाही. परंतु, कित्येकदा तिचा अंदाज चुकीचा ठरे. त्याचं तिच्यावर अतिशय प्रेम होतं. तो तिला खूप महत्त्व देऊन, अत्यंत मायेने तिच्याशी वागे.

एक दिवस त्याने तिला विचारलं, "तू कधीच पुढाकार घेऊन माझ्याकडे का येत नाहीस?"

तिने म्हटलं होतं, "बायका असं करू शकत नाहीत, करू शकतात का?"

त्याने उत्तर दिलं होतं, "परंतु, बायकांनासुद्धा गरजा असतात, नाही का? तू काही लाकडाचा ओंडका नाहीस. तू ज्या पद्धतीने आता मला मिठी घालते आहेस त्यावरून मी सांगू शकतो, की तुला माझी किती गरज आहे."

असंच एका रात्री जेवणानंतर तो बाजेवर पडून होता. तिने जेवणाचा डबा उचलत म्हटलं, "बरं तर मग... निघते आता मी..." मुद्दामच ती वाक्य लांबवत होती,

तिच्याकडे पाहत तो म्हणाला होता, "ठीक आहे, जा."

मग, त्याच्याजवळ येत ती बाजेवर बसली. त्याचे ओठ हातात घट्ट धरून तिने त्याचं प्रदीर्घ चुंबन घेतलं. त्याने तिला मिठी घालत म्हटलं, "असं! 'जाते मी.' याचा हा अर्थ होता तर!" त्या रात्री तिने पुढाकार घेतला होता. त्यांची संभोग क्रिडा झाल्यावर ती क्लान्त झाली असली तरी अत्यंत आनंदी दिसत होती. तिला घट्ट मिठी घालत तो तिच्या कानांत कुजबुजला होता, "रांड! इतके दिवस या सगळ्या इच्छा कुठे दाबून ठेवल्या होत्यास?"

तो शब्द ऐकल्यासरशी तिने त्याला दूर ढकललं होतं. फार कासावीस झाला होता तिचा जीव. तिचं समाधान करण्यासाठी त्याने आटोकाट प्रयत्न केला होता. तो म्हणाला होता, "अगं, प्रत्येक शब्दाचा शब्दार्थ घेण्याची गरज नाही. प्रेमाच्या उत्कट क्षणी, लाडाने मी म्हटलं तसं."

"तरीसुद्धा. तू मला असं कसं म्हणू शकतोस?" इतकं म्हणून ती रडू लागली.

तिला कुशीत घेऊन तो म्हणाला होता, "खेड्यात, नवरा-बायको भांडताना एकमेकांना काय काय म्हणतात ते तुला माहीत आहे. नवरा बायकोला इतरांबरोबर झोपणारी रांड म्हणतो तर बायको नवऱ्याला वेश्यागमन करणारा आहेस असं म्हणते. दुसऱ्याच दिवशी, ते एकमेकांबरोबर हसून-खेळून वागू लागतात. आदल्या

दिवशी त्यांनी एकमेकांना म्हटलेली वाक्यं सगळ्या गावाने ऐकलेली असतात. पण त्या कशालाही दुसऱ्या दिवशी अर्थ उरत नाही. मी तुला अत्यंत लाडाने म्हटलं तसं. कृपा करून, त्यापायी इतकी कासावीस होऊ नकोस.''

परंतु, त्याच्या शब्दांनी तिचं समाधान झालं नव्हतं. ती म्हणाली होती, ''तू म्हणतोस ते सगळं ठीक आहे, पण ज्या दिवशी मी पुढाकार घेतला त्याच दिवशी तू माझ्यासाठी हा शब्द वापरला.''

''माझी आजी तरुण स्त्रियांना प्रेमाने काय म्हणत असे, माहीत आहे ना? 'ए रांडांनो!' परंतु, ते ती प्रेमाने म्हणत असे. त्याचा तो अर्थ नसायचा.''

त्याने काहीही सांगितलं तरी पोन्नाची काही समजूत पटली नव्हती. ती म्हणाली होती, ''म्हाताऱ्या बायका तोंडाला येईल ते बरळतात. आपण तसं नाही ना करू शकत!''

त्यानंतर, आपला मुद्दा पटवून देण्यासाठी त्याने दुसरा मार्ग अवलंबला होता. तो म्हणाला होता, ''एक दिवस तू मला म्हणाली होतीस, 'मादरच्योद! काहीही केलं तरी तुझं समाधान होणार नाही. तुला दगडासारखं शरीर पाहिजे.' असंच एकदा, डाल्यातून चारा हावरटपणे गिळणारा बैल म्हटलं होतंस! काय वाटेल ते बोलली आहेस तू मला आजपर्यंत. तुझ्या त्या बोलण्याने मी कधी नाराज झालो आहे का?'' आता मात्र तिचं थोडंसं समाधान झालं. ते पाहून तो पुढे म्हणाला, ''आता इथून पुढे जोवर तू मला बोलवत नाहीस तोवर मी तुझ्याकडे येणार नाही.'' पोन्नाच्या मनात आलं होतं की तो फार काळ स्वत:चा हा निश्चय टिकवू शकणार नाही. त्याच रात्री तो घरी येऊन दारावर टकटक करेल असंही तिला वाटलं होतं. पण तसा तो आलाच नाही. त्या महिन्यात, तिने जेव्हा तिचे पाळीचे कपडे धुऊन वाळत टाकले होते तेव्हा त्याने दु:खाने विचारलं होतं, ''तर मग, याही महिन्यात पाळी आली तर!''

तिने हसून उत्तर दिलं होतं, ''येणारच ना, तू जर माझ्याकडे आलाच नाहीस तर सगळं घडणार कसं?''

त्यानंतर, तिलाच पुढाकार घ्यावा लागत होता. तो फार हेकट होता पण पुन्हा तो शब्द न उच्चारायची काळजी त्याने घेतली होती. तीही धास्तावली होती त्यामुळे तिने पुन्हा कधी त्या रात्रीसारखी आतुरता दाखवली नव्हती. तरीसुद्धा, तो शब्द त्या रात्री वापरण्यात आणि आत्ता वापरण्यात फार फरक होता. पहिल्यांदा त्याने तिला उद्देशून तो शब्द उच्चारला होता तेव्हा तो लाडाने बोलत होता, तिने स्वत:ची इच्छा व्यक्त करावी, असा त्याचा प्रयत्न होता. परंतु, आत्ता त्याने तो शब्द उच्चारला तेव्हा ती शिवी होती, अपमान होता. त्याला तो शब्द मोठ्याने म्हणायचीसुद्धा गरज वाटली नव्हती. जेमतेम ओठ हलवून त्याने तो शब्द तिच्यापर्यंत पोहोचवला होता.

नाही. त्याच्याकडून तो शब्द मनात उच्चारला जात होता पण त्याच्या नकळत त्याच्या ओठांनी त्याच्या विचारांशी दगा केला होता.

पोन्नाला नवल वाटलं, 'करत्तुरच्या रस्त्यात गिऱ्हाइकांना माझ्याकडे खेचत मी उभी राहिले का? पुरुषांनी माझ्याबरोबर झोपावं म्हणून मी त्यांना आमंत्रण देत होते का? गावातल्या बायका चोरून लपून रात्री इतर पुरुषांना पाहतात तसं काही मी करत होते का? याला सांगितल्याशिवाय मी आजवर कधी कुठे गेले तरी होते का? त्या सगळ्यांनी मिळून एक योजना आखली आणि याने कबूल केलं आहे असं म्हणत मला तिथं पाठवलं.'

तिथेसुद्धा, तिला प्रत्येक चेहरा कालीसारखाच वाटत होता. ती त्याचा चेहरा क्षणभरही दूर ठेवून गर्दी निरखू शकत नव्हती. कालीचा चेहरा तिच्या मनावर अगदी खोलवर कोरला गेला होता. कुठल्याही दुसऱ्या पुरुषाचा चेहरा तिच्या मनाला स्पर्श करत नव्हता. तिला कळलं होतं, की तिच्या लग्नापूर्वी मुथुबरोबर काली याच उत्सवात एका रात्री येऊन गेला होता. मात्र, त्याबाबत तो तिची सहज समजूत घालू शकला होता. तिच्या त्याच्यावरच्या प्रेमाचा प्रभाव होता तो. आपलं जेव्हा एखाद्यावर प्रेम असतं तेव्हा त्यांच्या दोषांकडे पाहताना आपण चक्क डोळे झाकून घेतो. ते दोष आपल्या लक्षात जरी आले, ते दोष जरी ठसठशीत असले तरी आपण ते उडवून लावतो, जशा आपण कपाळावर आलेल्या केसांच्या बटा बाजूला सारतो, अगदी तसंच. कालीचंही तिच्यावर असंच प्रेम कसं काय नव्हतं?

कदाचित, आता दुसऱ्या एखाद्या स्त्रीशी लग्न करता यावं, म्हणून कालीला तिच्यावर रांड असल्याचा शिक्का मारायचा असेल. पण, तसं असतं तर त्याने स्वत:ला गळफास लावून घेण्याचा प्रयत्न का केला? त्याच्या स्पर्शाव्यतिरिक्त पोन्नाला इतर कोणाचाही स्पर्श होऊ नये, अशी त्याची इच्छा होती. दोन वर्षांपूर्वी, मंदिरातल्या उत्सवात जाण्याचा विषय छेडला गेला होता तेव्हाच तिच्या हे लक्षात आलं होतं. फार भयंकर अनुभव होता तिच्यासाठी तो. कालीला पट्कन शंका येऊ शकते, त्याला झटक्यात असूया वाटू शकते हे तिच्या लक्षात आलं होतं. त्याच्या बरोबर वागताना फार सावधपणा दाखवायला हवा, हेसुद्धा तिच्या लक्षात आलं होतं. त्याच्या पावलांच्या चाहुलीने रात्री तिच्या लक्षात येई की तो घरी आला आहे. इतर लोकांच्या पावलांपेक्षा त्याच्या पावलांचा आवाज कसा वेगळा आहे हे तिला सांगता येत होतं. दोन्ही पावलं ठामपणे जमिनीवर ठेवताना तो दोन्ही पावलांवर सारखा भार देत होता. त्याच्यासारखं कोणीच चालत नसे.

कधीकधी रात्री तिला त्याच्या पावलांचा आवाज आल्यासारखं वाटे. आता दारावर टकटक होईल म्हणून ती वाट पाही पण तसं काही होत नसे. मग तिला माघारी जाणाऱ्या पावलांचा आवाज येई. धावत जाऊन ती दार उघडे पण तो तिथे

नसेच. कित्येकदा, दाराबाहेर पावलं थांबल्याचा आवाज येता क्षणी तिला पट्कन दार उघडावंसं वाटे. परंतु, बाहेर तो नसला तर? तिची सासू बाजूच्या खोलीत झोपली असून पोन्ना एकटी त्या खोलीत आहे हे माहीत असणारा कोणी पुरुष बाहेर उभा असला तर? कालीच्या आतुर पावलांचा परिचय असणारा कोणी बाहेर उभा असेल तर? अशा वेळेस तिचा फार गोंधळ होई.

तिने एकदा त्याला विचारलं होतं, "मामा, काल रात्री तुझ्या पावलांचा आवाज ऐकू आला असं वाटलं मला. उठून मी दार उघडणार होते पण मला फ़ार भीती वाटली. मग मी स्वतःला सांगितलं की कदाचित मला स्वप्न पडलं असेल. त्यानंतर मला झोप लागली."

तो हसून म्हणाला होता, "सगळ्या कल्पना आहेत तुझ्या."

ती म्हणाली होती, "खोटं बोलू नकोस हं माझ्याशी! तुझ्या पावलांचा आवाज माझ्या चांगलाच परिचयाचा आहे. अगदी दाराबाहेर थांबला होतास तू. मग निघून गेलास."

"काय वेडीबिडी आहेस का? घरापर्यंत येऊन मी परत का निघून येईन? मी काय दुसऱ्या कोणा बाईच्या घरी जाणार होतो का? तिचा नवरा घरी असण्याची चिंता मला होती का? मी जर दाराशी आलो असतो तर मी दारावर नक्कीच टकटक केलं असतं, तुझ्याबरोबर थोडा वेळ घालवला असता. तू की नाही निव्वळ कल्पना करतेस. मंदिरात जाऊन तुझ्या कपाळावर अंगारा लावायला हवा आपल्याला."

परंतु, तिच्या शंकेचं निरसन कधीच झालं नाही. हे सगळं, मंदिरातल्या उत्सवाचा विषय निघाल्यानंतर घडलं होतं. ती फक्त आणि फक्त त्याचीच असावी, हे त्याला वाटत होतं हे तिला ठाऊक होतं. तरीसुद्धा, मूल होण्याच्या प्रबळ इच्छेने आधीचा त्याचा विरोध मावळेल असं तिला वाटलं होतं. त्यालासुद्धा मनापासून मूल हवंच होतं. भोवतालचं जग त्यांच्यावर सारखं दबाव आणत होतं हे खरं असलं तरी, मनोमन तोसुद्धा स्वतःच्या मुलासाठी तळमळत होता. इतर मुलं खेळताना दिसली की तो थांबून त्यांच्याकडे टक लावून पाहत राही. पोन्नाला खात्री पटली होती, की मूल असावं या तळमळीपायी सरतेशेवटी त्याने सीरायीच्या योजनेला मान्यता दिली होती. परंतु, तिला तसं वाटणं चुकीचं होतं. आता ती काय करणार होती? ती रांड नाही, हे त्याला कसं दाखवून देणार होती?

दहा

पोन्नाने त्याच्यासाठी शिजवलेल्या अन्नाला त्याने स्पर्शही केला नाही. दोन दिवसानंतर तिच्या ते लक्षात आलं.

सकाळी ती त्याच्यासाठी सहसा कांजी करे किंवा नाचणी शिजवून नेई. रात्रीसुद्धा ती कांजी किंवा नाचणी शिजवत असे, पण त्यात थोडा रस्सासुद्धा असे. दीर्घकाळापासून त्यांची हीच पद्धत होती. क्वचित कधीतरी विशेष काही रस्सा केला तर ती भात शिजवत असे. अशा वेळेस, ती आपल्या सासूलासुद्धा डबा नेऊन देई. अलीकडे मात्र परत आल्यापासून तिने काहीच शिजवलं नव्हतं.

सीरायी तिला रागावली. ''काही न करता तुम्ही दोघंही बसणार असाल तर मी एकटी कसं काय सगळं आवरू शकणार आहे? आता काय मी पूर्वीसारखी तरुण राहिले नाही. मी सगळं काम करू शकत नाही. थकून गेला आहे जीव माझा. तो कुत्रा! कशालाही प्रतिसाद देत नाही. थोबाड बंद करून टाकलं आहे त्याने. लोखंडाची सळई-बिळई गिळली का काय त्याने? काय झालंय कोण जाणे! पण तूही जर अशीच वागणार असशील तर माझ्याच्याने हे सगळं निपटणार नाही. ऊठ आणि चूल पेटव. दिवसभराची सगळी कामंही करायची आणि तिघांचा स्वयंपाकही रांधायचा! माझ्याच्याने नाही होणार हे सगळं.''

अशाप्रकारे पोन्नाला फटकारूनच सीरायीने तिला कामं करायला उठवलं. पोन्नाने स्वंयपाक केला. शेतात असलेल्या कालीसाठी तिने डबा भरला. शेतात पोहोचल्यावर तो आजूबाजूला आहे की नाही, हे पाहण्याचा तिने जराही प्रयत्न केला नाही. झोपडीमध्ये, ठरलेल्या ठिकाणी डबा ठेवून ती निघून गेली. दुसऱ्या दिवशी तिला दिसलं, की आदल्या रात्रीचं अन्न त्याने खाल्लंच नव्हतं. त्याही पूर्वीच्या रात्री दारू पिऊन तर्र झाला असेल आणि विसरला असेल खायला असा विचार करत तिने ते डब्यातलं अन्न एका रुंद तोंडाच्या घमेल्यात टाकलं. ते घमेलं खास खरकट्यासाठीच ठेवलं होतं. घमेल्यात अन्न टाकताना तिच्या लक्षात आलं की, घमेलं रिकामं नव्हतं. त्यात काय आहे हे पाहायला ती वाकली तेव्हा नुकत्याच तिने

टाकलेल्या अन्नाव्यतिरिक्त त्यात इतरही अन्न होतं. आदल्या दिवशी सकाळी तिने त्याच्यासाठी ठेवलेला डबा होता तो. त्या सगळ्याबद्दल ती पुढचे दोन दिवस काहीच बोलली नाही. सारं काही नीट होईल, अशी आशा तिला होती. पण कशातही काहीही बदल झाला नाही. शेवटी ती सीरायीला म्हणाली, ''असं दिसतंय की, रांडेच्या हातचा स्वयंपाक तुमचा मुलगा काही खाणार नाही. त्याच्यासाठी मी जे काही नेते ते तो घमेल्यात फेकतो किंवा कुत्र्याच्या थाळीत. इथून पुढे तुम्हीच करा स्वयंपाक आणि घेऊन जा त्याला. त्याच्या पवित्र आईच्या हातचं अन्न खाऊ दे त्याला.''

सीरायीने विचारलं, ''गेले दोन दिवस काय खाल्लं त्याने.''

त्रासलेल्या पोन्नाने उत्तर दिलं, ''कोण जाणे? रस्त्यावर पडलेला गू खाल्ला असेल.''

त्या दिवशी कालीचा डबा घेऊन सीरायी गेली. झोपडीसमोर डबा ठेवत ती म्हणाली, ''ऐक! तिच्या हातचं खायचं नाही तुला. इथून पुढे स्वयंपाक करणार नाही असं तिने सांगितलं. हे सगळं मी शिजवलंय. कृपा कर आणि भुकेला राहू नकोस. हे खा आणि जरा गोठ्यात कामाला हात लाव. काम करून पाठ मोडायची वेळ आली आहे माझी.'' त्या दिवशी कालीने आलेला डबा संपवला. हळूहळू, सीरायीने पोन्नावर स्वयंपाकाची जबाबदारी टाकली, परंतु कालीचा डबा घेऊन तीच जात राहिली.

पोन्नाने तिला बजावलं होतं, ''सगळ्यांनी त्याला मूर्ख बनवलं आहे या विचाराने त्या माणसाने स्वत:ला लटकावून घ्यायचा प्रयत्न केला होता. आता जर त्याला समजलं की स्वयंपाक मी करते आहे तर मी फसवते आहे असा आरोप करेल तो पुन्हा माझ्यावर. त्यानंतर, पारोशा पिंपळाची अजून एक फांदी छाटावी लागेल आपल्याला.''

सीरायीने उत्तर दिलं, ''काही म्हणणार नाही तो. आणि म्हटलंच तर त्याचा विचार नंतर करू या. त्याला थोबाड उचकटून काही बोलू तर दे आधी.'' सीरायी पुढे म्हणाली, ''तू जर तो वांग्याचा तुकडा नीट केलास तर आपल्याला थोड्या भाज्या मिळतील. विहिरीतून थोडं पाणी उपसून त्या तुकड्याला आपल्याला ओलं करता येईल. तेवढं करशील का गं बाई?'' हळूहळू, पोन्ना आणि कालीला असं कामात लावलं तर तूर्तास त्यांच्यात सुरू असलेला अबोला तरी संपेल, असं तिला वाटत होतं. सीरायीच्या विनंतीवरून पोन्ना वांग्याचा तुकडा पाहायला शेतात गेली. शेताची अवस्था पाहून तिला धक्का बसला. ती अगदी नियमाने शेतात येत असे पण तिथे फारशी रेंगाळत नसे. चहूकडे इतरांची हिरवीगार शेतं तरारलेली दिसत होती. भुईमुगाचं आणि नाचणीचं पीक जोमाने वाढत होतं. त्यांच्या शेताची मात्र

चांगलीच हेळसांड होत होती. ती अगदी मनोमन हादरली. काली जर असाच काही न करता शेतात पडून राहिला तर कसं होणार? आडीचा महिना सुरू होऊन पावसाच्या पहिल्या सरी आल्या की त्यांना निदान मका तरी पेरावा लागणार होताच.

विहिरीच्या अगदी बाजूलाच वांग्याचा तुकडा होता. एक ओळ होती वांग्याची. दोन वर्षांपूर्वी, गाई माजावर आल्या म्हणून काली त्या घेऊन पझ्झईपूरला गेला होता. तिथल्या शेतात शेतकरी वांग्याची लागवड करताना त्याला दिसले होते. येताना तो वांग्याची तेरा रोपं घेऊन आला होता. त्यातली दोन-तीन तर इवलीशी होती. ती जगण्याची आशाही नव्हती. त्याने ती वांग्याची रोपं विहिरीच्या अगदी बाजूला लावली. उन्हाळ्यातसुद्धा पाणी देणं सोपं गेलं असतं त्याला. चांगला रुंद तुकडा होता तो. ती रोपं लावतानाच त्याने पोन्नाला प्रत्येक दोन झाडांमध्ये भरपूर अंतर ठेवायला सांगितलं होतं. तिने जेव्हा कारण विचारलं होतं तेव्हा तो म्हणाला होता, ''मी सांगतो तेवढं कर.'' वांग्याची रोपं जेव्हा मोठी झाली तेव्हा त्याच्या म्हणण्याचा अर्थ तिला समजला होता. वांग्याच्या त्या जातीला 'मांजराचं डोकं' असं म्हटलं जात होतं. प्रत्येक फळ मांजराच्या डोक्याएवढं मोठं होतं. एक वांगं शिजवलं तरी त्या तिघांना पुरून उरायचं. खरोखरच, वांग्याला फार छान चव आणि सुवास होता. पोन्ना वेगवेगळ्या पद्धतीने वांगी शिजवत असे. येणाऱ्या-जाणाऱ्याला ती आवर्जून वांगी भेट देई. पाहता पाहता, त्यांच्या गावात ती वांगी प्रसिद्ध झाली. वांगी घेण्यासाठी लोक येऊ लागले.

न विचारतासुद्धा अनेकजण वांगी तोडून नेऊ लागले. हे लक्षात येताच, पोन्नाने प्रत्येक वांग्यासाठी एक कासू मागायला सुरुवात केली. परंतु, तेवढंही द्यायची कोणाची तयारी नव्हती. 'हे काय, एका वांग्याला एक कासू! पोन्ना भलतीच हावरी आहे!' असं लोक म्हणू लागले. लोकांनी वांगी घ्यायला येणं बंद करताच एका आठवड्यात झाडावर भरपूर वांगी दिसू लागली. पोन्नाने ती छाटली आणि गुरुवारच्या बाजारात टोपलीत भरून विकायला नेली. फक्त एका कासूला एक वांगं इतक्या स्वस्त दरात ती विकत असल्याने ती वांगी पट्कन विकली गेली. त्या दिवशी तिला चांगले आठ आणे मिळाले. बाजारातच तिने ते सगळे खर्च केले. त्यानंतर, बाजारात वांगी विकणारी बाई म्हणून ती ओळखली जाऊ लागली. तोवर, गावातल्या बहुतेक घरी नाल्याच्या सांडपाण्याच्या बाजूला एखाददुसरं झुडूप असे. त्या झुडपावर जे काही उगवे त्याचाच वापर घरात केला जाई. कधीकधी, पाण्याच्या सरीच्या बाजूने वांगी वाढवत. मात्र, तोवर कुणीही वांग्यासाठी संपूर्ण तुकडा वापरून त्याची इतकी उत्तम पैदास केली नव्हती.

पुढचे काही दिवस पोन्ना दर आठवड्याला टोपलीभर वांगी विकायला बाजारात बसत होती. ते पाहून बऱ्याच लोकांनी आपापल्या शेतात वांगी लावण्याचा प्रयत्न

केला; परंतु कालीप्रमाणे कोणालाही वांग्याची निगा राखता आली नाही. वांग्याच्या पानांवर कीड पडू नये यासाठी तो फारच दक्ष असे. त्यासाठी चुलीतली राख घेऊन तो वांग्याच्या झुडपांवर पसरवत असे. पानांच्या खालची बाजू राखेने माखली जाईल याकडे त्याचं बारीक लक्ष असे. आदल्या वर्षीसुद्धा प्रत्येक झुडपाने भरभरून पीक दिलं होतं तसंच ते यंदाही दिलं होतं. अजूनही वांग्याची झुडपं चांगलीच तरतरीत होती. मागच्या वर्षी त्याने अजून एक गोष्ट केली होती. या वांग्यातलीच दोन वांगी त्याने बियांसाठी राखून ठेवली होती. त्यासाठी, त्याने दोन वांगी अगदी पिकून सुरकुतेपर्यंत झाडावरच राहू दिली होती. त्यानंतर त्याने ती वांगी तोडली, वाळवली आणि त्यातल्या बिया काढल्या. यंदा एका मोठ्या चौकोनी तुकड्यात वांग्याची लागवड करायची त्याची इच्छा होती. ते जर त्यांनी केलं तर गुरुवारच्या बाजारात खरेदी करण्यासाठी त्यांच्याकडे भरपूर पैसा येणार होता. त्याची मनःस्थिती बरी असती तर त्याने झाडांची हेळसांड केली नसती. त्याने त्यांची निगा राखली असती, त्यांना तरतरीत ठेवलं असतं. वांग्याच्या झाडांची दुरावस्था पाहणं पोन्नाला अशक्य झालं. जर कालीने त्या झुडपांकडे पाहिलं तर त्यालाही धक्का बसेल याची तिला खात्री होती. ती त्याचं लक्ष त्या वांग्यांकडे कसं काय वेधू शकणार होती? अशात तिला त्याचं लक्ष वेधता येईल, अशी चिन्हंही दिसत नव्हती.

पुढचे दोन दिवस पोन्ना त्या वांग्याच्या तुकड्यावर राबत राहिली. वरच्या बाजूने वाळलेल्या सगळ्या फांद्या छाटून टाकत तिने फक्त मुख्य खोड आणि हिरव्या फांद्या तेवढ्या राहू दिल्या. त्यानंतर, तिने सगळी पानं खुडून काढली. आता वांग्यांच्या झुडपांच्या जागी फक्त खोडं आणि फांद्या तेवढ्या उरल्या होत्या. फावड्याने तिने झुडपांच्या मुळांलगतची माती सैल केली. मातीत थोडं कोरडं शेणखत मिसळलं. तिसऱ्या दिवशी, विहिरीतून पाणी काढून तिने वांग्यांच्या तुकड्याला पाणी दिलं. जवळपास दहा कळशा पाणी लागलं तिला. संध्याकाळी उशिरा पाणी दिल्यामुळे पाण्याचं बाष्पीभवन न होता बराच काळ पाणी सऱ्यांमधून राहिलं. त्यानंतर, दर दिवशी तिला फक्त दोन कळशा पाणी घालावं लागत होतं. तेवढ्याने वांग्याचा तो तुकडा सतत ओलसर राहू लागला. आठवड्याभरातच, मुख्य खोड पुन्हा हिरवं दिसू लागलं, त्यावर काही नवीन कोंबही आले, वांग्याच्या तुकड्याच्या कामामुळे पोन्नाच्या एकंदरीत कामाला नियमितपणा आला. ती रोज शेतात काम करू लागली. उर्वरित वेळ ती तण उपटण्यात घालवत असे. त्यानंतर, त्यांचं शेतसुद्धा पेरणीसाठी अगदी तयार दिसू लागलं.

हे सगळं ती करत असली तरी त्या शेतात तिला फार विचित्र वाटत होतं. ती तिथे नकोशी आहे अशी भावना तिला जाणवत होती. त्या जागेशी तिचं काही नातंच उरलं नाही, असं तिला वाटू लागलं होतं. तिथली प्रत्येक गोष्ट त्याची होती.

तिने जर तिथे कशाला हात लावला तर त्याला राग येऊ शकत होता. तो जरी काही बोलत नसला तरी तिच्याकडे संतापाने धुमसून पाहत असे. त्याच्या त्या जळजळीत कटाक्षांनी तिची राख होईल; याची तिला खात्री होती, शिवाय तिने त्याच्यासाठी डबा नेणं बंद केलं होतं. यामुळे, झोपडीच्या भागात तिला कामच उरलं नव्हतं. शेतात आली की ती तडक विहिरीकडे जात असे. थोडं थांबावंसं वाटलं तर पलई वृक्षाच्या सावलीत ती आराम करे. कोलुंजीचे दहा गठ्ठे उपटून तिने ते दगडावर पसरले होते. तिला कोणीतरी सांगितलं होतं, की वेय्यूरचे लोक ते विकत घेतात. परंतु, ते सगळं वेय्यूरला विकायला नेण्याएवढी ताकद तिच्यात आहे असं तिला वाटत नव्हतं. सीरायीने तिला कल्पना सुचवली. कारानची सून वेन्गाई हिला ते विकायला पाठवता आलं असतं. नंतर, तिला अर्धे पैसे देता आले असते. पलई वृक्षाच्या सावलीतून तिला शेताचा भाग, झोपडीचं प्रवेशद्वार आणि बाहेर रचलेल्या कडब्याच्या थप्पीचा वरचा भाग दिसत असे. तिथून, पारोसा पिंपळ एखाद्या राक्षशिणीसारखा दिसत असे. कुंपणाच्या बाजूला असलेल्या बोळात चरणाऱ्या गाईंची हालचाल जाणवत असे. मेंढ्यांना कोंडवाड्यात आत बांधलेलं असे. या ऋतूत त्यांना बाहेर काढणं खरंतर योग्य होतं. त्यानंतर त्यांच्या लेंड्या उचलायचं काम वाचलं असतं. त्यांच्या लेंड्या उत्तम खत होतं. पोन्नाच्या मनात असे विचार सुरू झाले, की तिला वाटू लागे शेतातले त्यांचे पूर्वीचे आनंदी दिवस कधी परतून येतील का? त्या विचाराने वाईट वाटून ती रडू लागे.

झोपडीच्या उत्तरेकडे असणाऱ्या रिकाम्या जागी बाज टाकून त्यावर पडून राहायला कालीला आवडे. तो तिथे आहे हे येणाऱ्या-जाणाऱ्याला सहजासहजी दिसत नसे. फाटकापासून पुढे जाताना कुणाच्याही नजरेस पारोसा पिंपळ पडे. गोठ्याच्या पलीकडे जर कोणी चालत आलं तर झाडाच्या सावलीत रचलेल्या धान्याच्या गंजी ओलांडूनच झोपडीपर्यंत जाता येई. त्याच्या पलीकडचा भाग आतल्या बाजूला दडलेला होता. तिथेच, बाजेवर पडून राहायला कालीला आवडे. चंद्रप्रकाशाच्या रात्री काली विशेष उत्तेजित होई. बायकोसाठी त्याचा जीव तगमगे. मग तो तिला क्षणभरही नजरेआड होऊ देत नसे. बाजेवर पडूनच तो तिला मिठीत घेई. तो स्वत: बाळ असल्यासारखं तिला बिलगे. तशाच स्थितीत तो झोपी जाई. तिने किंचित जरी हालचाल केली तरी त्याला जाग येई आणि मग तो तिला अजूनच घट्ट जवळ ओढे. त्याच्या कुशीत असं पडून राहायला पोन्नाला फार आवडे. ती जेव्हा त्याला विचारे, "मी जेव्हा इथे नसते त्या रात्री काय करतोस?" तेव्हा तो उत्तर देई, "तुझा विचार करत झोपतो. या बाजेवर तू माझ्याबरोबर आहेस अशी कल्पना करतो. पुरेसं असतं मला तेवढं."

ते शेत तिच्यासाठी फक्त आठवणींचं शिवार राहणार होतं का?

अकरा

पोन्नाच्या चेहऱ्याकडे पाहणं कालीला अगदी अशक्य असलं तरी त्याचं मन मात्र आपसूक तिच्याकडे वळत असे. मात्र, त्या चेहऱ्याबरोबरच त्याला आणखी एक अपरिचित चेहरा दिसत असे. त्याच्या परिचितांपैकी कोणाचाही नसे तो चेहरा. तो चेहरा केवळ त्याच्या मनासमोरून तरळून थांबत नसे. तो काहीबाही करत राही. पोन्नाच्या चेहऱ्यावर स्वत:चा चेहरा रगडत राही. तिचे ओठ चावे. थोडं मागे होत तिच्या नग्न शरीराकडे पाही. त्या क्षणी, कालीला सारं असह्य होई. तो स्वत:च्या गालांवर फाडफाड मारून घेई. त्या सर्वांपायी त्याच्या मनात इतका संताप निर्माण होई की, त्याच्या स्वत:चा अधिकार असणारी जागा घेणाऱ्या त्या चेहऱ्याचा नाश करून टाकावा, असं त्याला वाटे. त्या दुसऱ्या चेहऱ्याचा नाश करताना पोन्नाच्या चेहऱ्यावर कसे भाव असतील याची कल्पना करण्याचं धैर्यसुद्धा त्याच्यात नव्हतं. ती आनंदी दिसेल का? तिला सुटकेची भावना जाणवेल का? की, तिचा चेहरा तिरस्काराने वाकडातिकडा होईल?

पोन्नाच्या देहाचा प्रत्येक इंच कालीच्या अतिशय परिचयाचा होता. तितकं तर तो स्वत:चं शरीरसुद्धा ओळखत नव्हता. पोन्नाच्या वरच्या पापणीवर एक छोटा जाड केस होता. पापणीच्या इतर केसांपेक्षा थोडा तिरका होता तो. कधीकधी, तो ओठात धरून काली ओढत असे. ती एकदा त्याला म्हणाली होती, ''काढून टाकू का मी हा केस? तसं सांग मला.''

त्याने उत्तर दिलं होतं, ''छे छे! तो माझा सगळ्यात आवडता केस आहे, सांगून ठेवतो.'' तिच्या जिभेशी बोटाने खेळायलाही त्याला फार आवडत असे. त्याचा स्पर्श होताच ती त्याचं बोट आत ओढून घेई. तो तिला बोट बाहेर काढायला लावे.

तो एकदा म्हणाला होता, ''एखाद्या गोगलगायीला स्पर्श केल्यासारखं मऊ मऊ वाटतं.''

तोंड बंद करत ती म्हणाली होती, ''पाहा आता, गोगलगाय पुन्हा कवचात

चालली आहे.''

तिच्या ओठांवरच्या अगदी बारीक रेषा त्याला फार आवडत. एकदा तर त्याने मोजल्या होत्या. ''चौदा.''

ती म्हणाली होती, ''वेडाच आहेस अगदी.''

सहमती दर्शवत तो म्हणाला होता, 'हो, आहे खरा.'

आता त्याच्या मनात येत होतं की, त्या दुसऱ्या चेहऱ्याला हे ओठ चावायला मजा वाटली असेल का? तिच्या लाळेचा किंचित गोडवा 'त्याने' चाखला असेल का?

असे विचार मनात आले, की पारोशा पिंपळाला स्वतःला टांगून घेण्याची तीव्र इच्छा पुन्हा त्याच्या मनात उभारत असे. अशा क्षणी, तो खूप वेळ धुमसत राही. राग आवरता यावा म्हणून तो स्वतःला त्याच्या आईच्या शब्दांची आठवण करून देत असे. कधीकधी त्याला वाटे, की पोन्नाचा चेहरा विसरून गेलं तर फार बरं होईल. खरंच बरं होईल. त्याला जरा शांती लाभेल. पण ते कसं? तो स्वतःच्या मनाला तसा हुकूम देऊ शकत होता का? त्याचं मन ऐकणार होतं का? आपल्या मनाइतका मोठा वैरी कोणीच नसतो. मन ऐकल्यासारखं करतं, पण पुढे जाऊन नेमकं अगदी विरुद्ध वागतं. तिचा चेहरा विसरायला जर सांगितलं तर मन 'हो' म्हणेलही पण पुढच्या क्षणी, तिचा चेहरा मोठा करून जणूकाही सिनेमाच्या पडद्यावर दाखवल्यागत मन त्याला दाखवू लागे. तो चेहरा काली कधीच विसरणार नाही, याची खात्री मन करत असे. मनावर विश्वास ठेवण्यात काही अर्थ नव्हता.

उत्सवाच्या दिवशी पोन्ना मंदिरात जाऊन आली, याबद्दल त्याला समजलंच नसतं तर काय झालं असतं असा विचार त्याच्या मनात येई. त्याला काही माहीत नाही असा आव आणायचा तो प्रयत्न करे. पण जेव्हा तो स्वतःला म्हणे, 'ती गेली नाही, ती गेली नाही' तेव्हा त्याचं मन आकांत मांडत म्हणे, 'ती गेली होती, ती गेली होती.' त्याने स्वतःला संपवायचा प्रयत्न केला हे समजताच पोन्ना धावत आली होती, हे अगदी खरं होतं. तिने स्वतःच्या कुटुंबाशी नातं तोडून टाकलं होतं. परंतु, ती जेव्हा त्याच्यासमोर आली तेव्हा असं काही म्हणाली नाही, 'मामा, मी उत्सवाला गेले होते हे खरं आहे, पण मी तिथे फक्त दर्शन घ्यायला गेले होते. दुसऱ्या कुठल्या पुरुषाचा विचार मी करेन असं वाटतं का तुला?' तिच्या तोंडून असं ऐकलं असतं तर त्याला जरा शांत वाटलं असतं. तिच्याकडे पाहावंसं वाटलं असतं. पण तसं काही घडलं नव्हतं. ती दुसऱ्या पुरुषाबरोबर होती, हे तिने स्पष्टच केलं होतं. त्याकरता इतर सगळे दोषी आहेत, असं ती म्हणाली होती. परंतु, तसं काही घडलंच नाही, हे तिने म्हटलं नव्हतं. ती गेली असं ती सांगू शकली असती. परंतु, ते सारं करण्याची तिची मुळीच इच्छा नव्हती, या असल्या धार्मिक उपचारांचा

भाग होण्याची तिची मुळीच इच्छा नव्हती, असं जर तिने त्याला म्हटलं असतं तर त्याला कदाचित बरं वाटलं असतं.

त्याच्या मते ती आता रांड ठरली आहे, हे तिने अचूक ओळखलं होतं. तसं पाहायला गेलं तर ती फार चतुर होती. काली मितभाषी होता. सहसा, स्वत:चे विचार तो स्वत:शीच ठेवत असे. परंतु, त्याचं मन वाचण्याइतकं ती त्याला ओळखत होती. काहीही असलं तरी त्या विशिष्ट बाबतीत त्याच्या भावना किती तीव्र आहेत, हे तिला माहीत नसायला काय झालं होतं? प्रत्यक्षात, दुसऱ्या चेहऱ्याचं चुंबन घ्यायची तिचीच इच्छा होती. दुसऱ्या शरीराचा स्पर्श अनुभवायची, दुसऱ्यांचं 'ते' स्वत:च्या आत घ्यायची तिलाच उत्कट इच्छा झाली होती.

लग्नापूर्वी कालीसुद्धा त्या उत्सवात गेल्याचं माहिती असल्याचं त्याच्या आईने सांगितलं होतं. परंतु, तिने जर त्याला 'जाऊ नको' सांगितलं असतं तर तो तिच्या शब्दाबाहेर गेला नसता, गेला असता का? आजवर, त्याने आईचा प्रत्येक शब्द ऐकला होता. तिचा नवरा फार तरुणपणी गेला होता. तिने एकट्याने त्याचं संगोपन केलं होतं. कालीने तिला वचन दिलं होतं आणि म्हणूनच त्याने पुन्हा स्वत:ला संपवायचा प्रयत्न केला नव्हता. तो उत्सवात जाऊन आला आहे, हे आपल्याला माहीत असल्याचं त्याच्या आईने त्याला पूर्वीच का सांगितलं नव्हतं? इतकी वर्षं ती का थांबली होती? केवळ तो पुरुष असल्यामुळे? त्याला हवं ते करायची मुभा असल्यामुळे? समजा, तिला अविवाहित मुलगी असती आणि ती उत्सवात गेली असती तर तिला चाललं असतं का? त्याच्या आईने त्याला दुसरं लग्न करण्यासाठी सुचवलं होतं. तसाच सल्ला तिने पोन्नाला का दिला नव्हता?

मुथू त्याच्या बहिणीशी लग्न करायला आपल्याला परवानगी देणार नाही अशी भीती कालीला वाटत होती. मुथु आणि काली जिवलग मित्र होते. त्या दोघांनी बऱ्याच नको त्या गोष्टी एकत्र केल्या होत्या. त्यामुळे, पोन्नाशी लग्न करायला तो लायक नाही असा विचार मुथु करेल, याची कालीला काळजी होती. परंतु, मुथु म्हणाला होता, "त्यावर काही टीका-टिपणी करायचा अधिकार मला आहे असं मला वाटत नाही. सगळी मुलं अशीच तर वाढतात. कोणीच त्याचा गंभीरपणे विचार करत नाही. माझ्या बहिणीचं म्हणशील तर, जीभ जरा तिखट आहे तिची, पण चांगली आहे ती. कामसू आहे, मोठं कुटुंब सहज चालवेल. मी एवढंच म्हणेन की तिच्याशी लग्न केल्यानंतर मात्र तिच्याशीच एकनिष्ठ राहा. तसा तू राहशील हे मला माहीत आहे, पण तरीसुद्धा मी तुला हे सांगू इच्छितो." मुथुला दिलेलं वचन कालीने पाळलं होतं. एकदासुद्धा त्याने ते वचन मोडलं नव्हतं.

असंच एकदा कालीला घेऊन मुथु चांगली अराक प्यायला चिन्नपल्लम इथे गेला होता. ते दोघं प्यायला बसल्यावर तिथला एक माणूस म्हणाला होता,

''जवळच राहतात त्या. निरोप धाडला की झालं. येईलच कुणीतरी. अगदी तुम्हाला हव्वी तशी. मला सांगा. मी करतो तुमची सगळी सोय.''

मुथुला फार उत्सुकता होती. त्याने कालीला विचारलं होतं, ''काय म्हणतोस? इथली पोरात्ता पाहायची का चाखून?'' पूर्वी कधीतरी कालीशी केलेल्या संभाषणाचा धागा मुथुने उचलला होता. तेव्हा मुथु म्हणाला होता, ''घरचं अन्न खाऊन कंटाळा आला बुवा. जीभ अगदी बधिर झाली आहे. इकडच्या दुकानांमध्ये एक नवीन पदार्थ आला आहे असं ऐकलं आहे. पोरात्ता म्हणतात त्याला. खायचा का? त्यावर कालीने उत्तर दिलं होतं, ''काय? पोर्रा करी? कबुतराचं मांस?'' मुथु म्हणाला होता, ''नाही रे, पोरात्ता.'' तो नवीन पदार्थ दोघांनी कधीच खाल्ला नव्हता. नंतरच्या संभाषणात तो उल्लेख मात्र नेहमीच होत असे.

मुथुने जे काही सुचवलं होतं त्याला नकार देत काली म्हणाला होता, ''माझ्यासाठी पोन्ना पुरेशी आहे. मला कुठेही दुसरीकडे जायची गरज नाही.'' त्यानंतर तो सरळ घरी परतला होता. त्याच्यामागे धावताना मुथुला फार आनंद झाला होता. तो म्हणाला होता, ''मी खात्रीने सांगतो, की पोन्नाचं लग्न एका उत्तम माणसाशी झालं आहे.'' मुथु आपली परीक्षा तर पाहत नाही ना अशी शंका कालीला आली होती. पोन्नाशी लग्न झाल्यानंतर कुठल्याही स्त्रीदेहाने कालीला कधीच भुरळ घातली नाही. अगदी सत्य होतं ते. अशा वेळेस, उत्सवाच्या रात्रीपूर्वी तो कधी तिथे गेला असल्याचा उल्लेख त्याच्या आईने करायची काय गरज होती? पोन्नाशी तो किती एकनिष्ठ आहे हे तिला ठाऊक नव्हतं का? तो खात असलेलं अन्न पोन्ना शिजवते आहे हे त्याला ठाऊक नाही असं त्या दोघींना वाटत होतं. तिच्या हातचं काहीही खायची त्याची इच्छा नव्हती हे खरं होतं. एखादी व्यक्ती आवडत असली तरच तिच्या गोष्टी आवडू लागतात. तिने शिजवलेलं अन्न खायचं नाही, असा त्याने निश्चय केला होता. काही दिवस तो उपाशी राहिला. फक्त ताडी पीत राहिला. मग त्याची आई स्वयंपाक करून आणू लागली. त्याच्या लक्षात आलं की हळूहळू स्वयंपाकाची चव बदलते आहे. अगदी बाळ असल्यापासून तो आईच्या हातचं जेवत होता. चवीतला फरक त्याला समजणार नव्हता का? शिवाय, शेतातल्या त्या वांग्याच्या तुकड्याची मशागत पोन्ना अगदी काळजीपूर्वक करते आहे, हे त्याला दिसत होतं. गोठ्याच्या बाहेर जरी त्याने पाऊल टाकलं नसलं तरी ती वांग्याच्या तुकड्यात काम करते आहे, हे त्याला माहीत होतं. काही दिवसांतच, त्याला वांग्याचे वेगवेगळे पदार्थ खायला मिळू लागले. पोन्नाच्याच हातचा उत्तम स्वयंपाक होता तो.

नारळ घालून वांगी कशी शिजवायची हे पोन्नाला ठाऊक होतं. त्याच्या आईलासुद्धा जमत नसे तो पदार्थ इतका छान करणं. कोणालाच जमत नसे. एक

दिवस तिने सुक्या माशाबरोबर वांगी शिजवली. अतिशय उत्तम चव होती त्याची. पेजेबरोबर फार छान लागला तो प्रकार. चाटूनपुसून स्वच्छ केले त्याने ताट. गेल्या दोन वर्षांत पोन्नाने कालीला वांग्याची चटक लावली होती. त्या वांग्यामार्फत ती शांतीचा संदेश पाठवते आहे का असा विचार त्याच्या मनात आला. केवळ आईसाठी तो हे सगळं सहन करत होता. ती अतोनात परिश्रम करत होती. वय झालं होतं तिचं. दोन-चार कामंधामं करून उरलेला वेळ आराम करण्यात आणि गप्पा मारण्यात घालवण्याचे दिवस होते तिचे. तिचं आयुष्य अधिक खडतर करावं, अशी त्याची इच्छा नव्हती. अन्यथा, त्याने वांग्याच्या भाजीचं भरलेलं ताट भिरकावून द्यायला कमी केलं नसतं.

शेत आता कायमस्वरूपी वैराणच ठेवायचा विचार होता त्याचा. गुरंढोरं विकून टाकावीत आणि स्वत:ला गोठ्यात बंद करून घ्यावं, असं त्याला वाटत होतं. परंतु, त्याची आई त्याला तसं करू देत नव्हती. त्याची आई आणि बायको मिळून शेतात राबत होत्या. कोणे एके काळी, त्या दोघी म्हणजे साप आणि मुंगसाची जोडी होत्या.

काही काळापूर्वी पोन्नाच्या वागणुकीमुळे कालीचे मामा आणि त्यांच्या कुटुंबाने येणं थांबवलं होतं. त्यापायी, सीरायीला पोन्नाचा तिरस्कार वाटू लागला होता. तिने कालीकडे तक्रार करत म्हटलं होतं, ''माहेरहून गडगंज संपत्ती घेऊन आल्यासारखी वागते तुझी बायको. इतक्या कोंबड्या आहेत आपल्याकडे. माझे भाऊ आले आणि त्यातल्या थोड्या खाल्ल्या तर काय बिघडलं? अजून कोंबड्या वाढवेन ना मी.''

आताशा मात्र त्या दोघी बायका मनाने जवळ आल्या होत्या. गोठ्यातून त्याला सारं दिसत होतं. कधीकधी विहिरीबाजूच्या पलई झाडाच्या सावलीत त्या दोघी गप्पा मारत बसत. सीरायी सतत त्याच्या मागे लागली होती. ''मका पेर. तू जर मेंढ्या आणि गुरंढोरं विकलीस तर जगशील कशावर? नाचणीसुद्धा पेरली नाहीस तू, कम्बु पेरलं नाहीस. प्रत्येक गोष्ट विकत आणावी लागेल यंदा. तिने तर तिच्या कुटुंबाशी नातंगोतंच तोडून टाकलं आहे. त्यांच्याकडेसुद्धा काही मागायची सोय उरली नाही. आपण तिघं जगणार कसे? अद्याप तू काही पेरा का केला नाहीस, असं विचारतात गावात सगळे. काय उत्तर देऊ मी सगळ्यांना? तुझ्यात आणि पोन्नात काय बिनसलं आहे हे जाणून घ्यायचंय सगळ्यांना, तुझ्या सासरच्या मंडळींशी आपण नातं तोडलं आहे, हे बहुतेक सगळ्यांना समजलेलं आहे. प्रत्येक गोष्ट गावातल्या लोकांपर्यंत कशी पोहोचते कोण जाणे!''

अत्यंत वैतागून त्याने मका पेरला. जवळपास दोन महिन्यांनी त्याने शेतात पाऊल ठेवलं. नांगरणीच्या दोन फेऱ्या करून पांढरा मका पेरला. एव्हाना, मका वाढायला सुरुवात झाली होती.

बारा

काली आपल्याला भेटायला येईल, अशी आशा पोन्नाला प्रत्येक रात्री वाटत होती. दिवसभरात ती कधीतरी पलई वृक्षाच्या सावलीत दुपारची डुलकी काढत असे. दुपारी झोपली की तिला रात्री झोप लागत नसे. शेजारच्या पोरासाची मुलं बरेचदा सीरायीच्या जागेत खेळायला येत. खूप गोंगाट करत ती सगळी. उंच कमानीवर चढून उड्या मारायला त्यांना फार आवडे. संध्याकाळी सात वाजता करत्तूर कारखान्याचा भोंगा वाजला की गावात सगळीकडे चिडीचूप होई. सगळे झोपायला जात. शेतात अंग मोडून काम करण्याचे दिवस होते ते. दिवसभर लोकांच्या हातातले काम संपत नसे. तण काढायचं, गवत कापायचं, शेळ्या-मेंढ्यांना आणि गुरा-ढोरांना चरायला कुरणात न्यायचं, कामं संपतच नसत. एव्हाना, कालीच्या शेतातसुद्धा मका पेरला गेला होता. रोजच्या जेवणासाठी सकाळी लवकर उठून कम्बु कांडावं लागे पोन्नाला. नाहीतर, नाचणी दळून त्याची कांजी करावी लागे. या दिवसात हिरवी नक्किरी भरपूर मिळत असल्यामुळे तीसुद्धा शिजवली जाई.

रात्रीच्या पहिल्या प्रहरात गाव अगदी चिडिचूप होई. रस्त्यालगतच्या झाडांवर कावळे आश्रय घेत. नवऱ्याला आणि मुलांना हाका मारणाऱ्या बायकांचा आवाज कालीला ऐकू येई. लोक आपापल्या कुत्र्यांना बोलवून वाडग्यात जेवायला घालत. त्यानंतर, लहान बाळांच्या कुरकुरण्याचा आवाज कमी होई. सरतेशेवटी, कुत्र्यांचं भुंकणंसुद्धा थांबे. त्यानंतर, केवळ रातकिड्यांची किर्रकिर्र तेवढी ऐकू येई. अल्पावधीतच, तीसुद्धा थांबे. नीरव शांतता झाली, की गावाबाहेर असणाऱ्या जंगली पालविरा वृक्षांवरून भुकेल्या घुबडांचा घुत्कार सुरू होई. थोड्या वेळाने ते आवाजसुद्धा बंद होत. पोन्नाच्या मनाला मात्र रात्री जराही शांतता लाभत नसे. प्रत्येक आवाजाचा ती बारकाईने कानोसा घेई. परिचित पावलांचा आवाज ऐकायला तिचे कान आतुरलेले असत. तिचं मन आणि कान एकत्र कार्यरत होत. अगदी हलकासा आवाज ऐकायला दक्ष होत. तिचं शरीर जरी थकलेलं असलं तरी डोळे टक्क उघडे असत.

स्वत:च्या त्या विचित्र अवस्थेबद्दल ती स्वत:ला सतत दूषणं देत होती. 'त्याने

रांड म्हटलं तुला, पण तू पडलीयेस इथे त्याच्यासाठी तळमळत. स्वाभिमान किंवा लाज नावाची गोष्ट आहे का तुझ्यात?' कधीकधी हे सारं ती मोठ्यांदा म्हणत असे. तिचं घर म्हणजे एक मोठी खोली आणि उतरत्या छपराचा व्हरांडा असं होतं. बाहेरच्या बाजूला थोडा उंच ओटा आणि अंगण होतं. त्या भल्यामोठ्या खोलीतच एका बाजूला स्वयंपाकाची भांडी, भात शिजवायचं पातेलं आणि पोन्नाची बाज होती. ही पोन्नाची जागा होती. भिंतीच्या उजव्या बाजूला व्हरांड्याच्या भागात सीरायी होती. पूर्वी त्या दोघींचं पटेनासं झालं होतं तेव्हाच कालीने अशी सोय करून दिली होती. ही अशी नवीन परिस्थिती उद्भवल्यावर सीरायीने तिची बाज मोठ्या खोलीत हलवली होती. रात्रीच्या वेळेस ती पोन्नाला सोबत करू लागली होती. परंतु, तिला काही तिथे झोप लागत नसे. व्हरांड्यातल्या तिच्या जागेची तिला सवय झाली होती. पूर्वी, सीरायीला अगदी कुठेही पाठ टेकली की झोप लागत असे; परंतु आजकाल तर तिला शेतातसुद्धा झोप येत नसे. ज्या जागेची तिला सवय होती तिथेच तिचा डोळा लागत असे. पोन्नाचं म्हणाल तर, पहाटे पहाटे कुठे तिचा जरा डोळा लागत असे. झोप फार कमी झाली होती तिची.

पोन्ना म्हणाली होती, ''अत्थई, कशाला इतका त्रास करून घेतेस? माझ्यावर नजर कशाला ठेवतेस? तुझ्या मुलासारखी मूर्ख नाही मी. मला नेहमी वाटतं की ही विशिष्ट व्यक्ती म्हणून जन्माला आले मी. हे आयुष्य मला जगावं लागणार आहे. मी स्वत:चं काही बरंवाईट करून घेणार नाही. काळजी करू नकोस. तू व्हरांड्यात जाऊन तुझ्या नेहमीच्या जागी शांतपणे झोप बघू.''

हे ऐकल्यावर सीरायीला सुटका झाल्यासारखं वाटलं. ती आपल्या नेहमीच्या जागी झोपायला गेली. कधीकधी रात्री तिला पोन्नाची बडबड ऐकू येई. पोन्ना स्वत:लाच खडसावत असे. अशा वेळेस, सीरायी बाहेरून आवाज देई, ''पोन्ना, काय झालं गं?'' पोन्ना आतून उत्तर देई, ''काही नाही. उंदराची खुडबुड ऐकली.'' घर कितीही चांगलं राखलं तरीही उंदीर कुठूनतरी येतच असत. इकडे-तिकडे लुडबुड करायची, तुरुतुरु पळायचं आणि आवाज करायचा. कधीकधी, त्यांच्या त्या पळापळीत छपरावरची लहानसहान कौलं सरकून फुटायचीसुद्धा. पोन्नाचं मनसुद्धा असंच कुरकुरत असल्यागत तिला वाटलं.

तो येईल अशी अपेक्षा तरी पोन्ना कशी करत होती? कुंटणखान्यात पाऊल कसा ठेवेल तो? तिला 'रांड' म्हटल्यावर तिच्या नजरेला नजर कशी देईल तो? तरीसुद्धा, ती त्याच्यासाठी तळमळत होती. इतकं सगळं होऊनही त्याचीच आस असणाऱ्या मनाला म्हणावं तरी काय हे तिला समजत नव्हतं. कदाचित, तो येईल आणि तिला 'रांड' म्हटल्याबद्दल तिची क्षमा मागेल, अशी आशा तिला वाटत असावी. दारावर त्याने टकटक केली तर कशी ऐकू येईल हेसुद्धा तिला माहीत

होतं. रात्रीच्या पहिल्या प्रहरात, लोक नुकतेच झोपेच्या अधीन झाल्यावर, तो मांजराच्या पावलाने आला असता. मग त्याने दारावर हलकेच टकटक केली असती. उंदराने जर नारळाचा तुकडा खाल्ला तर जसा आवाज होईल तसाच काहीसा आवाज झाला असता. पण, काली जर मध्यरात्री आला असता तर बोटाच्या एका पेराने त्याने दारावर दोनदा टकटक केली असती. पहाटे जर तो आला असता त्याने संपूर्ण पंजानेच दार वाजवलं असतं.

अशा वेगवेगळ्या पद्धतीने तिने त्याच्या रात्रीच्या आवाजाशी जोडून घेतलं होतं. अद्यापही ती त्याची वाट पाहत होती. तो जर मुख्य रस्त्यावरून चालत आला तर गावातली कुत्री भुंकतील हे तिला माहीत होतं. तेवढ्यासाठी, तो वळसा घालून येत असे. त्यामुळे त्याला दोन-तीन शेतं ओलांडावी लागत. शेतातल्या कुत्र्यांना चाहूल लागू न देता मागच्या अंगणातल्या फाटकातून तो हळूच आत शिरे. अशा रात्री ती त्याला म्हणे, ‘‘अरे, शेतात धोकादायक जनावरं असतात रात्रीची. आता जाऊ नकोस बरं. काहीतरी खा आणि इथेच राहा रात्री.’’ त्यावर तो म्हणे, ‘‘मला हे असंच आवडतं. तुझा विचार मनात आला की मी निघून येतो. फार आनंद होतो त्याने मला.’’ त्यावर ती रागाने उत्तर देई, ‘‘म्हणजे? इतर वेळेस माझा विचार मनात येत नाही असं म्हणायचं आहे की काय?’’ तो हसून उत्तर देई, ‘‘अगं, तुझा विचार तर सारा वेळ असतो माझ्या मनात. पण ही जी गरज आहे ना ती अधून-मधून जाणवते.’’ गेल्या दोन महिन्यांत त्याला तिची गरजच वाटली नव्हती असा अर्थ होता का? तो तिला विसरला होता का? तो पुन्हा कधीच तिच्याकडे परतला नाही तर? तो पुन्हा कधीही तिचं नाव घेणार नव्हता का? तिचं त्याच्याबरोबरचं आयुष्य संपलं होतं का? वेगवेगळ्या चिंता तिला रात्रभर जागवत होत्या. त्यातच तिचा त्या रात्री डोळा लागला होता.

तो रात्री नक्की आला होता, मध्यरात्र उलटून गेल्यावर. तिला डुलकी लागली होती तरीही त्याच्या पावलांचा आवाज तिला ऐकू आला होता. घाईघाईने उठून तिने अगदी काळजीपूर्वक ऐकलं होतं. नक्कीच - त्याचीच पावलं होती ती. एकसारखा जोर देत दोन्ही पावलं जमिनीवर टेकवली जात होती. आवाज हळूहळू मोठा झाला. तो समोरच्या पायऱ्या चढत होता. मग तो ओट्यापाशी थांबला. त्यानंतर आवाज बंद झाला.

तो अगदी बाहेरच येऊन उभा होता. त्याच्या बोटांचा आवाज तिला दारावर स्पष्टपणे ऐकू आला होता. ती धडपडून बाजेवरून उठली. सहसा, निजण्यापूर्वी ती कंदील मालवत असे. एक खिडकी तेवढी उघडी ठेवे. काडेपेटी मात्र कंदिलाच्या बाजूलाच होती. तिने पट्कन कंदील पेटवला. तिला पुन्हा दारावर टकटक ऐकू

आली. नक्कीच! तोच होता. मोठा लाकडी कोंडका घातलेलं ते मोठं दार होतं. एका हाताने दार दाबून ठेवून तिला तो कोंडका हळूहळू काढावा लागत असे. नाहीतर, मोठा आवाज होऊन सगळ्यांना जाग येईल. तिला दार उघडणं सोपं जावं म्हणून तो पलीकडच्या बाजूने दार ओढून धरे, त्यानंतर ती कोंडका काढे; तसा तिने तो काढला.

बाहेर गडद काळोख होता. तो कंदिलाच्या प्रकाशात पुढे झाला. मान खाली घालून ती उभी होती. त्याच्याकडे बघायची इच्छा नाही हे दर्शवत होती. काहीही न बोलता त्याने मुकाट्याने दार बंद केलं. तो तिच्या अगदी नजीक आला आणि तिला घट्ट मिठीत घेतलं. तिने स्वतःला सोडवण्याचा प्रयत्न केला. त्याच्या मिठीतून दूर व्हायचा प्रयत्न केला. तिला घट्ट धरत तो म्हणाला, "ये जवळ." तिने त्याला प्रतिकार करणं थांबवलं. हळुवारपणे त्याने तिची हनुवटी वर उचलली. कंदिलाच्या उजेडात तिच्या डोळ्यांतले अश्रू चमकले. तो म्हणाला, "माझ्यावर रागावलीस का? चुकलं माझं. माझ्या तोंडातून काय शब्द बाहेर पडले हे मला कळलंच नाही. पण तू मात्र हे अचूक ओळखलंस. मी तुला पुन्हा कधीही तशी हाक मारणार नाही."

ती रडत म्हणाली, "मागे एकदा तू असंच म्हणाला होतास. त्याचं काय?"

"त्यासाठी तू मला स्वतःच्या हातांनी मार," असं म्हणत त्याने तिचा हात हातात धरून स्वतःच्या थोबाडीत मारून घेतली. तिचा जीव कळवळला. तिने हात पट्कन मागे घेण्याचा प्रयत्न केला. परंतु तिला तसंच घट्ट पकडून त्याने तिच्या हाताने स्वतःच्या तोंडावर फटकारे मारायला सुरुवात केली. तो म्हणाला, "तुझा संताप ओसरेपर्यंत मला मारत राहा. या तोंडाने तो शब्द वापरल्याबद्दल मारत राहा." त्याचे ओठ लाल झाले. भीतीने, तिने हात बाजूला घेतला. मग, त्याच्या ओठांना सुखावण्यासाठी तिने स्वतःचे ओठ त्याच्या ओठांवर टेकवले. त्या एका स्पर्शात तिची सगळी तळमळ आणि यातना व्यक्त झाल्या. तिच्यासह तो बाजेजवळ आला.

नारळाच्या काथ्यांनी विणलेली मोठी बाज होती ती. त्यांचं लग्न ठरल्यावर अंजूरच्या बाजारातल्या सुताराकडून त्याने त्याला हव्या त्या मापाची बाज तयार करून घेतली होती. बाजेचे चारही पाय कडुलिंबाच्या लाकडाचे होते. दोन माणसांना आरामात झोपण्याइतकी रुंद होती ती. खरं सांगायचं तर, ती बाज तयार केल्यावर गावात घेऊन यायची कालीला फार लाज वाटली होती. लोक त्याला चिडवतील अशी भीती त्याला वाटली होती. म्हणून, सुताराकडून तो ती बाज रात्री आपल्या शेतात घेऊन आला होता. दुसऱ्या एका रात्री त्याने ती गावातल्या घरात आणून टाकली होती. सीरायीने सुद्धा त्याला चिडवलं होतं, "एवढी मोठी बाज काय

करायची रे?'' परंतु, पोन्नाला ती बाज फार आवडत असे. त्या बाजेसाठी त्याने खास कोरफडीचा काथ्या आणला होता. जेणेकरून तिच्या नाजूक देहाला त्रास झाला नसता. ती दोघं बाजेवर आडवी झाली. तिने त्याच्याकडे वळून पाहिलं. त्याच्या डोळ्यांत अश्रू होते. ताबडतोब तिने ते टिपले आणि म्हटलं, ''मामा, रडू नकोस रे.''

तो दुःखाने म्हणाला, ''फार छळ केला गं मी तुझा, नाही का?''

हुंदके देत ती म्हणाली, ''तुला हवं ते म्हण तू मला. तुला हक्कच आहे तसा. पण कृपा करून, मला सोडून जाऊ नकोस. मी नाही सहन करू शकत ते.''

तिचा गालगुच्चा घेत तो म्हणाला, ''लाडके, एका दिवसासाठीसुद्धा मी तुला कधीच सोडून जाणार नाही. आणि, मी तुझ्यावर कुठलाही दोष ठेवणार नाही.''

त्यानंतर ती त्याच्या अंगाखाली अडकली. तिच्या चेहऱ्याशी त्याने स्वतःचा चेहरा आणला. आता, तिने त्याला पूर्ण आत घेतलं. त्याला कुठलीही घाई नव्हती. हळूहळू, तो तिच्या शरीराच्या प्रत्येक पेशीत शिरला. त्याने तिच्यात प्रवेश केल्याचं तिला जाणवलं.

तेरा

दुसऱ्या दिवशी सकाळी पोन्ना अगदी गाढ झोपली होती. दिवस उजाडल्याचंसुद्धा तिला समजलं नव्हतं.

सीरायी मात्र लवकर उठून शेतात गेली. ती शेतात आली की, कालीला शेतात काम करावं लागे. नाहीतर छताकडे पाहत तो बाजेवर निव्वळ पडून राही. म्हणूनच, अंधार असतानाच घरातून उठून शेतात यायला तिने सुरुवात केली होती. तिने पोन्नाला उठवलं नव्हतं. थोडा वेळ शेतात घालवून परत घरी जावं आणि कालीसाठी डबा घेऊन यावा, असा तिचा बेत होता. तोवर पोन्नाने उठून स्वयंपाक करून ठेवला असता. शेजारच्या पोरासाला बरीच मुलं होती. तिला पोन्नाची असूया वाटत असे. एकदा तर ती मोठ्यांदा म्हणाली सुद्धा होती की, "पोन्नाचं आयुष्य अगदी हेवा वाटण्यासारखं आहे. तसं पाहिलं तर, पोन्नाला काम तरी कुठं होतं? स्वयंपाक करायचा, गिळायचा, आणि थोडावेळ शेतात जाऊन बसायचं." पोरासाच्या मनात येई, 'काय सुदैवी आहे ही!'

तिने तिला वाटणारा मत्सर सीरायीला बोलून दाखवला होता. त्या दिवशी सकाळी सीरायी तिच्या घराजवळून जात होती. पोरासा म्हणाली होती, "दिवस उजाडला तरी झोपण्याइतके नशीबवान कुठे आहोत आपण सगळे? पोरासोरांना जन्म दिला आहे. करता काय! धावा, पळा त्यांच्यामागे सारखं. काही लोक मात्र अजून झोपलेले आहेत." असं म्हणून तिने पोन्नाच्या घराकडे बोट दाखवलं. सीरायी हसली पण बोलली काहीच नाही. ती तशीच पुढे चालत आली. पोन्नाच्या तिखट जिभेची तिला फार भीती होती. सीरायीने जर पोरासाला काही उत्तर दिलं असतं तर आज ना उद्या ते पोन्नापर्यंत पोहोचलं असतं याची तिला खात्री होती. पोरासाला मात्र वाटत होतं, की पोन्नाने घरातून बाहेर पाऊल ठेवावं म्हणजे आजचा दिवस पोन्नासाठी उजाडल्याचा जळजळीत टोमणा तिला मारता आला असता. परंतु, पोन्नाने तिला त्याचं समाधान दिलं नाही. त्यामुळे, इच्छा अपुरी ठेवूनच पोरासाला शेताकडे वळावं लागलं.

सीरायी घरी आली तेव्हा दिवस डोक्यावर आला होता. आदल्या रात्रीच पोन्नाने हिरवी नक्किरी घालून कांजी केली होती. उरलेली कांजी दह्याबरोबर पोन्ना आपल्याला वाढेल का की काही ताजा स्वयंपाक वाढेल, असा विचार सीरायीच्या मनात आला. परंतु, पोन्नाचं दार अजूनही बंद होतं. सीरायीची घालमेल झाली. पोन्नाने स्वत:चं काही बरंवाईट तर करून घेतलं नसेल ना, असा विचार तिच्या मनात आला. शेजारीपाजारी कोणीही दिसत नव्हतं. सगळेजण एव्हाना शेतात कामासाठी रवाना झाले होते. धास्तावलेल्या मनाने, पोन्नाचं दार ठोठावत सीरायीने तिला हाका मारण्याचा सपाटा लावला, ''पोन्ना! पोन्ना!''

स्वप्नात कोणीतरी हाका मारत असल्याचं पोन्नाला वाटलं. 'आज इतक्या दिवसांनी काली माझ्याकडे आला आहे. ही म्हातारी कशाला त्रास देते आहे आम्हाला? कालीला उठवून ठेवेल झालं.' पोन्नाला अगदी संताप आला. पलंगाच्या दुसऱ्या बाजूकडे वळत तिने कालीला हाक मारली, ''मामा,'' पण तो तिथे नव्हताच. गेला तरी कधी तो? तो गेल्यावर दाराला कडी घातल्याचं काही तिला आठवत नव्हतं. दाराला जर आतून कडी नसती तर एव्हाना सीरायी आत आली असती. दार का ठोठावत बसली असती? पोन्नाच्या मनात विचारांची गर्दी झाली तरी तिचे डोळे काही उघडले नाहीत. उत्तरादाखल तिने नुसतंच 'हं' असं म्हटलं.

तेवढं ऐकूनही सीरायीला सुटका झाल्यासारखं वाटलं. मग तिने जोरात हाक मारली, ''पोन्ना!''

त्यासरशी पोन्ना ताड्कन उठून बसली. डोळे चोळत तिने ते किलकिले केले. आधी तर तिला वाटलं की अजूनही अंधारलेलंच आहे. मग तिने डोळे अजून थोडे उघडले तेव्हा छताच्या कौलांमधल्या भेगांमधून येणारी सूर्याची किरणं तिला दिसली. सीरायी अजूनही दार ठोठावत होती. पोन्नाने उत्तर दिले, ''अत्थई, आले, आले.'' सीरायीने दार ठोठावणं थांबलं. पोन्ना कधी दार उघडते याची वाट पाहत ती उभी राहिली. बाजेवरून उठताना पोन्नाने तोल जाऊ नये म्हणून बाज पकडली. आदल्या रात्री कालीने तिची सगळी ऊर्जा शोषून घेतली होती की काय? तिची साडी जराही इकडची तिकडे झाली नव्हती, परंतु रात्री साडी परत नेसल्याचं काही तिला आठवत नव्हतं. खरोखरच काली आला होता का? तिला गरगरत होतं. एक पाऊल जरी उचललं तरी आपण पडू असं तिला वाटलं. ती बाजेला धरून तशीच उभी राहिली. एक हात लांबवत तिने भिंतीचा आधार घेतला. त्या आधारानेच ती चालू लागली. सगळं घर उन्हात न्हायल्याचं तिला दिसत होतं. घरातून बाहेर पडल्यावर आतून दार लावणं कालीला कसं जमलं असेल? आतला कोंडका हलवल्यासारखा दिसत नव्हता. मोठ्या प्रयत्नांनी तिने तो बाजूला सारला.

तिने दार उघडताच बाहेरचं ऊन रपकन आत शिरलं. त्या उन्हाने ती कासावीस

झाली. स्वत:ला सावरून धरण्यासाठी तिने दार धरून ठेवलं. घाईने आत शिरत सीरायी म्हणाली, "पोन्ना, काय झालं?" पोन्ना पडू नये म्हणून तिने आधार दिला पण नेमकं काय होत आहे हे पोन्नाला सांगता येत नव्हतं. जाऊन पुन्हा बाजेवर पडून राहावं एवढंच तिच्या मनात होतं. सीरायीच्या मदतीने तशीच चालत ती बाजेपर्यंत गेली आणि त्यावर तिने अंग टाकलं. पोन्नाला ताप तर नाही ना हे पाहण्यासाठी सीरायीने तिच्या कपाळावर हात ठेवला पण तापबीप काही नव्हता.

पोन्नाने मलूल स्वरात विचारलं, "तुझा मुलगा कुठे आहे?"

सीरायीने उत्तर दिलं, "कुठे असणार आहे. आहे त्याच्या त्या शेतात. त्या ढोरांमधला एक झाला आहे तो."

पोन्नाने बिचकत विचारलं, "म्हणजे? इथे नव्हता आला का तो?"

सीरायीने उत्तर दिलं, "कशाला येईल इथे? जरा थांब. तुझ्यासाठी थोडं पाणी तापवते. तुझी तब्येत बरी नाही असं दिसतंय."

मग सीरायीने जाऊन चूल पेटवली. आडवं पडून डोळे मिटून घेतल्यावर पोन्नाला जरा बरं वाटू लागलं. आदल्या रात्री काली तिच्यासाठी आला होता हे अगदी नक्की. नाही तर, तिचं अंग असं का दुखावं? तिला इतका अतोनात थकवा का जाणवावा? गेले दोन महिने तिच्यासाठी दाबून ठेवलेली इच्छा त्याने रात्री मोकळी केली होती. तो रात्री तिच्याबरोबर होता. नाही तर, तिच्या शरीराला हे असं काय होत होतं? काली त्याची उत्कटता वेगवेगळ्या पद्धतीने व्यक्त करत असे. त्याने एकदा समजावलं होतं, 'कधीकधी आमाराम झाडाची ताडी असते ती. थेट डोक्यात जाते. कधीकधी पोम्माराम झाडाची ताडी असते. गोड असते ती. हळूहळू चढते. कधीकधी कोवळ्या स्पाथ फुलाची ताडी असली तर अजिबातच चढत नाही ती. परंतु, जून स्पाथची ताडी असली तर एक प्यालाभर पुरते.' कधीकधी, तो जेव्हा आमाराम झाडाच्या ताडीसारखा असे तेव्हा त्याची इच्छा इतकी उत्कट होई की त्याचा स्वत:वर ताबा उरत नसे. तो एका शरीराशी खेळतो आहे, त्या शरीरात हाडं आणि मांस आहे याचासुद्धा त्याला विसर पडे. त्याच्या कमरेला बांधलेल्या वेष्टीच्या घडीसारखं तो तिच्या शरीराला वागवे. तिला दुमडे, गुंडाळे, सरळ करे, तिने कितीही विरोध केला तरी तो ऐकत नसे. त्याच्या रासवट आणि धट्ट्याकट्ट्या हातांना प्रतिकार करणं मोठं कठीण होई.

पाणी गरम झाल्यावर सीरायीने पोन्नाला पुन्हा उठवलं. सीरायीच्या आधाराने पोन्ना बाहेर चालत आली. उकिडवं बसत तिने गरम पाण्याने तोंड धुतलं. तिची जीभ चांगलीच कडवट झाली होती. घशात जणू बराच कफ साठला असावा. गुळणी करायला तिने जेव्हा तोंडात पाणी घेतलं तेव्हा तिला जोरदार ढेकर आला. अचानक ढेकर आल्याचं तिला इतकं आश्चर्य वाटलं की ती स्वत:वर ताबा ठेवू शकली नाही.

ती झटक्यात पुढे झाली. तिने तोंडात जमलेलं पाणी थुंकून टाकलं ते बरंच दूर पडलं. त्यानंतर, तिचे ढेकर थांबेनात. तिचं पोट अगदी रिकामं होतं पण सतत काहीतरी बाहेर टाकण्याची ऊर्मी दबत नव्हती. त्या सगळ्याचा जोर इतका जास्ती होता की, तिची आतडी उलटून बाहेर पडतील असं तिला वाटू लागलं. तिचं डोकं दोन्ही हातात गच्च धरत सीरायी म्हणाली, ''पोन्ना! आता तर माझी खात्रीच पटली!'' तिला हसू आलं. पोन्नाला कशाचाही अर्थ लागला नाही. ती थकली होती, त्रासली होती, तिने सीरायीकडे वळून पाहिलं. सीरायी म्हणाली, ''आपल्या प्रार्थनांना उत्तर मिळालं बघ. ईश्वर तुझ्या उदरात आला आहे.'' सीरायीचा आनंद गगनात मावत नव्हता. ती घाईने घरात धावली. चुलीतली राख घेऊन ती बाहेर आली. तो पवित्र अंगारा असल्यागत तिने पोन्नाच्या कपाळावर टेकवला.

पोन्नाला आश्चर्य वाटलं आणि धक्काही बसला. सीरायी बोलत राहिली, ''तुझी पाळी येऊन दोन महिने होऊन गेले. तसं म्हणशील तर हा तिसरा महिना आहे. आठवतं का? माझं लक्ष होतंच. शेतात किंवा इथे कुठेही तू तुझे पाळीचे कपडे धुवून वाळत टाकलेले पाहिले नाहीत मी. माझ्या नजरेआड कुठे दुसरीकडे वाळवत होतीस की काय असं वाटलं होतं मला. पण एकूणच तुमच्या दोघांचा रागरंग पाहून काही विचारायची भीती वाटली मला. हे अपेक्षित होतंच गं मला!'' पोन्नाने रडायला सुरुवात केली. तिला हे हवं तरी होतं का हे तिलाच माहीत नव्हतं. सीरायीने विचारलं, ''कशाला रडतेस? आता सगळं ठीक होईल बघ. त्या कुत्र्याचा विचार करून मुळीच रडू नकोस. अगं, लहान मुल पाहिलं ना की अगदी पाषाणहृदयी माणसाचं मनसुद्धा विरघळतं. एकदा तुला बाळ होऊ दे. त्याचा सगळा राग दूर पळतो की नाही पाहा. सगळ्या चिंता, सगळं दुःख नाहीसं होईल.'' आपलं म्हणणं बाहेर कोणाच्या कानावर तर पडत नाही ना याचा कानोसा सीरायीने घेतला. पण बाहेर कुणीच नव्हतं. कैक दिवसांपूर्वी मसाल्याच्या डब्यात ठेवलेला आल्याचा वाळलेला तुकडा तिने शोधून काढला. अवघ्या काही मिनिटांत त्याचा काढा करून तिने पोन्नाला प्यायला दिला.

या नवीन घडामोडीने सीरायी फार उत्तेजित झाली. ती पोन्नाला म्हणाली, ''हे बघ, पहिले काही दिवस जरा या ढेकरांचा आणि मळमळण्याचा त्रास होईल. थोडा धीर धर बाई.'' अतिशय मायेने तिने पोन्नाचं डोकं कुरवाळलं.

आल्याचा गरम काढा प्यायल्यावर पोन्नाला जरा बरं वाटलं. तिला बोलायला बळ मिळालं, ''देवाने नाही दिलं मला हे. माझ्या नवऱ्याने दिलं आहे. काल रात्री तो माझ्याबरोबर होता. किती गप्पा केल्या त्याने माझ्याशी. त्यानेच दिलं आहे मला हे.'' तिच्या डोळ्यांतला आनंद लपत नव्हता.

सीरायी म्हणाली, ''हो गं बाई, तुझ्या नवऱ्यानेच दिलंय बरं, तो तर औदार्याचा

पुतळा आहे नुसता. उडतच आला होता तो तुला हे देण्यासाठी. मी काही त्याच्याविरुद्ध बोलायची नाही हो. फार सोसलं आहे आपण. आता आलंय ना आपल्याकडे. आनंद मान. रडू नकोस. सुरुवातीला तुझा मामा जरा विचित्र वागेल, पण त्यापायी तू त्रास करून घेऊ नकोस. तुझ्या पोटात वाढणाऱ्या बाळासाठी ते चांगलं नाही बरं. आलं का लक्षात?'' असं म्हणत तिने पोन्नाचे अश्रू पुसले. यापूर्वी ती पोन्नाशी कधीही इतक्या प्रेमाने बोलली नव्हती. सीरायीचे शब्द खरे ठरतील का असं पोन्नाच्या मनात आलं. ते तसे खरे ठरावेत असंही तिला वाटलं. सारंकाही चांगलं होईल, असा विचार करत तिने हळुवारपणे पोटावर हात ठेवला.

चौदा

त्या दिवशी सीरायी डोकं नसलेल्या कोंबडीगत खुळावली होती. आधी कशाकडे लक्ष द्यावं, कुठलं काम नंतर करावं, हेही तिला कळेना. मग तिने ठरवलं की पोन्नाकडे लक्ष देणं सगळ्यात महत्त्वाचं आहे. घाईने तिने थोडे तांदूळ धुवून ठेवले. वरणभात करायचा विचार तिच्या मनात आला. पोन्नाला फार आवडत असे तो. परंतु, फोडणीत मोहरी तडतडता कामा नये, असं तिला वाटलं; कारण त्या वासाने पोन्नाला अजून मळमळू शकलं असतं. तिने ठरवलं की थोडेसे मसाले एकत्र करून रस्सम तयार करावं. तिने डाळ भिजत घातली आणि मग ती शेताकडे निघाली. तिने कालीसाठी डब्यात घट्ट पेजेचे दोन गोळे भरून घेतले होते.

कालीला भूक लागल्यासारखी दिसत होती. वाटेकडे पाहत तो येरझाऱ्या घालत होता. तो खरोखरच आदल्या रात्री पोन्नाला भेटायला आला होता का? सीरायीला खात्रीने सांगता येईना. ती इतकी गाढ झोपली होती, की तिला कशाचाच आवाज आला नव्हता. आणलेला डबा त्याच्या हातात देऊन ती थोडा वेळ थांबली. त्याने ते गोळे सरबरीत केले आणि डबा तोंडाला लावत घटाघट संपवलं.

पेजेत दही कालवताना त्याला पोन्नाची आठवण आली. पोन्नानेच हा स्वयंपाक केला होता, हे त्याच्या लक्षात आलं. डबा उचलून त्याने तो अक्षरश: घशात उपडा केला. सहसा, पाण्यात भिजवलेलं शिळं अन्न खाताना बरोबर थोडा कच्चा कांदा किंवा हिरव्या मिरच्या लोकांना आवडत. भरपूर लिंबे पिकली की सीरायी लिंबाचं लोणचं घालत असे. लोणच्याची एखादी फोड जरी असली तरी न्याहारीला मजा येई. परंतु, कालीला या कशाचीही आवश्यकता नसे. त्याला दही तेवढं लागत असे. मग ती पेज असो नाहीतर शिजवलेलं कम्बु! तो त्यावर दह्याची कवडी हमखास घालायचा. अर्धा वाडगा दही तर त्याला नेहमीच लागायचं. त्यानंतर, तो जेवण कालवून पातळ करायचा. दही अगदी नीट कालवलेलं लागायचं त्याला. ते झालं की वाडगा उचलून तोंडाला लावत तो घटाघट संपवायचा.

पोन्ना नेहमी म्हणायची, ‘‘मीठही न घालता का बरं पितोस तू हे सगळं

कोण जाणे!''

तो उत्तर द्यायचा, ''मी जर यात मीठ घातलं ना तर या अन्नाची खरी चव मला कळणारच नाही. हे बघ, प्रत्येक धान्याला त्याची चव असते. दह्याचीसुद्धा वेगळी चव असते. हे सगळे पदार्थ एकत्र कालवले, की एक वेगळीच चव तयार होते. ती चव अनुभवावी लागते. ती जोपासावी लागते. त्या चवीची सवय होते. तसं झालं तर मिठाची गरजच उरत नाही. बाजूला लोणच्याची फोडसुद्धा लागत नाही.''

ती त्याला चिडवत असे, ''ते सगळं तू कसं घटाघटा पितोस ते पाहिलंय मी. दारू प्यायची जी सवय आहे ना तुला, तीच कामाला येते.''

त्यावर तो म्हणायचा, ''हे बघ, हे समोरचं अन्न म्हणजे देवाने पाठवलेलं अमृत आहे. अमृत पिताना कोणी लहान लहान घोट घेऊन पितं का? अमृताची चव टाळता येईल असं वाटतं का तुला?''

''अहाहा! जसं काही तू देवांचं अमृत चाखलंच आहेस,'' असं म्हणत ती त्याला चिडवायची.

''मग काय तर! चाखलंच आहे मी! दोन ठिकाणी मिळू शकतं मला ते अमृत.'' तो उत्तर द्यायचा.

''तुझं म्हणणं ताडाची ताडी आणि नारळाची ताडी किंवा ताडी आणि अराक?''

''ह्यॅ! काहीतरीच काय! तुला ना काहीही समजत नाही. मी सांगू का तुला अमृत कुठे मिळतं? तुझ्या ओठात आणि तुझ्या बोंडात. अगं वेडे, ते अमृत अगदी तुझ्यातच आहे, पण तुला ते ठाऊक आहे असं वाटत नाही मला!'' असं म्हणून त्याने डोळा मारला होता.

सुस्कारा सोडत तिनं उत्तर दिलं होतं, ''काय करणार! माझ्या छातीला लुचून त्या अमृताची चव घेणारं मूल जन्माला यावं म्हणून कधीची वाट पाहते आहे. पण, मला नाही वाटत की बाळ होण्याइतकी मी सुदैवी आहे. त्यातून, तू जर ते सारं पिऊन घेतलंस तर तुझ्या स्वत:च्या लाळेशिवाय दुसरं काही उरणार नाही.''

तिच्याबद्दल विचार करायचा नाही असा त्याने कितीही कठोर निश्चय केला तरी येता-जाता ती त्याच्या मनात डोकावत होती. प्रत्येक गोष्टीत ती होती. त्याने खोल श्वास घेतला. उरलेलं अन्न संपवत त्याने तोंड पुसलं.

सीरायी त्याच्याजवळ गेली. एखादं गुपित सांगत असल्यासारखी ती त्याच्या कानात कुजबुजली, ''इतक्या वर्षांचे आपले कष्ट आता संपणार रे बाबा. आता, तू तुझं मन अगदी स्वच्छ कर. आजच आम्हाला समजलं आहे. पोन्नाला दिवस गेले आहेत.'' ती जेव्हा बोलू लागली तेव्हा काली तिच्याकडे पाहत होता. पण मग त्याने मान खाली झुकवली. ती पुढे म्हणाली, ''ते बाळ ईश्वराने दिलं आहे असं

मी तिला म्हटलं तर ती रडू लागली. म्हणू लागली, ''माझा मामा काल रात्री मला भेटायला येऊन गेला. हे बाळ मला माझ्या नवऱ्यानेच दिलं आहे.'' कदाचित, रात्री तू तिच्या स्वप्नात आला असावास. काल रात्रीपूर्वी ती कधीच गाढ झोपली नाही. एखाद्या उंदरासारखी तिची खुडबुड-खुडबुड सुरू राही. कदाचित, तिला तुझं स्वप्न पडलं असावं, काल रात्री तू तिच्या बरोबरच होतास असंच ती सारखं म्हणते आहे. आला होतास का तू?''

उत्तरादाखल काही न बोलता तो तिथेच खाली बसला. त्याने डोकं दोन्ही हातात आवळून धरलं.

सीरायी पुढे म्हणाली, ''हे बघ, ते मूल तुझं आहे की देवाने दिलं आहे याने काही फरक पडत नाही. इथून पुढे ते आपलं बाळ आहे. किती यातायात केली आहे आपण. आजवर किती अपमान आणि अवहेलना सहन केली आहे आपण! लोक आपल्याशी किती कठोरपणे वागले आहेत! हे मूल आता त्या सगळ्याचा शेवट करेल. जरा विचार कर. अरे, लोकांना मूल होत नाही तेव्हा ते नातेवाइकांची मुलं दत्तक घेतात पण हे मूल तर आपलं आहे. देवतेने आपल्याला आशीर्वाद द्यायचं ठरवलं आहे तर. इथून पुढे, या सगळ्याचा नाश होईल, असं काहीही तू करता कामा नयेस. माझं मन आणि डोळे आता अगदी कोरडे झाले आहेत. कैक वर्षांपासून आशेचं नाव नव्हतं कुठूनही. आज मात्र माझं मन आणि डोळे हंगामावर आलेल्या लुसलुशीत हिरव्या पिकासारखे झाले आहेत. इथून पुढचं आयुष्य मला नातवंडांबरोबर खेळण्यात घालवू दे रे बाबा. या सगळ्याचा सत्यानाश करू नकोस.''

मान खाली घातलेल्या स्थितीत तो तसाच बसून राहिला. त्याची शेंडीची गाठ पकडत तिने त्याचं डोकं वर ओढलं. त्याने डोळे मिटून घेतले होते. त्याच्या मिटल्या डोळ्यांतून अश्रू ओघळू लागले. एव्हाना, त्याच्या दाढी-मिश्या चांगल्याच वाढल्या होत्या, त्याचे गाल आणि हनुवटी दिसेनाशी झाली होती. त्याने दाढी करायला नकार दिला होता. त्याच्या भुवया दाट होत्या. त्याचा चेहरा त्या क्षणी पूर्ण केसांनी भरल्यागत दिसत होता. त्याच्या त्या दुःखी विचित्र अवताराकडे बघणं तिला अशक्य झालं. त्याच्या गालावर मायेने थोपटत ती म्हणाली, ''आता काय झालं? ती तर म्हणते, की ते तुझंच मूल आहे. आणि हे बघ, मुलाबद्दल आई जे काही म्हणते तेच खरं असतं. तिच्या बाळाचा बाप कोण याबाबत तिचा शब्द शेवटचा असतो. पोन्ना म्हणते, की तूच तिला हे मूल... मी तुला एक प्रश्न विचारते. तुझा बाप कोण आहे हे तू कशावरून सांगशील? एखाद्या पुरुषाकडे बोट दाखवून मी जर म्हटलं, 'हा माणूस तुझा बाप आहे' तर तू त्याचा स्वीकार करशील, हो की नाही? मूल कोणाचं आहे याबद्दल आईचं विधान कोणी खोडून

काढू शकतं का?'' तिच्या हातातून शेंडी सोडवणं त्याला काही शक्य झालं नाही. तो तसाच बसून राहिला.

ती पुढे म्हणाली, ''एवढा ताडमाड वाढला आहेस पण अक्कल काही नाही बघ तुला. सगळी माझीच चूक. मी आपली मूर्ख विधवा बाई. तुझ्या मनात येईल ते करू दिलं तुला. जरा धाकात ठेवायला हवं होतं. झोडपून पण काढायला हवं होतं. काय बरोबर काय चूक हे स्पष्टपणे सांगायला हवं होतं. आजही मला तू छोटं मूलच वाटतोस. अरे, तू माझा एकुलता एक मुलगा आहेस. आपल्या आईचं ऐक, जरा शहाण्यासारखा वाग. माझ्या आयुष्यात माझं म्हणावं असं कोण उरलं आहे आता? कोणी जवळचे नातेवाईक आहेत का मला? सणा-समारंभात मला कधी कोणी बोलावतं का? कुठेही जा, मला आपलं इतर विधवांबरोबर एका बाजूला बसून राहावं लागतं. कुठल्याही कौटुंबिक समारंभात मला कुठे पुढाकार घेऊ देतं का कुणी? पहाटे गावातून मी इथे येते तेव्हा मला किती काळजी वाटते हे तरी माहीत आहे का तुला? अरे बाबा, दिवसाच्या सुरुवातीला विधवेचं दर्शन होणं अशुभ समजतात लोक.'' तिला आता रडू आवरेना. हुंदके देत, शोकाकूल स्वरात ती पुढे म्हणाली, ''विधवेची कथा ऐकली ना तर दगडालासुद्धा पाझर फुटेल, कावळासुद्धा रडू लागेल. या सीरायीची कथा ऐकली तर ही पृथ्वी विरघळून जाईल, झाडं अश्रू ढाळू लागतील.'' तसंच खाली बसत ती पुढे म्हणाली, ''शेतीचं काम मी धड करत नाही, असं लोक म्हणू लागले होते. हे शेत तू कसू लागलास. मला सांग, असं काही माझं मी करू शकले असते का? तू जसा इथं येऊन एकटा राहतोस तशी मी इथे एकटी राहू शकले असते का? अरे, कुत्र्यासारखी भटकतात माणसं इकडेतिकडे. मी जर इथे एकटी राहिले असते तर ते सुरक्षित असतं का? तू निपुत्रिक आहेस हे कळल्यावर तुझ्या बायकोकडे कशा नजरेने पाहत होते? मग विचार कर, की एका विधवेकडे ते कसे पाहत असतील.''

तो तसाच उकिडवा बसून राहिला.

''मी जर सकाळी उठून या शेतात आले तर काय होईल हे माहीत आहे का?'' सीरायी तणतणून म्हणाली, ''त्या वेळेस लोक त्यांच्या घरातून हगायमुतायला बाहेर पडतात. त्या वेळेस जर त्यांना माझं दर्शन झालं तर, 'ही विधवा कशाला वाटेत आडवी आली,' असं म्हणत ते तोंड वाकडं करतील. म्हणूनच, मी सकाळी घरात बसून राहते आणि दुपारी बाहेर पडते. एकदा इथे आले की मी इथेच थांबते, नाही थांबत का? आणि तुला काय वाटतं रे, हे सगळं मला सहजसोपं असतं का? जिथे चार लोक जमतात तिथे जावं, एकमेकांना भेटावं, एकमेकांशी गप्पागोष्टी कराव्यात, लोकांना दिसेल अशा पद्धतीने काम करावं हेच तर आयुष्य असतं माणसाचं. हे सगळं जगता येण्याइतकी मी सुदैवी आहे का? सांग मला. असा

एकही दिवस गेला नाही की माझ्या आयुष्याचा विचार करून मला रडू आलं नाही. मी कुठेही गेले तरी मला एका बाजूला उभं राहावं लागतं. कार्यक्रमात कधीही भाग घेता येत नाही. फक्त तिथे जायचं, आपण आलो आहोत, एवढंच इतरांना कळू द्यायचं, इतकंच मी करू शकते.''

बोलता बोलता तिचे हुंदके वाढले. त्याने तिच्याकडे पाहिलं. शून्यात नजर लागली होती तिची. तिने उसासा सोडला. ती पुन्हा बोलू लागली, ''तू पट्कन मोठा व्हावास आणि माझं आयुष्य पालटावं याची मला किती घाई झाली होती, काय सांगू? माझ्या आयुष्यात दुसरं आहे तरी काय? फक्त तू रे बाबा! तू जेव्हा पुरुष झालास तेव्हा मला वाटलं की इथून पुढे तू माझं प्रतिनिधित्व करशील. माझ्याऐवजी तू सगळीकडे जाशील. लोक तुझा आदर करतील. पण छे! हे सगळं अनुभवण्याइतकं नशीब कुठं होतं माझं? मी कुठेही गेले तरी प्रत्येकाला हेच जाणून घ्यायचं होतं की माझ्या सुनेला दिवस गेले आहेत की नाही. काय सांगणार होते मी त्यांना? तुम्ही दोघं तरी कुठे कधी आनंदाने जाऊ शकत होता?''

सुस्कारा टाकत तो उठून उभा राहिला. बाजूला ठेवलेल्या रांजणातून पाणी घेत त्याने खरकटे हात धुतले.

आता तिचा आवाज चढला. ''तुम्ही दोघं जिथं जायचा तिथून एकतर रडत परत यायचा नाही तर संतापून. किती वेळा लोक तुझ्याशी उद्धटपणे वागले आहेत, तुझा अपमान केला आहे, आठव बरं! पण आता असं दिसतंय, की माझ्या भल्यासाठी बदल घडून येतो आहे. निदान, माझं उर्वरित आयुष्य तरी बरं जाईल. इथून पुढे तू आणि पोन्ना चारचौघांत सहज मिसळू शकता. कार्यक्रमांना, समारंभांना जाऊ शकता. तुझ्याबद्दल एक शब्दही उच्चारायची हिंमत कोणी करणार नाही. तुझ्याबरोबर मीसुद्धा येऊ शकेन. किंवा, तू परत आल्यावर तुझ्या तोंडून सगळी हकिगत ऐकण्यात मला मजा वाटेल. मला तर असं वाटतंय, की आता कुठे माझ्या आयुष्याला सुरुवात होऊ लागली आहे. कृपा कर आणि ते नासवू नकोस.''

ती काय बोलते आहे, हे काहीच समजत नसल्यागत काली उभा होता.

ती पुढे म्हणाली, ''तुझ्या मनात काय सुरू आहे हे कळतंय मला. ते मूल जर तुझं नसेल तर तुला आनंद कसा होणार असा प्रश्न पडला आहे ना? पण हे बघ, लहान मुलांच्या बाबतीत हा असला भेदभाव कशाला हवा? जरा त्या बाळाबरोबर वेळ घालवायचा प्रयत्न कर. आई-बाप होण्यातलं सुख कळेल तुला. अरे, ईश्वरानेच दिलेली असतात लहान बाळं. आपण माणसं मात्र आपली मुलं आणि दुसऱ्याची मुलं असा भेदभाव करत राहतो. हे बघ, एक दिवस तू बदलशील. मी म्हणते आहे तसाच वागशील. पण तोवर, तुला जे करता येणं शक्य आहे ते कर आणि जरा चांगला वाग बाबा.''

काली तसाच तिच्याकडे टक लावून पाहत राहिला.

न थांबता ती पुढे म्हणाली, "हो! आता आपल्याला तिची काळजी घ्यायला हवी. तिची अगदी नीट काळजी घ्यायला हवी. तिचं बाळंतपण नीट पार पडेल याकडे लक्ष द्यायला हवं. ती आपल्याकडे आली आहे. तिने तिच्या आईबापांशी सगळी नाती तोडून टाकली आहेत. त्यांच्यापैकी कोणीही इथे येऊ शकणार नाहीत. तिला दिवस गेलेले असताना आपणही त्याबाबत काही करू शकणार नाही. सगळं माझ्यावर येऊन पडलं आहे बघ. आणि हे कमी म्हणून की काय, तू अगदीच मदत करत नाहीस. तुझं तोंड आपलं दुसऱ्याच दिशेला! कसं ओढणार मी हे गाडं? सांग की मला! मला खात्री आहे, की तू तुझा विचार बदलशील, त्यानंतर, तुम्ही दोघं पुन्हा पूर्वीसारखे वागू लागाल. एकमेकांशी गप्पा माराल, हसू लागाल, एकमेकांच्या सहवासात पूर्वीसारखे रमू लागाल. तो दिवस नक्की येईल, तोपर्यंत, निदान चार कामांना तर हात लाव. या शेतात हजारो कामं समोर दिसताहेत. आपण जेव्हा कामात गुंततो ना तेव्हा दुसऱ्या अडचणी जराही सतावत नाहीत. परंतु, जो माणूस एका कोपऱ्यात विषण्ण होऊन बसून राहतो त्याला मात्र प्रत्येक गोष्ट जास्त प्रकर्षाने जाणवते. तेव्हा माझं जरा ऐक. थोडा कामाला लाग. नुसता राडा करून ठेवू नकोस आता."

त्यानंतर थोडा वेळ ती दोघंही गप्प बसून राहिली. तिने बरोबर आणलेला डबा घासला आणि ती घरी जायला निघाली. जाण्यापूर्वी ती म्हणाली, "आपले आता चांगले दिवस आले आहेत बघ. वाटेतल्या सगळ्या अडचणी दूर झाल्या आहेत. इथून पुढे सारंकाही चांगलंच होणार आहे. जरा धड राहण्याचा प्रयत्न कर रे माझ्या सोन्या." निघण्यापूर्वी तिने मायेने त्याचं मस्तक कुरवाळलं. दूर जाणाऱ्या तिच्या पाठमोऱ्या आकृतीकडे पाहत तो तसाच बसून राहिला. तिच्या शब्दांनी तो चक्रावला होता. तिच्या बोलण्यात किती स्पष्टता आणि सामर्थ्य होतं! ही तीच आई होती का जी सारा वेळ थकलेली आणि गलितगात्र असायची? तिला कशात रुची राहिली नव्हती, यावरून त्याने तिला कित्येकदा जोखलं होतं. या आईचा परिचयच नव्हता त्याला. आपण आपल्या आईचा आजवर नीट विचारच केला नव्हता, याची जाणीव त्याला त्या क्षणी झाली. त्याच्या मनात खिन्नता दाटून आली. त्या दगडावर तो तसाच बसून राहिला.

पंधरा

मातीच्या रस्त्यावरून वळून सीरायीने गावालगतचा रस्ता पकडला तेव्हा पेरियान तिच्यासमोर आला.

तिने विचारलं, ''पेरियान कामाला निघालास का रे बाबा?''

''नाही सामी. म्हशीला रेडकू झालंय. तिच्यासाठी थोडं कोवळं गवत आणायला चाललो आहे मी.''

सीरायी म्हणाली, ''हो का! एक काम कर बाबा. पोन्नाला दिवस गेले आहेत असा निरोप आमच्या व्याह्यांकडे अडैयूरला नेऊन द्यायला कोणाला तरी शोधते आहे मी. जाशील का रे तू? इतकी चांगली बातमी दिलीस की ते तुला बक्षीस देतील.''

तो म्हणाला, ''शेवटी देवाने डोळे उघडले म्हणायचे. खूप आनंद झाला आहे मला. हा बघ, निघतोच आता. याहून महत्त्वाचं काय असणार? आणि तसंही सामी, तुझे व्याही चांगले उदार आहेत बरं.''

''आणि हे बघ, जाता जाता तुला गावाच्या दुसऱ्या बाजूला थंगम्मा दाई दिसली तर बघ. 'जरा येऊन जा' असं सांगशील का तिला? पोन्नाला फार कोरड्या उलट्या होत आहेत. एकदा दाई येऊन गेली आणि तिने बातमीची शहानिशा केली की जरा बरं वाटेल मला.''

पेरियानने उत्तर दिलं, ''हो, तोही निरोप देतो मी तिला. अडैयूरला जायचं म्हणतेस तर दाईने येऊन पोन्नाला तपासून बातमीची शहानिशा करेपर्यंत थांबू का? काय करू म्हणतेस?''

सीरायीने घाईने उत्तर दिलं, ''नाही, नाही! थांबायची काही गरज नाही. माझी अगदी पक्की खात्री आहे. जा पळ. धावत जाऊन बातमी दे. उद्या येऊन भेट हं मला.'' इतकं बोलून ती घराच्या वाटेने चालू लागली.

दार नुसतंच लोटलेलं होतं. पोन्ना बाजेवर पडून होती. तिचे डोळे मिटलेले होते. कदाचित ती गाढ झोपलेली असावी. परंतु ती फार थकल्यासारखी दिसत होती. तिला न उठवलेलं बरं असा विचार करत सीरायी तडक स्वयंपाकाला लागली.

चुलीवर एकीकडे भात टाकत दुसरीकडे तिने डाळ शिजायला ठेवली. झटपट स्वयंपाक आटोपला, की पोन्नाच्या पोटात चट्‌कन दोन घास पडतील, असं तिला वाटत होतं. दिवस वर येऊ लागला, की पोन्नाला नक्की बरं वाटेल, अशी तिला खात्री होती. पोन्नाच्या पोटात चार घास गेल्यावर तिला थोडी शक्ती आली असती. इथून पुढे सारं काही ठीक होईल, असंच सीरायीला वाटत राहिलं. पोन्नाने जर भावनेच्या भरात तिच्या कुटुंबाशी नातं तोडलं नसतं तर बातमी समजताच बैलगाडी जुंपून सगळ्यांनी धाव घेतली असती इकडे. पण ते आता शक्य नव्हतं. जाऊ दे, काय करणार! बाळ जन्माला आलं, की आधी कूलीच्या मंदिरात जायचं, पोंगल अर्पण करायचं आणि घेतलेली शपथ मोडून पुन्हा कुटुंबाचं नातं जोडायचं हे तिने अगदी पक्क ठरवलं होतं. त्यानंतर सारं काही पूर्वपदाला आलं असतं. परंतु, तोवर तरी पोन्नाचे आई-वडील तिच्यासाठी खाऊचे डबे घेऊन येऊ शकणार नव्हते. बाळंतपणाला तिला माहेरी नेऊ शकणार नव्हते. सगळं त्याच गावात, त्याच घरात करावं लागणार होतं. सीरायीच्या लक्षात आलं, की तिच्यावर मोठीच जबाबदारी येऊन पडली होती.

पुढचा एक-दीड महिना तरी पोन्नाला कोरड्या उलट्या होत राहणार होत्या. मुख्य म्हणजे, पाचव्या महिन्यापर्यंत तिची चांगली काळजी घेणं आवश्यक होतं. त्यानंतर सारं काही सुरळीत झालं असतं. सीरायीला स्वत:ला दिवस गेले होते तेव्हाच्या तिच्या आठवणी जाग्या झाल्या. तिला वाटलं होतं, की ती ते सारं विसरली आहे. ती स्वयंपाक करत असतानाच थंगम्मा दाई आली. तिच्याबरोबर गावातल्या काही म्हाताऱ्या-कोताऱ्यासुद्धा होत्या. आल्या आल्या थंगम्माने विचारलं, ''आया, देवाने आमच्या छोट्याशा जमीनदारणीला आशीर्वाद दिलेला दिसतोय!'' ती जे काही म्हणत होती त्यात छद्मीपणा नव्हता तरीसुद्धा, सीरायीने अगदी जपून उत्तर द्यायचं ठरवलं. ती म्हणाली, ''हो ना गं थंगम्मा, देवी कूलीला साकडं घातल्यावर दिवस गेले बघ. पण हे बघ, तिची जरा नाडी पाहा आणि मला सांग बरं तुला खात्री आहे की नाही ते.''

बाजूच्या ओट्यावर फतकल मारून पच्चाकिझवी आणि इतर म्हाताऱ्या-कोताऱ्या बसल्या. सगळ्यांकडे पाहत सीरायीने सरसकटपणे म्हटलं, ''या!'' पच्चाकिझवी म्हणजे हिरवी म्हातारी स्त्री. तिच्या अंगभर हिरवं गोंदण होतं म्हणून तिला हे नाव मिळालं होतं. ती म्हणाली, ''पेरियानने सांगितलं आम्हाला. कोकरासाठी थोडं गवत आणून नुकतीच विश्रांती घेत बसले होते मी. पण ही बातमी ऐकली आणि लगेच येऊन भेटायचं ठरवलं मी. कितीतरी वर्षांनी दिवस गेले आहेत लेकीला. हे बघ, तुझे वाईट दिवस आता अगदी संपले बरं. आयुष्यभर किती सोसलंस गं बाई तू. इथून पुढे तुझं सगळं चांगलंच होणार आहे.'' तिच्या या

बोलण्यावर आलेल्या इतर म्हाताऱ्या-कोताऱ्यांनी मान डोलवत आशीर्वाद दिले.

घरात जाऊन थंगम्माने पोन्नाच्या नाडीचे ठोके तपासले. तिच्या गार हाताचा स्पर्श होताच पोन्ना दचकून जागी झाली. थंगम्मा म्हणाली, ''घाबरू नकोस. मी - थंगा आहे. अशा अवस्थेत असलं की छोट्यामोठ्या गोष्टीसुद्धा फार प्रकर्षाने जाणवू लागतात. माझा स्पर्श होताच किती दचकून जागी झालीस तू. अगदी खात्रीने सांगते मी तुला. आणि हे बघ, तुझ्या नाडीचे ठोकेच सांगताहेत मला. मुलगा की मुलगी? काय हवंय तुला? तुमचं काय बाबा, तुम्ही जमीनदार. मुलगाच हवा असणार तुम्हाला.'' असं म्हणून ती हसू लागली.

कसंबसं हसत पोन्ना म्हणाली, ''मुलगी होऊ दे मला.''

थंगम्माने सीरायीला हाक मारली. सीरायी आत स्वयंपाक करत होती. थंगम्मा म्हणाली, ''अगं बाई सीरायी, नातू हवा की नात हवी तुला?''

सीरायीने उत्तर दिलं, ''काही का होईना, माझ्यासाठी दोन्ही एकच. कशाला काळजी करायची? दोन्ही होऊ शकतात!''

आता, बाहेर बसलेल्या वृद्ध स्त्रिया एकेक करत पोन्नाला पाहायला आत येऊ लागल्या. पोन्ना समोर दिसताच पच्चाकिझवीने गाणं म्हणायला सुरुवात केली-

पाहा तिचं रूपं, पाहा तिचं रूपं
पाहा रे पाहा, पाहा नार ही गर्भारं
पाहा तिचं रूपं, पाहा तिचं रूपं
धरा थंडावली जणू, जणू सरींनी अलवार
खोल आत पेरलेलं, बी रुजलं रुजलं,
पाहा तिचं रूपं, पाहा तिचं रूपं

गाताना ती डोलू लागली, तशीच चालत ती पोन्नाकडे गेली. पोन्नाच्या चेहऱ्याला स्पर्श करत तिने आपली बोटं दोन्ही कानशिलांवर कडकड मोडत तिची दृष्ट काढली. इतर स्त्रियांनीदेखील पोन्नाला आशीर्वाद देत म्हटलं, ''तुझं बाळंतपण सुखाने पार पडू दे. तुझी तब्येत धडधाकट राहू दे.''

थंगम्मा म्हणाली, ''त्या म्हाताऱ्या कशा नाचताहेत, पाहा तरी!''

पच्चाकिझवीने उत्तर दिलं, ''का बरं नाही नाचणार? आपली लेक पोन्ना आनंदात आहे, मग आपण आनंदात नसणार का?'' ती पुढे म्हणाली, ''तू तुझ्या नवऱ्याबरोबर नाचतेस हे आम्हाला माहीत नाही असं वाटलं का तुला?''

थंगम्मा कुठली गप्प बसणारी. तिने घाईने उत्तर दिलं, ''हो गं बाई. अगदी आत्ताच लग्न झालंय नाही का आमचं! म्हणून तर मी इतकी उत्तेजित असते.'

"असं म्हणतेस का? छातीतून दूध येणं थांबलं का?"

"हं! म्हाताऱ्या गाईला दोहवण्यात काय अर्थ? कितीही जोरात पिळा तिची बोंडं, काही येत नाही बाहेर. थानं तेवढी लोंबकळू लागतात."

"जरा त्यांना थोडा हिरवा चारा घालण्याचा प्रयत्न कर."

"आता गं बाई! कुठून आणू मी ताजा चारा? पाहावं तिथं वाळलेली शेतं दिसतात नुसती."

"बरं बरं! जा जाऊन एखादा तरुण शोध. तरुणाने स्पर्श करताच म्हातारी थानं पान्हावतील बघ लगेच."

तिचं बोलणं मध्येच तोडत थंगम्मा म्हणाली, "म्हातारी झाली असलीस तरी जिभेला काही हाड नाही हो तुझ्या."

"अहाहा! पाहा तर खरी हिच्याकडे! तू काय अगदी साधीभोळी मुलगी आहेस का गं? तू नाही बोलत असं काही?"

तोंड वेडावत थंगम्मा म्हणाली, "आपण जेव्हा म्हातारे होतो ना तेव्हा बोलण्याशिवाय काहीच उरत नाही आपल्याकडे."

पोन्नाकडे वळून तिने म्हटलं, "पोन्ना, पुढचे एखाद-दोन महिने तुला हा असाच डोहाळ्यांचा त्रास होत राहील. जरा सहन कर. थोड्या वेळाने तुला औषध आणून देते. घट्कन पिऊन टाक ते. बरं वाटेल तुला पाहता पाहता."

एका ताटलीत थोडं जेवण वाढून सीरायीने ते पोन्नासमोर धरलं. आपल्या बोटातसुद्धा त्राण नाही असं पोन्नाला वाटत होतं. छोटे छोटे घास घेत तिने जेवायला सुरुवात केली. तोवर अजून बायका येऊन धडकल्या. शेतात गवत कापायला जाणारे, गुरंढोरांना चरायला नेणारे, सगळ्यांना बातमी कळली होती. पोन्नाला पाहायला सगळ्यांनी एकच गर्दी केली होती. सीरायीची बातमी खरी आहे याची खात्री करायला पुरुषसुद्धा थांबले होते. शेजारची पोरासा शेतात गेली होती. तिला परत यायला बराच उशीर झाला. येऊन पाहते तर काय, बाजूच्या घरात ही गर्दी. तिच्या ओट्यावरून तिला गर्दी दिसताच कासावीस होत ती धावत आली. काही तरी भलतच घडलेलं दिसतंय असा विचार तिच्या मनात आला. तिला जेव्हा बातमी कळली तेव्हा आनंदाने पुढे होत पोन्नाला घट्ट मिठी मारत ती म्हणाली, "पोन्ना! आज सकाळी तू उशिरापर्यंत झोपली होतीस. मी सारखी तुझ्या दाराकडे पाहत होते. आतून आवाजच येत नव्हता. माझ्या मनात आलंसुद्धा - 'किती सुदैवी आहे ही पोन्ना. मनात येईल तितक्या वेळ झोपता येतं हिला. मला मेलीला कुठलं झोपायला मिळायला! इतकं बोलून मी शेतात गेले. हे असं काही आहे, असं मला माहीत असतं तर मी आधीच नसते का गं आले भेटायला. काय करता! म्हणायला तुझी शेजारी आहे पण सगळ्यात शेवटी कळली ही बातमी."

एकेक करत अनेक लोक येत राहिले. घरात गर्दी झाली, उत्साहाचं वातावरण निर्माण झालं. सगळ्या वृद्ध स्त्रिया आपापल्या घरी गेल्या. थोड्या वेळाने परत येत त्यांनी तिथेच ओट्यावर हात-पाय पसरले. गप्पा मारण्यात आणि चुगल्याचहाड्या करण्यात त्या रमल्या. त्यातली एक पट्कन म्हणाली, ''पोन्ना! तू तुझ्या आई-वडिलांशी नातं तोडून टाकल्याचं ऐकलंय आम्ही, खरंय का ते? का केलंस असं? हे बघ, आपल्या आई-बापाशिवाय असतं कोण बाईला? आपण काही पुरुषांसारखे नसतो, असतो का? ताडी शोधत इकडेतिकडे नाही भटकू शकत आपण. आपल्याला घराकडे लक्ष द्यावं लागतं. या ओसाड जमिनीची काळजी करावी लागते. आपल्या बापाचं घर एवढा एकच थारा असतो आपल्याला.''

सीरायीने त्यांना सांगितलं, की थोडासा गैरसमज झाला होता आणि पोन्नाने रागाच्या भरात मूठभर माती उचलून तिच्या आईवडिलांच्या घरावर फेकत त्यांच्याशी नातं तोडलं होतं. सीरायी पुढे म्हणाली, ''झालं असं की बोलण्याच्या भरात हिची आई बोलून गेली, 'स्वत:चं मूल असतं तर समजलं असतं.' हे ऐकताच पोन्नाचं डोकं फिरलं. संतापाच्या भरात होऊन गेलं तिच्या हातून ते सगळं. पण झालं ते बरंच झालं. लग्नाला इतकी वर्षं झाल्यानंतर आता कुठे दिवस गेले आहेत तिला. सगळं काही नीटनेटकं झालं तर दृष्ट लागायची ना तिला. एकदा बाळ झालं ना की आम्ही जाऊन ती शपथ मोडू.''

त्यांचं बोलणं पोन्ना ऐकत होती. गावातलं प्रत्येक जण घरी येऊन गेलं होतं. पण ते मूल ज्याचं होतं तो काही फिरकला नव्हता. तिच्या माहेरचं कोणी भेटायला आलं नाही, याचं तिला काही वाईट वाटत नव्हतं. ते जर आले असते तर पुन्हा कालीची आणि त्यांची काहीतरी वादावादी झाली असती आणि गोष्टी विकोपाला गेल्या असत्या.

काली येईल अशी पोन्नाची अपेक्षा होती, कदाचित त्याला तिच्याशी बोलायचं नसेल पण निदान तिला पाहायला तर तो येऊ शकत होता. गेली कित्येक वर्षं या क्षणासाठी दोघांनी किती यातायात केली होती! या बातमीने त्याला थोडाही आनंद झाला नव्हता का? काय म्हणेल तो? त्याला वाटेल, की दुसऱ्या माणसाचं मूल वाढवणारी रांड होती ती. रांडेच्या मुलाला स्पर्श करणार नाही, असं तो म्हणाला असता. आदल्या रात्री कालीच तर आला होता तिला भेटायला, नाही का? काल तो आला नव्हता यावर विश्वास ठेवायला ती तयार नव्हती. तो आल्याचं तिला अगदी स्पष्ट आठवत होतं. ते दोघं कोणत्या विषयावर बोलले हे तिला आठवत होतं. ते जर स्वप्न असतं तर प्रत्येक गोष्ट तिला इतकी स्पष्ट कशी आठवली असती? त्याने तिच्या गर्भाशयात प्रवेश केल्याची जाणीव तिला झाली होती. त्यापायीच तिची ही सकाळी अवस्था झाली होती. पण, तो या सगळ्याचा स्वीकार

करणार होता का?

हा तिसरा महिना असावा. सणाच्या आदल्या रात्री तिचा भाऊ मुथु त्यांना घरी यायचं आमंत्रण द्यायला आला होता तोच दिवस पोन्नाला आठवला. त्या रात्री काली तिच्याकडे खूप उशिरा आला होता. पोन्ना त्याला रागावली होती, "माझा भाऊ तुला भेटायला आला आहे! त्याला शेतात एकटं सोडून तू असं चोरून लपून मला भेटायला कसा काय येऊ शकतोस?"

कालीने उत्तर दिलं होतं, "तुझ्या भावाला काय वाटतं याची पर्वा मी कशाला करू? माझ्या मनात फक्त तुझा विचार होता. म्हणून येऊन जरा तुला झटावं म्हटलं."

"बरं बरं! आटप पट्कन आणि नीघ इथून," असं म्हणत तिने परवानगी दिली होती. स्वतःचा गाल पुढे केला होता. त्याने तिच्या गालाचं चुंबन घेतलं होतं. मग त्याने तिच्या ओठांवर ओठ टेकवले होते. त्या रात्री त्याने स्वतःला तिला पूर्णपणे देऊ केलं होतं. तेच कारण असणार. नक्की, तोच होता तो. इतक्या वर्षांनंतर त्याला ते जमलं होतं. तो हे का समजून घेत नव्हता?

काली तिला पाहायला आला असता तर तिला फार आनंद झाला असता. आदल्या रात्री तो जसा आला होता तसाच तो आजच्या रात्रीसुद्धा येऊ शकत होता.

सोळा

भल्या पहाटेच काली बाहेर पडला. अजून सगळीकडे अंधार होता. त्याने गाय बरोबर घेतली होती. गेले दोन दिवस ती सारखी हंबरत होती. माजावर आली होती ती. बैल दाखवायला हवा होता तिला. रात्री ती इतक्या जोरात हंबरत होती, की सगळं गाव जागं होतं की काय अशी भीती त्याला वाटली होती. चाऱ्याला तोंडसुद्धा लावायला तयार नव्हती ती. ना तिला ढेप हवी होती ना कडबा. चारा हुंगून वास घेऊन तिने चक्क मान फिरवली होती. तिचा हेतू अगदी स्पष्ट होता. अस्वस्थपणे ती फक्त गोठ्यात फेऱ्या घालत होती. बाजूने एखादं वासरू किंवा मेंढी गेली की त्यांच्यावरच चढायचा तिचा प्रयत्न होता. हे कमी म्हणून की काय काली समोर येताच तिने वरचे दोन पाय उचलण्याचा प्रयत्न केला होता. इतकी माजावर आलेली गाय त्याने आधी कधीच पाहिली नव्हती.

गाय माजावर कधी येते हे कालीच्या अचूक लक्षात येत असे. तिच्या पहिल्या हंबरण्यातच त्याला ते कळून येई. गाईला तहानभूक लागली, की तिचं हंबरणं वेगळं असे. त्यात एवढी अगतिकता नसे. ती पोटाची भूक होती. परंतु, ही भूक जोडीदाराची होती. संपूर्ण देहाची भूक होती ती. तसं झालं की ताबडतोब तिला बैलाला दाखवायला काली घेऊन जात असे. तो आपल्या ढोरांना कधीही तळमळू देत नसे. दोन महिन्यांपूर्वीसुद्धा गाय अशीच माजावर येऊन विव्हळत होती, हे त्याला आठवलं. तेव्हाच लक्ष द्यायला हवं होतं, पण कालीचं डोकं कुठे ठिकाणावर होतं? त्यावेळेस जर त्याने गाय दाखवली असती तर एव्हाना ती दोन महिन्यांची गाभण असती.

खरं सांगायचं तर, अद्यापि कालीची मन:स्थिती काही धड नव्हती. परंतु, गाईचं ते अगतिक होऊन विव्हळणं त्याला आता ऐकवेनासं झालं होतं. गेले दोन दिवस गाईने चाऱ्याला तोंडही लावलं नव्हतं. ती सारखी हंबरत होती. ती पुरेशी पान्हावतसुद्धा नव्हती. तिचं दावं जर जुनं असतं तर तिने चावून दोर खाऊन टाकला असता. गाईला काठीने हाणत तो संतापून म्हणाला होता, "किती माजावर आली आहेस, हं! मला असं वाटतंय की फार लाडावून ठेवलं आहे मी तुला. खाऊन

खाऊन माजली आहेस. म्हणूनच तुला आता बैल हवा आहे, नाही का?'' त्याच्या काठीच्या फटकाऱ्यांपासून वाचण्यासाठी गाय सैरावैरा धावत राहिली, पण तिचं हंबरणं काही थांबलं नाही.

सीरायीसुद्धा त्याच्या मागे लागली होती. ''अरे, तिला बैल दाखवायला का घेऊ जात नाहीस? तुला जर ते जमत नसेल तर ठेवायची कशाला गाईगुरं घरी? पेजेत कालवायला दही कुठून मिळणार?'' परंतु, सीरायीच्या बोलण्याचा त्याच्यावर काहीही परिणाम झाला नव्हता. तो तसाच बसून राहिला होता.

वैतागून ती शेवटी म्हणाली होती, ''जाऊ दे रे बाबा, नाही न्यायचं ना तुला गाईला? उद्या मीच घेऊन जाते तिला बैल दाखवायला. प्रश्न इतकाच आहे, की मी जर तिला घेऊन जाणार असेन तर मला जरा उशिरा बाहेर पडावं लागेल. घरी गर्भार बाई आहे म्हटलं. तिच्या पोटात चार घास जाण्यासाठी मला रांधावं लागतं. तोवर दिवस पुष्कळ वर येईल. जरा लवकर गेलं तर आपल्याच गाईवर पहिल्यांदा चढेल तो बैल. पहिल्या दोन-तीन गाईंना सर्वात उत्तम वीर्य मिळतं. त्या गाई गाभणही राहतात पट्कन. परंतु, तो बैल जर आधी चार-पाच गायींवर चढला असेल तर त्याचं वीर्य पातळ होतं. आपली गाय गाभण राहील, अशी खात्री नाही देता येत आपल्याला. मग पुन्हा सगळं करावं लागेल. मी तर असं ऐकलं आहे की आजकाल प्रत्येक गायीमागे एक रुपया घेतात. असे किती पैसे उधळू शकणार आहोत आपण?'' हे सगळं बोलणं कमी म्हणून की काय ती पुढे म्हणाली, ''याला जन्म देण्याऐवजी मी जात्याला जन्म दिला असता तर बरं झालं असतं. निदान धान्य भरडायच्या कामाला तरी आलं असत ते. याचं करू तरी मी काय आता?''

तिला कष्ट होऊ नयेत याच विचाराने काली भल्या पहाटे गायीला घेऊन निघाला होता. दोन गावं ओलांडून तिसऱ्या गावात पोहोचावं लागणार होतं त्याला. थरनूर गावात तो बैल होता. त्या सगळ्या भागातला तो प्रसिद्ध बैल होता. गाईवर चढण्यासाठी असे वळू तयार करणं हे मोठं कष्टाचं काम होतं. सकाळभर त्याची तैनात राखावी लागत असे. घाईने शेतात जाणं शक्य होत नसे. शिवाय, अशा वळूला ओढणं, दावणीला बांधणं कठीण काम होतं. चांगला धट्टाकट्टा माणूसच लागायचा त्याच्यासाठी. म्हणूनच, वळू जोपासायची कोणाचीही तयारी नव्हती. चांगला बैल मिळाला की तो गाईवर चढायच्या आधीच त्याला ओझ्याचा बैल केलं जाई. कालीची गाय त्याच्या पुढे झपाट्याने चालत होती. सर्व शक्तीनिशी त्याला तिचं दावं ओढून धरावं लागत होतं. ही तीच गाय होती जिला तो रोज कुरणातून ओढून काढत होता.

गेले दोन महिने कालीने पोन्नाला पाहिलं नव्हतं. ती घरातच राहत होती. सीरायीच तिची बित्तम्बातमी कालीला पुरवत होती. तिचे कोरडे डोहाळे काही

थांबले नव्हते. सकाळी उशिराच उठत होती ती. तिच्या पोटात अन्न ठरत नव्हतं. त्यामुळे हडकली होती, अशक्त झाली होती. सारखं रडू येत असे तिला. एखाद्या जुनेऱ्यासारखी ती दिसू लागली आहे असं सीरायीने त्याला सांगितलं. कालीने येऊन पोन्नाला भेटावं म्हणून सीरायी रोज त्याचं मन वळवत असे. ती म्हणे, "तू जरी फक्त एकदा येऊन तिला पाहिलंस तरी तिला खूप बरं वाटेल. आम्हाला माहिती आहे, की तुम्ही दोघांनी बोलणं बंद केलं आहे. मी असं समजेन, की मी मुक्या मुलाला जन्म दिला आहे. तुला एक शब्दही बोलायची गरज नाही. घरी ये, दुरूनच तिला पाहा. तेवढ्याने तिला शक्ती मिळेल. अरे, हे मूल तुझं नाव लावणार आहे. कालीअप्पांचा मुलगा किंवा मुलगी असणारे. मी तर म्हणते, की मुलगाच होणार आहे पण तिला मुलगी हवी आहे. ती म्हणते, की तसंही या कुटुंबात गेल्या तीन पिढ्या फक्त एक मुलगा तेवढा जन्माला आला आहे. आता मुलगी व्हावी. ती अशा अवस्थेत असताना आपण तिला त्रास देता कामा नये. येऊन फक्त एकदा बघ तिला. तिच्यासाठी नाही तर निदान माझ्यासाठी तरी ये."

तिने कितीही आर्जवं केली तरी तो तसूभरही ढळला नव्हता. तो घरी गेलाच नाही. पोन्ना शेतात कामाला येत होती तेव्हा दुरून तरी ती त्याला दिसत होती. तिचा कितीही संताप आला तरी ती अजून नजरेला दिसते आहे एवढ्याने त्याला बरं वाटत होतं. आता मात्र, त्याला पुढाकार घेऊन तिला पाहायला जावं लागणार होतं. तिने कितीही काही म्हटलं तरी तिच्या पोटात आता कुणीतरी चेहरा नसलेल्या तिऱ्हाइताचं मूल होतं. काली नुसता नावाचा बाप होता. बाळाला बापाचं नाव देण्यापुरती तिला कालीची गरज होती. बस! तो मुलगा असो की मुलगी. त्याने काही फरक पडणार नव्हता. ते फक्त पोन्नाचं बाळ असणार होतं. दुसऱ्या कोणा पुरुषाचं मूल. कालीचा त्याच्याशी काहीही संबंध नव्हता. दुसऱ्या कोणा माणसाचं शरीर पोन्नाच्या देहावर आडवं झाल्याची कल्पना, तिचा प्रत्येक इंच दुसऱ्याकडून झाकला गेल्याची कल्पना त्याला कदापि सहन होणार नव्हती. ती प्रतिमा त्याच्या डोळ्यांसमोरून जातच नव्हती. येता-जाता त्याला ते चित्र समोर दिसायचं. त्याचा छळ करायचं. त्याबाबत काय करावं हे त्याला समजत नव्हतं. फार गोंधळला होता तो. उर्वरित आयुष्य शेतात एकट्यानेच काढावं का? दूर कुठेतरी निघून जावं का, त्याला निर्णय घेता येत नव्हता. अत्यंत अनिच्छेने तो सगळी कामं पार पाडत होता.

शेतं आता चांगलीच हिरवीगार दिसू लागली होती. गवताचे भारे कापून त्यांच्या पेंढ्या रचण्याची वेळ आली होती. म्हणजे मग उन्हाळ्यात गाईंना खायला नपूर आली नसती. मेंढ्यांसाठी पानं आणि कोवळ्या डहाळ्या शोधायची गरज होती. परंतु करता काय, आताशा तर काली गुरा-ढोरांना मक्याच्या शेतात मेरावर चरायलासुद्धा सोडत नव्हता. नुसतं पडून राहावंसं वाटे त्याला. परंतु, आईचा

विचार करणं भाग होतं. म्हणूनच, तो थोडीफार कामं पार पाडत होता. तिच्या बोलण्याला काहीही प्रतिसाद दिला नाही तरी ती न थकता सतत बडबड करत होती. कधीकधी, तिचं बोलणं ऐकायची इच्छा नसल्याने तो शेताच्या दुरच्या कोपऱ्यात जाई. त्याच्या मागे तिथे येत ती स्वत:ची बडबड सुरूच ठेवे. ती गप्प बसेल तरी का असा विचार त्याच्या मनात येई, परंतु त्याचं मन तिच्या प्रत्येक प्रश्नाचं उत्तर तयार ठेवत होतं. जे घडत होतं त्याचा स्वीकार करायला मनाला तयार करणं, ही सोपी बाब नव्हती.

काली आणि पोन्नाचं नातं बिनसलं आहे, अशी काहीतरी चर्चा गावात सुरू झाल्याचं त्याच्या आईनेच त्याला सांगितलं होतं. त्यासंदर्भात त्याच्याशी बोलायला लोक मुद्दाम वाकडी वाट करून गोठ्यापर्यंत येऊ लागले होते. प्रत्येकाला एक-दोन शब्दांत उत्तर देणं आणि त्यांना परत धाडणं या गोष्टी त्याला फार थकवणाऱ्या होत्या. मुळातच, अबोल म्हणून तो प्रसिद्ध असल्यामुळे त्याला ते जमत होतं. तो रात्री येऊन पोन्नाला भेटून गेला होता असं सीरायीने प्रत्येकाला सांगितलं होतं. पोन्ना जर पुन्हा शेतात येऊ लागली तर हे सगळे गोंधळ थांबणार होते. कालीचा जीव अस्वस्थ झाला. तिथे गोठ्यात बसायची त्याला इच्छा नव्हती. तो तिथून पळून जाऊ पाहत होता. पण कुठे जाणार आता तो? करणार तरी काय होता?

गाईला घेऊन तो ठरल्या ठिकाणी पोहोचला तेव्हा त्याच्या लक्षात आलं, की तेच आधी पोहोचले होते. दूर अंतरावरूनच त्या वळूला माजावर आलेल्या गाईचा गंध जाणवला होता. दोराला ओढ देत तो जोरजोरात हंबरू लागला होता. वाऱ्यामुळे गाईचा गंध त्याच्यापर्यंत पोहोचला होता. वासनेचा गंध चहूकडे पसरवण्याची वाऱ्याची आपलीच एक तऱ्हा असते. त्या घरच्या माणसाला सगळे वळूभाऊच म्हणत. त्याच्या गेल्या तीन पिढ्या त्याच व्यवसायात होत्या त्यामुळे त्याचं घर वळूभाऊचं घर म्हणून ओळखलं जाई. वळूकडे लक्ष देण्यासाठी आणि त्याला गाईवर चढवण्यासाठी त्याने एक माणूस ठेवला होता. तरीसुद्धा, प्रत्येक वेळेस मालक स्वत: तिथे उपस्थित असे. आपली गाय घेऊन काली तिथे आला तोच त्याच्यामागून अजून एक माणूस त्याची गाय घेऊन आला. आपली गाय आधी वळूला दाखवावी, असा त्याने आग्रह धरला. त्या आधी दोन-तीनदा माजावर येऊनही, बैलाला दाखवूनही गाय गाभण राहत नव्हती, असं तो म्हणत होता. वळूचा मालक आपल्याला बाजूला करून त्या दुसऱ्याला समोर घेतो की काय असा प्रश्न कालीला पडला पण मालकाचे विचार अगदी स्पष्ट होते. लोक ज्या क्रमाने येतील त्या क्रमानेच त्यांच्या गाई घेतल्या जातील, असं त्याने ठणकावून सांगितलं.

कालीची गाय अगदी तयार होती. आसुसलेली होती. गेले दोन दिवस तिच्या योनीतून स्राव वाहत होता. तेव्हापासून तिची तडफड सुरू होती, तिचं हंबरणं सुरू

होतं. वळू तिच्याजवळ आला. त्याने तिचा पार्श्वभाग हुंगला. शेपूट उंचावत गाय भळाभळा मुतली. बैलाचा वरचा ओठ दातांच्या वर गेला. दात दाखवत तो गाईचं मुत प्यायला. मुतण्याचा ओघ थांबल्यावर तो झपाट्याने गाईवर चढला. त्याच क्षणी गाईने बसकण मारली. मालकाने पट्‌कन त्याला गाय वळूपासून बाजूला करायला सांगितलं. कालीची थोडी घालमेल झालेली पाहताच मालक म्हणाला, 'तिला पहिलाच प्रसाद मिळाला आहे, एकदा पुरेसा आहे.''

दुसरा ग्राहक जरा कासावीसच झाला होता. तो वळू आधी त्याच्या गाईवर चढला नव्हता. त्याने मालकाला विचारलं, ''त्या दुसऱ्या वळूचं काय झालं?''

मालकाने उत्तर दिलं, ''शेतात बांधलाय त्याला. त्याचं वीर्य आता तितकं काही चांगलं राहिलं नाही. हा आपला वळू, त्याचं वीर्य पाहा कसं म्हशीच्या दुधाच्या दह्यासारखं घट्ट दिसतं. त्या दुसऱ्याचं पाणीदार झालंय निव्वळ. तो ज्या गाईंवर चढत होता त्या गाभणच राहत नव्हत्या. म्हणूनच वळू बदलला मी आता.''

आलेला ग्राहक म्हणाला, ''दुसरा वळू विकणार आहेस का?''

मालक म्हणाला, ''प्रत्येक जण मला म्हणतंय की टाक विकून. पण उत्तम बैल आहे तो. अगदी जातिवंत. असे बैल सहजासहजी मिळत नाहीत. राहू दे दुसऱ्या कामांसाठी. कित्येक गाईवर चढला आहे तो आजपर्यंत. म्हणूनच मला त्याची दया आली. मी कुटला नाही त्याला. ज्या लोकांना त्यांच्या गाई दुसऱ्यांदा दाखवायच्या असतात त्यांच्यासाठी आठवड्यातून एक-दोनदा वापरतो आम्ही तो वळू. त्या गाईंवर दुसऱ्यांदा चढवायला मी तो वळू घेऊन येतो. तुझ्या गाईसाठी आणू का तो?''

आलेला माणूस म्हणाला, ''आण की. काही करून गाय गाभण राहायला हवी आहे मला.''

मालक म्हणाला, ''थांब जरा, घेऊन येतो. गाईचं अंग थोडं गार झालं तर ती नक्कीच गाभण राहील. तो दुसरा वळू केवळ एका झटक्यात कोणत्याही गाईला गार करतो.'' इतकं बोलून तो हसू लागला.

दुसऱ्यांदा चढवण्यासाठी मालक दुसऱ्या वळूला घेऊन आला. चालत येणाऱ्या वळूकडे पाहणं फार छान वाटत होतं. मोठं देखणं जनावर होतं ते. त्याचं बाशिंड चांगलं उंच आणि घट्ट होतं. मंदिराच्या कळसासारखं दिसत होतं ते. वळू चालताना बाशिंड जराही हालत नव्हतं. काली त्या देखण्या जनावराकडे टक लावून पाहत राहिला. तिथे येताच तो ताबडतोब गाईवर चढला पण लगेचच्या लगेच तो रिकामा झाला नाही. गाईवर चढलेला बैल! मोठं सुंदर दृश्य होतं ते. काली त्याचा आनंद घेत होता. आपल्या गाईवर पण तो बैल चढवावा, असे त्याने म्हटलं. दोन दोन बैल चढण्याचा आनंद त्याच्या गाईला झाला होता. सुरुवातीला त्या बैलाचं शिश्न गाईच्या योनीत सहजासहजी गेलं नाही. मालकाला पुढे येऊन हस्तक्षेप करावा

लागला. त्याने हाताने बैलाचं शिश्न पकडून गाईच्या योनीत सारलं. त्यानंतर, पहिल्या वळू इतक्याच ताकदीने हाही वळू गाईवर चढला. गाय वाकली, थबकली. मालकाने वळूला लगेच बाजूला काढलं. काही काही गाई तर पूर्ण कोलमडून पडतात असं त्याने सांगितलं. कालीने त्या माणसाला त्याच्या कामाचे पैसे दिले. गाईच्या पाठीवर थोडं पाणी शिंपडून कालीने तिला मायेने कुरवाळलं. मग, दोरी हातात धरून त्याने आल्या दिशेने चालायला सुरुवात केली. गाईची कामेच्छा पूर्ण झाल्यामुळे ती अगदी शांत झाली होती.

शेतात परत आल्यावरही कालीच्या मनात सकाळी पाहिलेल्या वळूचाच विचार येत होता. त्याच्या मनात विचारांची गर्दी झाली होती. कसला देखणा वळू होता तो. त्याच्या डोक्यावरचे केस अगदी हवे तसेच कुरळे होते. उच्च दर्जाच्या प्राण्याचं चिन्हं होतं ते. शेपूट उचलून लिंग बाहेर काढणारा तो बैल फारच सुंदर दिसत होता. यापूर्वी काली माजावर आलेल्या गाईंना घेऊन कैकदा गेला होता. यावेळेस पहिल्यांदाच त्याने ते नीट पाहिलं होतं. त्या वळूचं वीर्य फारसं चांगलं नाही असं मालकाने त्याला सांगितलं होतं. त्याला ते कसं समजलं होतं? कधीकधी, बैलाचं शिश्न गाईच्या योनीत नीट गेलं नाही की वीर्य बाहेरच सांडत असेल. कदाचित, मालकाने असंच काहीतरी त्या प्राण्याबाबत पाहिलं असावं. दुसऱ्या बैलाचं वीर्य म्हशीच्या दुधाच्या दह्यासारखं घट्ट होतं, असं मालक म्हणाला होता. त्याला ते कसं ठाऊक होतं? त्याने त्याला स्पर्श केला होता का, हाताला कसं लागतंय ते पाहिलं होतं का? किंवा, एकदा एका गाईवर चढल्यानंतर ती जर गाभण राहिली नाही आणि लोक त्यांच्या गाई पुन्हा पुन्हा दाखवायला घेऊन येऊ लागले तर त्या विशिष्ट वळूच्या वीर्याचा दर्जा चांगला नाही हे सांगणं मालकाला शक्य होत होतं? काली उलटसुलट विचार करू लागला.

सीरायी घरी गेली तेव्हा दुपार झाली होती. ती गेल्यावर कालीने गोठ्याचं शाकारलेलं फाटक घट्ट बांधून टाकलं. झोपडीतल्या बाजेवर तो पडून राहिला. कमरेचा लंगोट सोडून त्याने आपलं लिंग हातात धरलं. तीस वर्षांचा होऊन गेला होता तो तरीसुद्धा त्याचं लिंग एखाद्या सापासारखं ताठ उभं राहत होतं. या क्षणी तो कोणाचा विचार करणार होता? पोन्नाशिवाय दुसऱ्या कोणाचा विचार त्याच्या मनात येत नव्हता. ती? तो थबकला. तिचे हसणारे नाजूक सुंदर ओठ. तिचं ते हळूच मान वेळावणं. तिच्या कानाच्या पाळीवरची मऊ लव. त्याच्या श्वासासरशी हलकेच हलणारी ती लव त्याला गुदगुल्या करत असे. पोन्ना डोळे मिटून घेई. ती नेहमी डोळे मिटून घेई. तिने डोळे उघडे ठेवावेत, असं त्याने तिला कितीदाही सांगितलं तरी ती कधीच त्याचं ऐकत नव्हती. त्यांनी जर रात्री संभोग केला तर कदाचित एखाद्या वेळेस डोळे

उघडून पाहत असे. पण जर ते दिवसा एकमेकात रमले तर ती डोळे घट्ट मिटून घेई. शेवटपर्यंत ती डोळे उघडत नसे. तिची ती प्रतिमा त्याच्या मनात अगदी खोलवर कोरली गेली होती.

त्याने हस्तमैथुन थांबवून कित्येक वर्षं उलटली होती. लग्नापूर्वी करायचा तो ते सगळं. त्याकरता, दोरीची ती बाज फार उपयुक्त जागा होती. मुथुनेच त्याला त्याबद्दल सांगितलं होतं. मुथुला सगळं काही माहीत असायचं. त्याला हे सगळं कसं माहीत असं विचारल्यावर त्याने सांगितलं, ''माहीत असतं रे मला सगळं.'' कैक वर्षांत कालीने हस्तमैथुन केलं नसल्याने त्याचं वीर्यपतन व्हायला वेळ लागला नाही. वीर्य हातात गोळा करून तो त्याकडे पाहत राहिला. ते घट्ट होतं की पाणचट? त्याला कडुलिंबाच्या पानांचा कडवट गंध होता. चिकट बेडक्यासारखं ते वीर्य त्याच्या हातात तसंच राहिलं. त्याने वीर्याला स्पर्श करत त्याबद्दल थोडा वेळ विचार केला. पण तो निष्कर्षाला पोहोचू शकला नाही. ते दह्यासारखं घट्ट होतं का? याहून ते घट्ट असायला हवं होतं का? ते पाणीदार आणि पातळ होतं का?

पाणीदार वीर्य असणाऱ्या त्या वळूची आठवण त्याला झाली. त्याच्या चालण्यात मोठा डौल आणि आत्मविश्वास होता. त्याचं बाशिंड त्याने कसं तोलून धरलं होतं. त्याच्या डोळ्यांतला उद्धटपणा लपत नव्हता. मोठा आकर्षक प्राणी होता तो. परंतु, तो कितीही धट्टाकट्टा असला तरी, त्याच्याखाली गाय दबत असली तरी तो गाईला गाभण करू शकत नव्हता. कालीने स्वत:ची तुलना त्या प्राण्याशी केली. त्याने सुस्कारा सोडला. त्याच्या गावातला केसन नावाचा माणूस एकदा कालीबद्दल म्हणाला होता, ''पाहायला खूप छान वाटतो पण काही कामाचा नाही.'' बरोबर होतं का त्याचं म्हणणं? परंतु, त्या कामात आपण वाईट आहोत असं कालीला वाटत नव्हतं. सगळी समस्या त्याच्या वीर्याची असावी. ज्या ईश्वराने ते निर्माण केलं त्यालाच तो विचारू शकला असता. पण कुठे शोधायचा हा ईश्वर? तो सापडल्याशिवाय त्याला स्वत:बद्दल विचारायचं कसं? जर काली मरू शकला असता तर एव्हाना तो स्वर्गात गेला असता. मग त्याने त्या ईश्वराला चांगलं पकडीत घेतलं असतं. त्याच्या मानेभोवती आपला अंगोच्छा घट्ट गुंडाळून टाकला असता आणि मगच त्याला प्रश्न केला असता. करता काय! त्याची योजना यशस्वी ठरली नव्हती.

अचानक बैलाच्या त्या मालकाबद्दल त्याच्या मनातला आदर वाढला. त्या माणसाने आपल्या आधीच्या वळूला कुटलं तर नव्हतंच शिवाय अधूनमधून तो त्या वळूला संधीसुद्धा देत होता. इथून पुढे, पोन्ना कालीचा स्वीकार कीव येऊन करेल का? ती दोघं प्रणयात असताना पोन्ना नेहमी डोळे का मिटून घेत असे? कदाचित, तिच्या डोळ्यांतली कीव त्याला दिसली असती म्हणून ती डोळे मिटून घेत होती का? एका गरीब, निरुपयोगी जीवावर ती दया करत होती का?

सतरा

मरगळीचा महिना होता. संध्याकाळ होण्यापूर्वीच धुराच्या पटलाप्रमाणे धुकं दाटू लागलं. तरुणपणी कालीने याहून वाईट धुक्याचा सामना केला होता; परंतु आता त्याला ते शक्य होत नव्हतं. गुरंढोरांची आणि मेंढ्यांचीसुद्धा नाकं गळू लागली होती. असं दिसत होतं, की बाहेरच्या वाईट हवामानापासून रक्षण करण्याइतका आसरा गुरा-ढोरांना पारोशा पिंपळाखाली मिळत नव्हता. मेंढ्यांच्या डोक्यावर जरी शाकारलेलं छप्पर असलं, भोवताली कोंडवाड्याची भिंत असली तरी त्या धुक्याचा त्यांच्यावरही दुष्परिणाम होत होता. आताशा, अंधार लवकर पडू लागला होता. गच्च भरलेल्या मधाच्या पोळ्यासारखा तो सगळीकडून दाटून येऊ लागला होता.

पोन्ना आता दिवसा शेतात येऊ लागली होती. आल्यावर ती थोडी इकडे-तिकडे फिरत असे. गोठ्यातल्या जागेपासून कालीला ती सहज दिसे. तिचं ओटीपोट दिसू लागलं होतं हे त्याच्या लक्षात आलं होतं. पोट थोडं पुढे काढून ती चालत असे. तिने मशागत केलेल्या वांग्याच्या झाडाला फळं येऊ लागली होती पण ती पूर्वीसारखी नव्हती. हल्ली झाडाची पानं पिकून गळू लागली होती. कालीने जेव्हा त्या झाडांची तशी अवस्था पाहिली तेव्हा दया येऊन त्याने त्या झाडाची थोडी काळजी घेतली होती. पानांवर त्याने राख शिंपडली होती. धुक्यापासून झाडांचं संरक्षण व्हावं म्हणून पानेई आणि नारळाच्या झावळ्यांनी त्याने तो भाग शाकारला होता. हे पाहिल्यावर पोन्नाला फार आनंद झाला होता.

तो वांग्यांची ज्या पद्धतीने काळजी घेत होता ते पाहून पोन्ना इतकी हर्षभरित झाली, की ती सतत सीरायीशी तोच विषय बोलत होती. तसल्या हवेत आपल्या आईने आपल्यासाठी डबा घेऊन शेतात चालत येऊ नये, असं कालीने सांगितलं होतं. त्याऐवजी, तोच रोज घरी जाऊन जेवू लागला होता. गेले ३-४ महिने काली घरी गेलाच नव्हता. त्याला आलेला पाहताच शेजारच्या पोरासाच्या ते लक्षात आलं होतं. सगळ्या गावभर तिने ती बातमी पसरवली होती. लोकांनी जेव्हा सीरायीला त्याबद्दल विचारलं तेव्हा ती म्हणाली, ‘‘रात्रीचा येतो तो फक्त. निशाचर आहे तो

पक्का. रात्रभर बोलत बसतात ते दोघं. कधी जातो कोण जाणे.''

पुरात्तास्सीचा महिना सुरू होताच पावसाला सुरुवात झाली. पुढे, ऐप्पसी आणि कार्थिकाईच्या महिन्यात जोरदार वृष्टी झाली. अशा तुफान पावसाळ्यात लवकर येऊन संध्याकाळच्या आतच दारं बंद करून घरात बसायची लोकांची सवय होती. त्यामुळे, काली हल्ली दिसत नाही, असं पोरासाने म्हणताच त्याची बाजू घेत लोक म्हणू लागले, 'रात्रीचा येतो, घुबडासारखा. पण आपण तर दारं लवकर बंद करून झोपतो. कसं कळणार तो कधी येतो आणि कधी जातो ते?'

या काळातच शेतात भरपूर काम असे. गावगप्पा करायला कोणालाही वेळ नसे. असंच एकदा सीरायीचा पोरासाशी वाद झाला. तिने तिला खडसावून विचारलं, ''तुझा संबंध तरी काय? येता-जाता सगळ्यांना सांगतेस, 'म्हणे काली घरी येत नाही? तुला काय गं ठाऊक? माझ्या सुनेच्या हातचंच जेवतो ना तो तिन्हीत्रिकाळ? ती जेव्हा शेतात जाते तेव्हा बोलतात दोघं एकमेकांशी. तू जेव्हा दारं बंद करून एखाद्या प्रेतासारखी आडवी पडतेस ना तेव्हा येतो तो इथे. माझ्यावर विश्वास नसेल तर शेतात जाऊन स्वत:च्या डोळ्यांनी पाहा. आणि मला एक सांग, लोकांकडे काय चाललं आहे याच्याशी तुला काय करायचंय? किती भोचकपणा करतेस! आपल्या पायाखाली बघ ना जरा!''

पोरासा नेहमीच सीरायीला अत्थई म्हणत असे. सीरायीचा भडिमार ऐकून ती आत्ताही म्हणाली, ''अत्थई, मी कशाला गं लोकांशी असं काही बोलू? लोकं काही निरागस नाहीत. चोंबडेपणा करायला, माझ्याकडून माहिती काढायला उतावीळ असतात ते. आणि मग, सगळं माझ्या नावावर खपवून देतात, झालं! दोघांचौघांनी स्वत:हूनच मला विचारलं, की काली घरी येतो की नाही. मी म्हटलं त्यांना की, तसा मला तर काही दिसला नाही. पण रात्री येतो तो. आता माझ्या याच बोलण्याला तिखटमीठ लावून लोक वाटेल तशा गावगप्पा करू लागले आहेत. तू बघतेस ना, मला किती काम पडलं आहे, माझी पोरं रोजच पोन्नाबरोबर पल्लनकुझी खेळतात थोडा वेळ. निदान तेवढा तरी वेळ मला शांतपणे काम उरकता येतं. मी कशाला गं पोन्नाबद्दल काही वाईटसाईट बोलू? लग्नानंतर इतक्या वर्षांनी पोन्नाला दिवस गेलेत म्हणून मला कोण आनंद झाला म्हणून सांगू! पण तुला काय वाटतं, लोक फक्त आपल्यापुरतं बघतात का? मंदिराच्या उत्सवात जाऊन पोन्नाला दिवस गेलेत असं बोलणारे लोकसुद्धा आहेत. सगळ्यांच्या जिभा वाट्टेल तशा सैल सुटतात. कोणाचं म्हणून तोंड धरणार आपण?''

सीरायी हे मुळीच ऐकून घेणार नव्हती. ती उसळून म्हणाली, ''माझ्या कुटुंबाबद्दल बोलण्याचा हक्क दिला कोणी इतरांना? या गावातली कोणती बाई कोणत्या पुरुषाकडे जाते हे मला माहीत नाही असं वाटलं का? आत्ता सगळ्यांची

अंडी-पिल्ली बाहेर काढते. कुत्तरड्या साल्या! लघवीला जात असल्यासारखं घरातून बाहेर पडतात आणि जातात मात्र भलतीकडेच. नको त्या ठिकाणी साड्या वर करतात आपल्या. आमच्याबद्दल बोलतात या? इतक्या वर्षांत आमच्याबद्दल एक शब्द तरी कोणी वाईट उच्चारला आहे का? त्याला एकच कारण. सगळ्यांना वाटलं, वारस नाही कोणी आमच्या शेतीवाडीला. आम्ही गेलो की घेता येईल ओरबाडून. आता पोन्नाला दिवस गेल्याने लोकांच्या कुटिल कारस्थानांना काही यश येणार नाही. म्हणूनच, प्रत्येकजण आमच्याबद्दल वाटेल तसं बोलू लागलं आहे. या बायकांना म्हणावं थोबाडं बंद ठेवा आपली. नाहीतर, एकेकीचं पितळ उघडं पाडेन. सगळ्या गावासमोर त्यांचा चांगला अपमान करेन. सांग जाऊन त्यांना, माझ्या नादी लागू नका म्हणावं!''

रात्रीची नीरव शांतता पसरली होती. सीरायीने प्रत्येक शब्द मोठ्यांदा आणि स्पष्टपणे उच्चारला होता. गावातल्या प्रत्येकाने तिचं बोलणं ऐकलंच असणार. काही वयस्कर स्त्रिया तिथे येऊन तिला विचारू लागल्या, ''सीरा, अगं, एवढं झालं तरी काय?'' घाईघाईने घरात जाऊन पोरासाने घराची दारं लावून घेतली.

जमलेल्या स्त्रियांच्या सदसद्विवेकबुद्धीला सीरायीने आवाहन केलं. त्यावर त्या सगळ्या म्हणाल्या, ''तू नको गं काही काळजी करूस. लोकांचं काय गं, काही ना काही तरी बोलणारंच. तू कशाला त्यांचा एवढा गंभीरपणे विचार करतेस? आत्ता जे महत्त्वाचं आहे ना तिथेच लक्ष दे तू फक्त.''

पोन्ना तिला म्हणाली, ''अत्थई, तू कोणाच्याही नादी लागू नकोस. कोणालाही उत्तर द्यायला जाऊ नकोस. त्यांच्या बोलण्याला तू किंमत देते आहेस हे त्यांना कळलं, की त्यांच्या तोंडाला लगामच घालता येणार नाही. इतक्या रात्रीची कशाला गं आरडाओरडा करतेस?''

त्यानंतर, गावातल्या त्या इतर म्हाताऱ्या-कोताऱ्या म्हणाल्या, ''पाहिलंस! तुझ्या सुनेलासुद्धा अगदी असंच वाटतं. दे सोडून हा विषय. लोकांचं काय गं, मनाला येईल ते बरळतील मेले. आपण या सगळ्या गोष्टी अशा गांभीर्याने घ्यायची काही गरज नाही.''

त्या सगळ्यांच्या अशा समजावण्याने सीरायी थोडी शांत झाली.

तेवढ्यात, जमलेल्यांपैकी एक जण म्हणाली, ''कित्येक वर्षांपूर्वी माझ्याबद्दल या गावातले लोक काय वाटेल ते म्हणायचे. त्या सगळ्या अफवांमधून सावरायला मला किती यातायात करावी लागली ते माहीत आहे का तुला?'' त्यानंतर, त्या स्त्रीने स्वत:ची कहाणी सांगायला सुरुवात केली. ते ऐकायला सगळ्यांनी ओट्यावर फतकल मांडली. सगळ्याजणी मन लावून ऐकू लागल्या. त्या रात्री सगळ्यांनी तिथेच ओट्यावर अंग टाकलं. पहाटेलाच प्रत्येकजण आपल्या घरी गेली.

आताशा, काली दिवसाच जेवायला येत असे. ओट्यावर बसूनच तो जेवे. पोन्ना घरात आतल्या बाजूला थांबे. अजूनही ती दोघं एकमेकांकडे थेटपणे पाहत नव्हती. कधीकधी, पोन्ना ओट्यावर बसलेली असे तेव्हा कालीच्या पावलांचा आवाज तिला ऐकू येई. तत्काळ उठून ती आतल्या खोलीत धाव घेई. तसं म्हटलं तर, तिला त्याला मनापासून पाहायचं होतं, त्याला मिठीत घ्यायचं होतं. त्यांच्या लग्नानंतर एकमेकांपासून इतकं दूर राहण्याची त्यांची ही पहिलीच वेळ होती. खरंतर, आजवर त्यांचा अबोला एक दिवसाच्या वर कधीही टिकला नव्हता. अबोल्याच्या त्या काळातसुद्धा पोन्ना जर संतापलेली असली तर त्याला पाहताच ती तोंड फिरवून गप्प बसे. तिच्यावर रागावणं त्याला कधीच जमत नसे. उलट, तिचा राग पळवून लावण्यात तो पटाईत होता. तो तिला मनवत असे. बोलायला भाग पाडत असे.

सोपं होतं ते सगळं त्याच्यासाठी. तिचं लक्ष नाही, असं पाहून तिच्या कमरेला हळूच चिमटा काढून ती काही करण्यापूर्वीच तो तिथून पळून जात असे. ती त्याच्यामागे धावू लागे. मग तो शेतात पळे. दगडगोटे किंवा मातीची ढेकळं उचलून ती त्याच्या दिशेने फेकू लागे. तो अगदी सहजगत्या हा हल्ला परतवून लावे. सरतेशेवटी, धापा टाकत त्याच्यापर्यंत पोहोचून ती त्याचा हात धरे. मग ती त्याच्या छातीवर आणि चेहऱ्यावर गुद्दे मारू लागे. ते सगळं तो हसतमुखाने सोसत असे. उलट तो म्हणे, "अहाहा! फुलांचा वर्षाव होतो आहे बघ माझ्या छातीवर!" त्याला मारून मारून तिचे हात दुखू लागत. मग ती त्याच्या मिठीत शिरे. त्या मिठीतून कधीही सुटूच नये, असं तिला वाटे. कधीकधी, तो तिला त्याच्या मिठीतून दूर केल्यासारखं करे. तिला लगेच राग येई. पुन्हा ती त्याच्या छातीवर गुद्द्यांचा मारा सुरू करे. त्याचवेळी तो तिला परत मिठीत ओढून घेत असे.

सीरायीने जेव्हा पहिल्यांदा त्यांच्यातला हा प्रसंग पाहिला होता तेव्हा ती फार हादरली होती. त्यावेळेस तिने पोन्नाला चांगलंच खडसावलं होतं. ती म्हणाली होती, 'अगं ए! असं नवऱ्याला मारू नाही शकत आपण. तू त्याच्यावर चक्क दगड-गोटे फेकतेस. त्याच्या डोक्यात बसला एखादा गोटा तर?" सीरायीच्या या बोलण्याकडे दोघांनीही लक्ष दिलं नव्हतं. हा त्या दोघांमधला प्रेमाचा खेळ आहे हे सीरायीच्या लक्षात आल्यानंतर ती पुन्हा कधीच काही बोलली नाही. उलट, आनंदाने ती त्या दोघांचा हा खेळकरपणा पाहत असायची. तिला एकच काळजी होती. या सुखी जोडप्याला गावातल्या वाईट लोकांची दृष्ट लागली तर काय, याचीच तिला भीती होती. ती म्हणायची, "पाहिलंत! म्हणूनच या घरात नवीन जीव जन्माला येत नाही. असे अनेक नवरा-बायको आहेत ज्यांचं एकमेकांशी क्षणभरही पटत नाही तरी पोरं होतातच त्यांना."

त्याने पोन्नाला उद्देशून जो शब्द वापरला होता तो काही पोन्नाला सहन झाला नाही. तिने जर त्याच्या नजरेला नजर दिली असती तर तो तिला आणखी काय म्हणाला असता कोण जाणे!

शिवाय, हल्ली काली जेवायला घरी येऊ लागला होता. पोन्नाने शेतातून वांगी आणली की सीरायी मुद्दाम मोठ्यांदा म्हणे, "तूच शिजव गं बाई. तुझ्या हातचीच वांगी आवडतात तुझ्या नवऱ्याला. दुसऱ्या कुणाच्याच हातचं वांगं खात नाही तो. तो म्हणतो, तू केलेल्या भाजीवर मस्त तुपाचा तवंग असतो. माझ्या भाजीला तर तो राडा म्हणतो."

पोन्ना वैतागून म्हणाली होती, "अत्थई, असं कशाला बोलतेस?"

"तू नको गं काळजी करूस. शेजाऱ्यापाजाऱ्यांनी ऐकावं म्हणून बोलले मी."

किती बरोबर होता सीरायीचा विचार. तिचं हे बोलणं ऐकून शेजारच्या पोरासाने उत्साहाने विचारलं, "अहाहा! तुपाचं आणि राड्याचं काय?" का कोण जाणे, सीरायी पोन्नाला ओरडली की पोरासाला अगदी गुदगुल्या होत. सीरायी मुद्दामच अजून जोरात ओरडली, "मग! तुपाला तूपच म्हणावं लागेल! राड्याला राडाच म्हणावं लागेल. दुसरं काय करणार? जे जसं आहे आणि ज्याची जिथं जागा आहे ती दाखवायला नको का?"

पोरासाने उत्तरादाखल काहीच म्हटलं नाही.

कालीने पुन्हा वांग्यांकडे लक्ष द्यायला सुरुवात केल्यावर पुन्हा झाडाने फळं धारण करायला सुरुवात केली. धुक्यामुळे बहुतेक सगळ्याच झाडांवर दुष्परिणाम झाला होता हे त्याच्या लक्षात आलं. मग त्याने आधीच आणून ठेवलेल्या नारळाच्या पानांनी तेवढ्या तुकड्यांवर शाकारणी केली. दिवस संपता संपता त्याचं काम पूर्ण झालं. त्या तुकड्याच्या चहूबाजूला पडदा घातल्यासारखं दिसू लागलं. सकाळी त्याने जेव्हा झावळ्या बाजूला केल्या तेव्हा आतली झाडं उबदार आणि रसरशीत दिसत होती. त्याच्या लक्षात आलं, की अति थंडी पडली की माणसांना जशा वाकळी आणि गोधड्या लागतात तसंच झाडांनासुद्धा संरक्षणाची गरज असते. नीट काळजी घेतलेल्या झाडांनी त्यांची कृतज्ञता व्यक्त केली. भरभरून वांगी लगडली. जरी विकायला वांगी नसली तरी आता त्यांचा रोजचा प्रश्न सुटला होता.

पोन्नाने वेगवेगळ्या प्रकारे वांगी रांधायला सुरुवात केली. नारळ घालून तिने वांग्याचं पोरियल केलं. गरम भाताबरोबर रसरशीत हिरवी वांगी फारच छान लागली. खाऊन झाल्यावर ताटलीतला उरलेला रस्सा कालीला फारच आवडत असे. पेजेबरोबर खायला पोन्ना वांग्यांचा लगदा करू लागली. नाचणीबरोबर तर वांगी कशाही पद्धतीने शिजवली तरी चांगलीच लागत. ती एक वेगळा दाट रस्सा करत असे. तिच्या हातची चवळी घालून वांग्याची भाजी खाताना तो भुरके मारत

होता, हे ऐकून तिला फार बरं वाटलं. एक दिवस तिने डाळवांगं केलं, पण त्या दिवशी तिने चिंच टाकली नाही. सीरायी नेहमी त्यात चिंच घालत असे. तिने पोन्नाला विचारलं, "चिंचेशिवाय कशी चव जमवून आणलीस तू ही?" कालीलासुद्धा ते डाळवांगं फार आवडलं. स्वयंपाकाच्या माध्यमातून पोन्ना आपल्याशी संवाद साधण्याचा प्रयत्न करते आहे का असं त्याच्या मनात त्यापूर्वी आलं होतं, परंतु आता तर त्याची तशी खात्रीच पटली.

तिच्याबद्दलचं कालीचं मत जरी पूर्णपणे बदललं नसलं तरी तो किंचित मोकळा झाला होता. तरीसुद्धा, तिला जवळ येऊ देता कामा नये असं तो स्वत:ला बजावत होता. 'असं का' हे मात्र त्याला समजत नव्हतं. ओट्यावर बसून तो जेवत असला की, येणारे-जाणारे थांबून त्याच्याशी दोन शब्द बोलत. सहसा, शेतीवाडी, मेंढ्या आणि गुराढोरांबद्दलच त्यांच्यात चर्चा होई. मुथु कधी भेटला होता का? असं कोणी विचारलं तर काली त्यावर काहीही उत्तर देत नसे. इतरांशी चालणाऱ्या त्याच्या या गप्पा पोन्ना अगदी कान देऊन ऐकत असे. परंतु, त्याच्या बोलण्यात कुठलाही उत्साह नाही हे तिच्या सहज लक्षात येत असे. प्रत्येक शब्द तो अगदी तोलूनमापून बोलत असे. मन जेव्हा एखादं गुपित राखू पाहतं तेव्हा आवाज असा सावध होतो का? काली इतरांशी बोलत असताना सीरायीलासुद्धा ऐकू येत असे. एक दिवस, काली जेव्हा शेतात जायला निघाला तेव्हा सीरायी उपरोधाने म्हणाली, "अच्छा! गावातल्या नालायक लोकांशी बोललेलं चालतं वाटतं? पण, घरातल्या आमच्यासारख्या क्षुद्र लोकांना कुठून मिळणार दोन शब्द ऐकायला?"

तिच्या त्या टोमण्यामागचा अर्थ कालीला समजला, पण तरीही उत्तरादाखल त्याने चकार शब्दही उच्चारला नाही.

अठरा

मार्गझीमध्ये तिला आठवा लागला. थाईच्या शेवटी कधीही ती बाळंतीण होईल असं दाईने सांगितलं होतं. आताशा, पोन्नाला बाळाच्या हालचाली जाणवू लागल्या होत्या. बाळ पोटात लाथा मारत असल्याचंही तिच्या लक्षात येई. बाळाच्या लाथा बसू लागल्या की पोन्नाला ओणवं उभं राहावं लागे. सुरुवातीला तिला ते फार विचित्र वाटलं पण नंतर तिने डोळे मिटून घेत तो अनुभव मनात साठवून घेण्याचा प्रयत्न करताच त्यातलं सुख तिला जाणवलं होतं. ते बाळ तिच्या पोटात पोहतं आहे का, एका हाताने पाणी बाजूला सारत झपक्यात वळतंय का असे विचार तिच्या मनात येत. हल्ली तिला कधीही एकटं वाटत नसे. काली तिच्याकडे येत नाही, तिच्याशी बोलत नाही ही गोष्ट तिच्या दृष्टीने आता शिळी झाली होती, पोटात वाढणाऱ्या बाळाशी ती प्रत्येक गोष्ट बोलत होती, त्याला सारं काही सांगत होती.

मनातल्या मनात ती कधीकधी कालीला रागवत असे. आपल्या बाळाला मग ती विचारे, "तुझ्या बापाला मी रागावले म्हणून तुला वाईट वाटलं का रे?" तिच्या मनात येणारा प्रत्येक विचार ती त्या गर्भाला ऐकवत असे. तो गर्भही सारं काही ऐकून घेई. तिने आपली कर्मकहाणी त्याला ऐकवली. ती ऐकल्यानंतर बाळ फार दुःखी झालं. त्याची हालचाल थांबली. त्यासरशी, ती अतोनात घाबरली. आपल्या आयुष्यातल्या या सगळ्या गोंधळामुळे आपण बाळाला त्रास दिला म्हणून तिने स्वतःचीच चांगली खरडपट्टी काढली. बाळ जगात येण्यापूर्वीच या सगळ्या दुःखाच्या कथा त्याला ऐकवण्याची काय गरज होती? कधीकधी, दोन-दोन दिवस तिला बाळाची हालचाल जाणवत नसे. असं झालं की ती फार धास्तावे. ओटीपोटावर थापट्या मारत ती बाळाला जागवण्याचा प्रयत्न करे. बाळ गाढ झोपी गेलं आहे, असा विचार ती करे. तिचं बोलणं बाळाला आवडलं नसावं, अशा विचाराने ती चिंताग्रस्त होई. मग ती बाळाची क्षमा मागून म्हणे, "असं पुन्हा कधी बोलणार नाही बरं."

पण थोड्यात वेळात, ती त्या जन्माला न आलेल्या बाळाशी संवाद साधू लागे.

ती विचारे, ''तुझ्या बापाने मला काय म्हटलं होतं हे माहीत आहे का तुला? त्याने मला 'रांड' म्हटलं. मी आजवर त्याला कधीही 'नाही' म्हटलं नाही. त्याने मला शेतात बोलावलं, मी गेले. त्याने मला अंथरुणात बोलावलं, मी गेले. पारोशा पिंपळाच्या सावलीत त्याच्या बाजूला झोपायला लावलं, मी झोपले. चंद्राच्या प्रकाशात बाहेर झोपायची त्याची इच्छा होती, मी तेही केलं. त्याने आग्रह केल्यावर मी ताडीसुद्धा प्यायले. त्याने तर मला अराकदेखील पाजली. घसा जळला रे माझा. पण मी म्हटलं, 'गाढवाच्या मुतासारखी लागते.' मी गाढवाचं मूत कधी प्यायले होते, असं त्याने मला विचारलं. एका रात्री तर त्याने त्या सपाट दगडावर निजवलं. तिथेच त्याने कार्यक्रम उरकला. दिवसाचा कुठलाही प्रहर असो, कुठलीही जागा असो, त्याची इच्छा झाली, की मी अंगावरचे कपडे उतरवत होते. म्हणूनच त्याने मला 'रांड' म्हटलं. स्वत:ला सारा वेळ झाकून ठेवणाऱ्या, प्रत्येक वेळेस स्वत:ला फक्त किंचित उघडं करणाऱ्या इतर स्त्रियांसारखं वागायला हवं होतं मी. देवळातला पुजारी नाही का हातावर एवढंसं तीर्थ देतो, तसंच करायला हवं होतं मी, पण मी पडले मूर्ख! तो म्हणेल तशी वागत गेले. म्हणूनच, त्याला वाटू लागलं, की मला ते सगळं अति आवडतं. त्यामुळेच त्याच्या मनात 'मी म्हटलं की येते ती, म्हणजे इतर कोणाबरोबरही जायला ती अशीच उतावीळ असणार!' असा विचार आला.''

पुढे बोलण्याआधी तिने दीर्घ सुस्कारा सोडला.

'हे बघ, अगदी पहिल्या दिवसापासून त्याला चांगलं खडसाव. विचार त्याला, 'माझ्या आईला असं कसं म्हणू शकतोस? तुझं हृदय दगडाचं बनलंय का?' विचारायलाच हवं तू त्याला. विचारशील ना? माझ्यासाठी एवढं करावंच लागेल तुला. इथून पुढे तूच तर सोबती आहेस रे माझा. मला दुसरं आहे तरी कोण? अरे, माझ्या आई-वडिलांनासुद्धा मी माझ्याच हाताने दूर ढकललं आहे. पुन्हा कधी आम्ही एक होऊ का हेसुद्धा मला ठाऊक नाही. माझ्याशी खोटं बोलून मला असं कसं फसवू शकले रे ते? आता मी पुढे होऊन त्यांना कशी काय साद घालू? माझ्या मनाची ही जखम कधीच बरी होणार नाही बघ. मला ना बाप, ना माय, ना भाऊ. पण हे बघ, तुला एक सांगते, त्यांनी जे केलं ते जर केलं नसतं तर मला तू असा मिळालाच नसतास. वाईट गोष्टींबरोबर काही चांगल्याही गोष्टी असतात असं म्हणतात त्यामागे चांगलाही अर्थ असावा कदाचित. आता तूच बघ ना, माझा नवरा तर माझ्याशी बोलतसुद्धा नाही. त्याला दुरून पाहूनच समाधान मानावं लागतं मला. माझी सासू - येता-जाता ऐकवत असते, की तिने एकट्यानेच कसं पोर वाढवलं. माझ्या मनात नेहमी यायचं, जसं काही कोणी एकट्याने पोर वाढवलंच नाही. ती काय एकटीच आहे का रे असं करणारी? पण बघ ना, तीच आता या सगळ्या घराचा भार उचलते आहे. तिने एक नाही तर तीन जीव वाचवले आहेत. तिच्या

आयुष्याच्या शेवटच्या काळात तुला तिची काळजी घ्यायची आहे, बरं का? ए बाळा, मला सांग ना, तू मुलगा आहेस की मुलगी? मला तर तुझं हसणंसुद्धा ऐकू येतंय.'

कधीकधी, बाळाच्या खूप लाथा बसायच्या. मग ती विचारे, 'काय झालं? माझ्या खाण्यात काही आलं का? तुला त्रास होतोय का?तुला झोप नाही लागली का? कधीकधी तू तुझ्या बापासारखा अगदी गुमान असतोस. पण तुझा बाप प्यायल्यावर मला जसं छळायचा तसंच छळतोस तू कधीकधी मला. हे बघ, एकदा तुझा जन्म झाला ना की कदाचित पुढे होऊन तुझा बाप तुला उचलून घेईल, तुझ्याशी खेळेल. त्याचा अर्थ असा नाही की तू मला सोडून त्याच्याकडे वळावंस. तू त्याला विचारलंच पाहिजे, 'मी जन्माला येण्याआधी माझ्याकडे लक्ष का नाही दिलंस? एकदासुद्धा माझ्याशी येऊन बोलला का नाहीस? मी नाही ओळखत तुझा आवाज.' विचारशील ना रे? की मग, त्याची बाजू घेऊन माझा छळ करशील? करशीलही म्हणा, कुणी सांगावं? तुझा बाप तर कोणालाही मोहात पाडू शकतो.' हे बोलल्यावर तिला खूप हसू आलं होतं.

एखाद्याची खरडपट्टी वाट्टेल तेवढ्या पद्धतीने काढता येते. संदर्भ लक्षात घेत वेगवेगळ्या पद्धतीने रागवता येतं. चांगले शालजोडीतले आहेर करता येतात. प्रेमाचा शब्द वापरून रागावता येतं. चिडवण्यासाठी रागावता येतं. खरोखरच, रागावण्यामागची कारणंही अनेक असतात. पोन्ना कालीला अशाच पद्धतीने रागवत असे, कारण तशाच पद्धतीने तिच्या मनात विचार येत. तिचे शब्द त्याला फुलांच्या वर्षावासारखे भासत. काही फुलं दगडासारखी असत, पण ती जेव्हा त्याच्यावर पडत तेव्हा त्यांचं खरं रूप समोर येई. हे सगळं बाळाच्या लक्षात येतच असणार, नाही का? तशी तिची तिलाच खात्री वाटत नव्हती. म्हणूनच ती पुढे म्हणाली, "आणि हे बघ, मी त्याला रागावले म्हणून तू त्याच्याबद्दल चुकीचा विचार करू नकोस हं."

तिला आनंद वाटावा असं कारण कालीनेच दिलं. कार्थिकाईचा महिना होता. तिला सातवा महिना लागला होता. साधारणतः, या दिवसात गरोदर स्त्रीच्या माहेरची माणसं तिला भेटायला येत. पक्वान्नांचं जेवण घेऊन लेकीला बाळंतपणासाठी माहेरी घेऊन जात. बाळाचा जन्म झाला, की बाळ आणि बाळंतिणीने आपल्या घरी कधी परत यायचं, याबद्दल दोन्ही कुटुंबं बसून नीट विचारविनिमय करत. साधारणतः, बाळ सात महिन्यांचं झालं की स्त्रीच्या माहेरची मंडळी बाळासाठी चांदीचे वाळे आणि करदोडा आणून मग बाळ-बाळंतिणीची रवानगी नवऱ्याच्या घरी करत. परिस्थिती बरी असेल तर सोन्याची साखळी आणि कडंसुद्धा केलं जाई बाळासाठी. कुठलंही कुटुंब कितीही गरीब असलं तरी गरोदर स्त्रीला सातवा महिना लागताच

तिच्या माहेरची मंडळी अगदी आवर्जून तिच्या सासरी येत, पंचपक्वान्नांचं जेवण करत. पोन्नाला सातवा लागला होता. आता मेजवानी कधी असं गावातले लोक नक्कीच सीरायीला विचारणार होते. काय सांगणार होती सीरायी त्यांना? ती कदाचित म्हणाली असती, 'पोन्नाने नातं तोडलंय माहेरच्यांशी. त्यांना तर यायचंच आहे इथे मेजवानीसाठी. पण येणार कसे?' त्यानंतर, पोन्नाने आपल्या माहेरच्यांशी नातं तोडलंय, अशी बातमी वाऱ्याच्या वेगाने सगळीकडे पसरली असती.

बाजारात सीरायी आणि वल्लईची भेट होई, तेव्हा वल्लई शोक करत म्हणे, "एकच तर मुलगी आहे आम्हाला. लग्नानंतर बारा वर्षांनी दिवस गेले आहेत तिला. पण दुर्दैव आमचं! तिचे डोहाळे पुरवण्याचं नशीब नाही हो आमचं. साधी, नजरेलासुद्धा पडू शकत नाही आमची लेक." एक-दोनदा मातीच्या रस्त्याने, चोरून-लपून मुथु येऊन गेला होता, शेतात काम करणाऱ्या पोन्नाकडे त्याने दुरूनच पाहिलं होतं. मेजवानी करायची नाही असं कसं होईल?

पोन्ना म्हणाली, "काही गरज नाही या सगळ्याची." समजा, तिच्या माहेरची मंडळी मेजवानीसाठी आली आणि कालीने त्यात सहभागी व्हायला नकार दिला तर किती अपमान झाला असता सगळ्यांचा. त्यापेक्षा, काहीही न केलेलं जास्ती बरं. परंतु, सीरायीच्या माहेरची माणसं येऊन गेली. एक दिवस, सीरायीशी आणि कालीशी बोलायला त्याचे मामा शेतातच जाऊन पोहोचले.

ते म्हणाले, "अरे, निरागस आहे ती. आम्हाला जे काही म्हणाली असेल त्यामागे तिच्या मनात काही काळंबेरं नव्हतं. तेवढ्यापायी आम्ही दूर नाही राहू शकत. इतक्या वर्षांनंतर दिवस गेले आहेत तिला. साजरा तर करावाच लागेल हा प्रसंग. तिची माहेरची माणसं येऊ शकत नसली, इथे मेजवानी घालू शकत नसली, तर काय बिघडलं? सीरायी, तू आमची मोठी बहीण आहेस, तुला आता नातवंड होणार आहे. आम्ही भाऊ आहोत तुझे. या प्रसंगी आमचा हातभार नको का लागायला? आम्ही जर आमचं कर्तव्य पार पाडलं नाही तर लोक शेण घालतील आमच्या तोंडात. आम्हाला जे शक्य आहे ते आता आम्ही करणार आहोत. कृपा करून आता नकार देऊ नका." हे सगळं ऐकून सीरायीला फार आनंद झाला. काली त्यावर काहीच बोलला नाही. तो अगदी गप्प राहिला. त्याच्या मामाने आग्रहच धरला, "पोन्ना काही हरकत घेणार नाही. कालीने जर 'हो' म्हटलं तर एक दिवस आम्ही दहा जण येऊ, त्या दिवशी आम्हीच स्वयंपाक करू आणि तिला आमच्याबरोबर घेऊन जाऊ. बाळाचा जन्म होईपर्यंत ती आमच्याकडे राहिली तरी आमची काही हरकत नाही. लोकांनी उद्या असं म्हणायला नको, की तुमचे कोणी नातेवाईकच नाहीत तुमची काळजी घ्यायला. तसंही, त्या संदर्भात लोक आमच्याकडे विचारपूस करू लागले आहेतच. काली, तुझं काय म्हणणं आहे यावर?"

सीरायी काहीच बोलली नाही, कालीने उत्तर द्यावं, अशी तिची इच्छा होती. या सगळ्या उचापतीमागे आपल्या आईचाच हात असणार अशी कालीला शंका होती. तरीसुद्धा, सीरायीने अशी योजना आखण्याचा विचार केला असता तरी ती त्यामध्ये कुठंही सहभागी झाली नव्हती. तिची माहेरची मंडळी दुरावण्यामागे पोन्नाच कारणीभूत होती. त्यामुळे तिच्यासाठी काही करायची त्यांची इच्छा तरी असेल का याबद्दल सीरायीला शंका होती. शिवाय, सीरायीने आणि कालीने जरी होकार दिला तरी पोन्ना 'हो' म्हणेल की नाही, हा एक मोठाच प्रश्न होता. तरीसुद्धा, सीरायीच्या भावांनी आपणहून हा प्रस्ताव मांडला होता आणि याचंच सीरायीला फार कौतुक वाटत होतं. तिचे दोन्ही भाऊ कालीच्या अगदी मागेच लागले. त्याला 'नाही' म्हणता येईना. सरतेशेवटी, एक तारीख निश्चित झाल्यानंतर दोन्ही मामा परत गेले. कालीच्या होकाराचा वापर करत सीरायीने पोन्नाकडून होकार पदरात पाडून घेतला. ती म्हणाली, ''त्याने त्यांच्या हट्टापुढे मान तुकवली आहे. तो मेजवानीला नक्कीच येईल, सगळ्यांबरोबर चार घास खाईल, सगळ्यांबरोबर बोलेल. तू आता यात मोडता घालू नकोस, कारणं काढू नकोस.''

कशातही स्वारस्य न उरलेला काली खरोखरच तोंड उघडून 'येतो' असं म्हणाला आहे याचंच पोन्नाला फार कौतुक वाटलं होतं. त्या दिवशी, पोटातल्या बाळाशी तिने संवाद साधला, ''मी असं ऐकलं आहे की, तुझा बाप मेजवानीला यायला 'हो' म्हणाला आहे. मला असं वाटतं, की बोलायला तोंड उघडलं तर तोंडातून मोती गळतील की काय अशी भीती बसली असावी त्याला. 'हो' कसं काय म्हणाला तो?''

पोन्नाच्या मनात संशय होता. थलैयूर इथले कालीचे कंजुस मामा चार पैसे खर्च करायला तयार झाले आहेत, यावर तिचा विश्वासच बसत नव्हता. कालीनेच त्यांना पैसे देऊन हे सगळं करायला सांगितलं होतं की काय, असाही विचार तिच्या मनात आला. तिला हे माहीत होतं, की ती मंडळी तिला पूर्णपणे एकटं टाकणार नाहीत, तरीसुद्धा तिच्याकडून इतका अपमान सोसल्यानंतर ती मंडळी पुढे होऊन हे सगळं करण्याची तयारी दाखवत आहेत याचं तिला मोठं नवल वाटलं. त्यांच्या करण्यात मोठं औदार्य भासलं तिला. पुढच्या शुक्रवारी ठरल्याप्रमाणे सगळी मंडळी आली. फार लोक नव्हतेच. फक्त दोन्ही मामांची कुटुंबं तेवढी होती. मेजवानीसाठी त्यांनी अगदी मोजक्या शेजाऱ्यांना आमंत्रण दिलं होतं. त्या दिवशी दोन्ही मामी पोन्नाशी फार प्रेमाने वागल्या.

भाताचे तीन प्रकार होते. चिंचेचा भात, टमाट्याचा भात आणि दही भात. गोड म्हणून कच्चयम आणि करवादाई रांधली होती. सगळा स्वयंपाक दोन्ही मामींनी मिळूनच केला. पोन्नासाठी त्यांनी रेशमी साडी आणली होती. कालीशी बोलायला

दोन्ही मामा शेतात गेले. दुपारी जेवणासाठी काली त्यांच्या बरोबरच आला. सगळ्यांनी पोन्नाला नवीन रेशमी साडी नेसायला लावली. ओट्यावर एका लाकडी पाटावर तिला बसवलं. कालीला तिच्या बाजूला उभं राहायला सांगितलं. तसा तो येऊन उभा राहिला. गेल्या सात महिन्यांत पहिल्यांदाच ती दोघं एकत्र आली होती. तरीसुद्धा, पुढे होऊन त्याने तिच्याकडे पाहिलंही नाही. त्याला तिच्या डोक्याचा भाग आणि साडीचा पदर तेवढा दिसत होता. चांगली लालचुटुक साडी होती ती. तो जेव्हा ओट्याच्या पायऱ्या उतरू लागला तेव्हा पोन्नाने चोरट्या नजरेने त्याच्याकडे पाहिलं. त्याचं वजन बहुतेक कमी झालं असावं. त्याचा चेहरा दाढी-मिश्यांनी झाकला गेला होता. काही नवस बोलल्या कारणाने तो दाढी वाढवत असावा आणि बाळाचा जन्म होताच तो दाढी काढून उतरवेल असंच सगळ्यांना वाटत होतं. कालीचं शरीर चांगलं धट्टकट्ट होतं. काही काळ ओसाड पडलेलं शेत जसं कोरडं होईल तसंच होतं त्याचं शरीर. आता मात्र त्याचं शरीर लोंबू लागलं होतं. पुन्हा पुन्हा नांगरलेल्या मातीसारखं दिसू लागलं होतं ते. त्याचा विचार येताच पोन्नाचे डोळे भरून आले.

पाहुण्यांनी लगेच म्हटलं, ''तिच्या माहेरची माणसं नाहीत ना इथे. वाईट वाटत असणार तिला.'' त्या मेजवानीला गावातली दाई आणि तिचा नवरासुद्धा आले होते. पोन्नाला कुणाची दृष्ट लागू नये, म्हणून त्यांनी काही विधी केले. त्या विधीच्या अनुषंगाने पोन्नाने आता माहेरचा प्रवास करायला हरकत नव्हती. पोन्नाला पोरासाच्या घरापाशी नेऊन त्यांनी हाही विधी पार पाडला. पोरासाच्या घराच्या ओट्यावर तिला बसवून थोडं पाणी प्यायला दिलं. तिथून ते तिला घरी घेऊन आले. काली त्याच्या मामांशी आनंदात गप्पा मारत असलेला दिसला. कालीच्या चेहऱ्याकडे पाहून तिला वाटलं, की तो प्यायलेला होता. आजकाल तो फार पिऊ लागला होता. म्हणूनच, त्याचं शरीर असं सैल पडलं होतं. शक्य होईल त्या त्या वेळेस ती त्याच्याकडे कटाक्ष टाकत होती. एकदा तरी तो आपल्याकडे पाहील, नजरेला नजर भिडेल अशी तिला आशा होती; परंतु तिच्याकडे न पाहण्याचा त्याने जणू पणच केला होता.

एकोणीस

शाकारलेलं ते छप्पर कालीने गोठ्याच्या दाराला घट्ट बांधलं आणि मग तो बाजेवर पडून राहिला. थाईचा महिना सुरू होताच थंडी वाढली होती. पायाखालची माती थिजल्यासारखी वाटत होती. नेहमीपेक्षा घाईनेच त्याने सगळी कामं उरकली. गुत्तेवाल्याने त्याला वाळलेल्या भोपळ्यात ताडी भरून दिली. अंधार पडण्यापूर्वीच कालीने त्यातली बहुतेक सगळी ताडी रिचवली होती. त्याला अजिबात भूक नव्हती. नेहमीप्रमाणेच त्याला चढली होती. नुसतं पडून राहावंसं वाटत होतं. पण तो जर रात्री जेवायला घरी गेला नसता तर त्याच्या आईला डोक्यावर तागाची गोणी घेऊन शेतात यावं लागलं असतं. या ऋतूमध्ये तागाच्या गोण्यांना चांगला भाव मिळत होता. अशा काही गोण्या आईने घरी ठेवल्या होत्या, की तिने सगळ्या इथेच गोठ्यात आणून टाकल्या होत्या असा विचार त्याच्या मनात येई. घरात जर तिला एखादी गोणी मिळाली नाही तर ती चक्क डोक्यावर साडी घेत असे. परंतु, तेवढ्याने थंडी भागत नसे.

सात वाजायचा भोंगा होईपर्यंतच ती घरी त्याची वाट पाही. मग ती तडक निघे. शेतात येताच तिच्या तोंडचा पट्टा सुरू होई, ''सारा वेळ पिऊन तर्र कसा काय पडतोस? गुरंढोरं आणि मेंढ्या आहेत गोठ्यात. चोऱ्यामाऱ्या होऊ लागल्यात अलीकडे. बाजारात ऐकते मी लोकांना बोलताना. आपण जर काही गमावून बसलो तर परत विकत घ्यायची ऐपत नाही आपली. सगळ्या किमती किती अफाट वाढल्या आहेत याची कल्पना तरी आहे का तुला? सोन्याचा भाव ७५ रु. झालाय. दोन गाई येतील तेवढ्या पैशात. तू असा दारू पिऊन पडून राहिलास तर कसं काय निभावणार आपलं?''

इतकं प्यायल्यावरही कालीला झोप काही आली नव्हती. असाच कूस बदलत पडून राहिला तो. मध्यरात्रीच्या सुमारास उठून त्याने उरलेली ताडीसुद्धा पोटात ढकलली. पहाटेशी कुठे त्याचा डोळा लागला. कुंपणाच्या फटीतून सूर्याची किरणं त्याच्या चेहऱ्यावर पडली तेव्हाच तो उठला.

आईचा भडका उडायला नको म्हणून काली मुकाट्याने घरी गेला आणि जेवणाचा डबा घेऊन आला. आदल्या दिवशीच्या जेवणातलं शिळंपाकं उरलं होतं. ते त्याने पाण्यात कालवून कुत्र्यांना खाऊ घातलं. घरून आणलेला डबा उघडायचेही कष्ट त्याने घेतले नाहीत. झोपडीत जाऊन त्याने तो डबा नेहमीच्या जागेवर नेऊन लटकवून ठेवला आणि तो पुन्हा जाऊन बाजेवर पडला. त्याला गुंगी येत होती, पण झोप काही लागत नव्हती. डोळे मिटून तो तसाच पडून राहिला. अशा थंडीच्या रात्री पोन्ना त्याच्या बरोबर असती तर किती छान वाटलं असतं हा विचार तो टाळूच शकत नव्हता. मेजवानीच्या दिवशी तिचं लक्ष नाही पाहून त्याने तिच्याकडे एक चोरटा कटाक्ष टाकला होता. चांगलीच हडकली होती ती. तिच्या कातडीखालून हाडं डोकावू लागली होती. फक्त तिचं पोट तेवढं पुढे आलं होतं. तिच्या चेहऱ्यावर कुठेही टवटवीतपणा नव्हता. खरंतर, पांढरी फटक पडली होती ती. तशी गोरीच होती पण आता तिच्या चेहऱ्याचा रंग उडाल्यासारखा दिसत होता. इतक्या दिवसांनी, तिला इतक्या जवळून पाहिल्यानंतर, तिचा देह जणू आपल्या शेजारीच आहे अशी कल्पना तो दर रात्री करू लागला. विचारांतून तिची हकालपट्टी करण्याचा त्याने कितीही प्रयत्न केला तरी ती त्याच्या हृदयावर आरूढ होतच असे. थंडी वाढली तशी त्याची तगमग अजून वाढली. बाजेची चौकट वजनाखाली करकरू लागली.

पूर्वी, थंडी पडली, की तो पोन्नाला शेतातच थांबवून घेई. ती म्हणायची, ''मामा, रोज नाही थांबू शकत मी. माझं सगळं अंग दुखू लागतं.'' त्यावर तो उत्तर देई, ''नुसती येऊन माझ्या बाजूला पडून राहा.'' तिने जर रात्री घरी जायचा हट्टच धरला तर तो तिला म्हणायचा, ''आज रात्री की नाही मी तुला मस्त गोष्ट सांगेन. तू थांबलीस तर सांगेन. आता तुझं तू ठरव बाबा. तुला हवं तर जा.'' गोष्ट सांगतो असं त्याने म्हटलं की तिला मोह टाळता येत नसे. ती म्हणे, ''बरं बाबा, थांबते, सांग मला.'' गोष्ट ऐकायला ती थांबे. तो मात्र त्याची गोष्ट पट्कन सुरूही करत नसे आणि पट्कन संपवतही नसे. वेगवेगळ्या ऋतूंसाठी त्याच्याकडे वेगवेगळ्या गोष्टींचा साठा होता. थंडीसाठी त्याची एक खास गोष्ट होती. ती गोष्ट तिने त्याच्याकडून अनेकदा ऐकली असली तरी ती पुन्हा पुन्हा ऐकायला तिला फार आवडत असे.

तिचा विचार मनात येऊ नये म्हणूनच तो सारखा पिऊन तर्र राहत होता. दारूची धुंदी कमी होऊ लागली की तो पुन्हा पीत असे. त्याला धास्ती होती की त्याला तिची कीव वाटेल की काय! पोन्नाला लुचलेला तो चेहरा त्याला आजकाल सतावेनासा झाला होता. उलट, तो चेहरा आठवण्यासाठी, तो चेहरा पोन्नाच्या चेहऱ्याजवळ जातो आहे याचा विचार करण्यासाठी त्याला आटापिटा करावा लागत

होता. पूर्वी, तो चेहरा आपल्या आपण त्याच्या समोर येऊन त्याला हादरवत असे. पण आता मात्र कालीच तो चेहरा स्वत:समोर आणू पाहत होता. अन्यथा, आपण पोन्नाशी तडजोड करून बसू अशी भीती त्याला वाटू लागली होती.

तिच्या मनात काय सुरू असेल? गेली कित्येक वर्षं त्या दोघांचा शरीरसंबंध होता, पण त्याच्यापासून तिला मूल होऊ शकलं नव्हतं. त्या दुसऱ्या माणसाने एका दिवसात ते साध्य केलं होतं. स्वाभाविकत:, ती दोघांची तुलना करणारच होती. ती कोणाला उजवं माप देईल? तिच्या मनावर कुठल्या चेहऱ्याने खोल ठसा उमटवला असेल? त्याने जरी तिच्याबरोबर कित्येक वर्षं घालवली असली तरी त्याच्यासारख्या निरुपयोगी माणसाचा चेहरा ती आपल्या हृदयात का वागवेल? नक्कीच, तिच्या यातना संपवणारा तो दुसरा चेहराच तिच्या मनात असणार. तो चेहरा मनातून दूर ढकलणं तिला शक्य होत नसणार. काली तिच्या जवळ गेल्यावर तोच चेहरा तिला नाही का आठवणार? त्या दुसऱ्या माणसाचा विचार न करता कालीचा विचार करणं तिला शक्य होणार नव्हतं. कालीच्या चेहऱ्याच्या जागी ती तो दुसरा चेहरा पाहणार होती. तिच्या मनात आता कालीला नक्कीच स्थान नव्हतं. केवळ त्या त्रयस्थालाच ते स्थान असावं. तोच आता पोन्नाला सुखी करू शकत होता.

तो माणूस कसा दिसत होता? तो कालीहून धट्टाकट्टा होता का? उंच होता की बुटका? काळा होता की गोरा? त्याच्या डोक्यावरचे केस चांगले कमरेपर्यंत लांब होते का? त्याच्या भुवया दाट होत्या का? तो अबोल होता का? कालीने थोडं बोलावं अशी पोन्नाची नेहमी इच्छा असे. म्हणजे, तिला एखादा बोलका माणूस हवा होता का? रात्रभर त्याने तिला गोष्टी सांगून तिचं मनोरंजन केलं होतं का? कालीला ज्या कथा ठाऊक आहेत त्याच त्यालाही ठाऊक होत्या का? कालीला कमरेला गुदगुल्या करण्यात पोन्नाला फार मजा वाटत असे. त्या दुसऱ्या माणसाच्या कमरेला तिने तशाच गुदगुल्या केल्या होत्या का? आणि जर केल्या असतील तर त्यावेळेस तिला कालीची आठवण आली होती का? मग तिने काय केलं होतं? मनातली कालीची प्रतिमा हुसकावून लावली होती का? कालीने काहीही केलं तरी तो तिला मूल देऊ शकला नव्हता. इथून पुढे ती कधीही कालीकडे पुरुष म्हणून पाहणार नव्हती.

त्या दुसऱ्या माणसाने त्या रात्री तिला ताब्यात घेतलं होतं. तो कसाही दिसो, त्याची पार्श्वभूमी काहीही असो, तो कुठूनही आलेला असो - त्याने तिच्या मनात आता स्थान मिळवलं होतं. त्याचं नाव आणि पत्ता तिने एव्हाना नक्कीच शोधून काढला असणार. ती अधूनमधून त्याला भेटलीसुद्धा असणार. त्याची चव चाखल्यावर ती त्याला सोडून कशी देणार होती? कालीला नवीन झाडाची ताडी मिळायची तेव्हा तो पुन्हा पुन्हा ती प्यायला नाही का जायचा? तशाच पद्धतीने, नवीन ताडीचा

अनुभव तिने घेतला होता. तो ती कसा विसरणार होती? ती नक्कीच पुन्हा त्या ताडीचा अनुभव घ्यायला जाणार होती. बाजेवरून उठून कालीने उरली-सुरली सगळी ताडी गट्ट केली.

एकदा थंडीत कालीने पोन्नाला सांगितलेली गोष्ट अशी होती.

असाच एक माणूस होता. त्याचं लग्न होऊन चार-पाच महिने झाले होते. थंडी होती. तो आणि त्याची बायको सासुरवाडीला काही सणासाठी गेले होते. त्याच्या बायकोने त्याला आधीच तंबी देऊन ठेवली होती, "हे बघ, उगाच तिथे माझ्या मागेमागे करू नकोस हं. जरा स्वत:वर ताबा ठेव, आलं का लक्षात?" आज्ञाधारक मुलाप्रमाणे त्याने मान डोलावली होती. त्याच्या सासूच्या घरात एकच खोली होती. शिवाय, सासूला दोन-तीन मुली होत्या. त्यांची स्वत:ची मुलं होती. सगळ्या बाया घरातल्या त्या खोलीत झोपत. त्याची बाज ओट्यावर घालण्यात आली. पांघरायला त्याला चांगल्या दोन वाकळी दिल्या गेल्या; परंतु त्याला खूप थंडी वाजत होती. दोन्ही वाकळी त्याने अंगाभोवती घट्ट गुंडाळून घेतल्या, पण त्या काही पुरेशा नव्हत्या. रात्रीची ती थंडी त्याला अक्षरश: सुयांसारखी टोचू लागली. काही केलं तरी त्याला झोप येईना. आदल्या रात्री, जावई घरी येणार म्हणून सासुरवाडीच्या लोकांनी तांदूळ आणि उडदाची डाळ भिजत घालून वाटण करून ठेवलं होतं. त्याच्यासाठी डोसे घातले होते. चांगले मोठे मोठे डोसे. मोजून दहा डोसे हाणले होते त्याने. अति खाल्ल्याने त्याच्या पोटाला तडस लागली होती. त्यामुळेही त्याला झोप येत नव्हती.

चांदणी रात्र होती. चंद्राची किरणं धुक्यातून उतरल्याने सगळं वातावरण मोठं मोहित झालं होतं. आपली बायको लघवीला जायला बाहेर पडेल म्हणून तो वाट पाहत होता. थोड्या वेळाने खरोखरच त्याला वाटलं तसंच झालं. ती बाहेर आली, त्याने झटकन पुढे होऊन तिला जवळ ओढून घेत बाजेवर स्वत:च्या बाजूला झोपवलं. तिने पुन्हा तंबी दिली, "हे बघ, नुसतं जवळ पडून राहायचं हं." त्याने 'हो' म्हटलं पण तो स्वत:वर फार वेळ नियंत्रण ठेवू शकला नाही. तो हळूहळू तिच्यावर चढू लागला. बरेच तास तो कासावीस झाल्यामुळे त्याला स्वत:वर नियंत्रण ठेवता आलं नाही. झटक्यातच त्याने कार्यक्रम आटोपला आणि तो मागच्या अंगणात गेला.

पलीकडच्या घरातल्या ओट्यावर झोपलेल्या माणसालासुद्धा त्या रात्री झोप लागत नव्हती. थंडी अतोनात होती. तो जागाच होता. समोर जे काही घडलं ते त्याने सगळं पाहिलं होतं. नवरा उठून बाजूला झाला आहे आणि बायको अजून तिथेच बाजेवर आहे, हे त्याने पाहिलं. ही संधी हेरत त्याने स्वत:चं नशीब

आजमवण्याचा प्रयत्न केला. ती तिथेच डोळे मिटून पडली होती. तिच्या अंगावर पडून त्याने भरकन आपला कार्यभाग साधला. त्यानंतर ती घरात गेली. अद्याप नवरा मागच्या अंगणात स्वत:ला स्वच्छ करत होता. थोडा वेळ तंबाखू खाऊन झाल्यानंतर त्याने चंद्राकडे पाहिलं. आता परत एकदा संधी साधावी या विचाराने तो ओट्याकडे आला. तोवर ती परत गेली होती. त्याला वाटलं, की आजच्या रात्रीपुरतं झालं असावं सगळं. मग तो झोपी गेला.

आदल्या रात्री जावयाने दहा डोसे खाल्ले आहेत, हे पाहून सासूच्या लक्षात आलं होतं, की त्याला डोसे फार आवडतात. दुसऱ्या दिवशीसुद्धा तिने डोसेच केले. त्याची बायको त्याच्यासाठी डोसे करत होती. त्याने तिला सांकेतिक भाषेत विचारलं, "काय मग, काल रात्रीचे डोसे कसे होते?" तिने म्हटलं, "पहिला काही फारसा चांगला नव्हता, दुसरा मात्र फारच छान होता." तो गोंधळला. त्याने विचारलं, "दुसरा?" ती म्हणाली, "नाहीतर काय! दुसराच!" आता त्याला नवल वाटायला लागलं. आदल्या रात्री तो दुसरा 'डोसा' घालायला तयार होता पण तोवर ती तर घरात निघून गेली होती. असं कसं? पलीकडच्या माणसाने नवरा-बायकोमधला संवाद ऐकला. कडुलिंबाच्या काडीने दात घासत तो बाहेरच उभा होता. संभाषणात भाग घेण्याचा विचार करत तो म्हणाला, "नका काळजी करू त्याची. तवा चांगलाच गरम होता तेव्हा डोसा घालावा असा मीच विचार केला. तोच होता दुसरा डोसा. आज रात्री पण घालायचे का असे डोसे?"

कालीच्या या गोष्टीला अजून एक भाग होता.

दुसऱ्या रात्री बायको बाहेर पडेल म्हणून नवरा वाट पाहत होता. त्या रात्री त्याची सासू बाहेर आली. ती सासू आहे हे लक्षात न घेताच त्याने तिला करकचून खेचलं. जावयाला 'नाही' कसं म्हणायचं म्हणून तिनेही विरोध केला नाही. त्याच्यासाठी हा अनुभव वेगळाच होता. वरच्या बाजूला ती सैल होती आणि खालच्या बाजूला चांगलीच घट्ट. पण रात्रीच्या त्या प्रहरी त्याने कशाचाही विचार केला नाही. त्या थंडगार रात्री त्याला त्यातून आराम मिळाला. त्याने मजा मारली. दुसऱ्या दिवशी डोसा खाताना पुन्हा नवरा-बायकोत चर्चा झाली. त्याने बायकोला विचारलं, "काल रात्री, पहिला डोसा वरून सैल आणि खरबरीत होता. कदाचित वरचं वरचं पीठ वापरलं होतं की काय! मात्र, खालचं पीठ वापरून केलेला मात्र फारच छान होता. हे कसं?" नवरा काय बोलतो आहे याची तिला काहीच कल्पना येईना. ती म्हणाली, "दहा डोसे हाणलेस काल रात्री. आता कशाला तक्रार करतोस की वरचा सैल होता आणि खालचा घट्ट होता?" त्यावर नवऱ्याने उत्तर दिलं, "माझं असं म्हणणं आहे की मी वेगळ्याच तव्यावर डोसा केला." इतकं ऐकूनही तिला ते काही समजलं नाही.

यावेळेस त्यांचं संभाषण सासू ऐकत होती. ती म्हणाली, ''हो! काल रात्री जावईबापूंनी चुकीच्या तव्यावर डोसे घातले. पीठ चांगलं सरभरीत होतं. प्रश्न तव्याचा होता. जुना होता तवा. त्यामुळे, पहिला डोसा मोडला, पण तवा जुना असला म्हणून काय झालं? कामी तर आलाच ना. म्हणूनच, खालच्या बाजूचा डोसा चांगला एकसारखा निघाला.''

वीस

मात्तु पोंगल - सुगीचा सण, गुराढोरांचा सण. त्याच दिवशी त्याचे काका नल्लय्यन शेतात आले. ते कालीच्या वडिलांकडून नात्यात होते. त्यांनी कधीच लग्न केलं नव्हतं. वारशात मिळालेली थोडीफार जमीन ते कसत; परंतु अनेकदा सगळं काही सोडून ते कित्येक महिने - कधीकधी वर्षभरसुद्धा परदेशी निघून जात. कधीकधी ते एखाद्या स्त्रीला घेऊन येत, तिला काही दिवस जवळ ठेवत. जगण्याच्या त्यांच्या स्वत:च्याच पद्धती होत्या. कोण काय म्हणेल याची त्यांनी कधी फारशी तमा बाळगली नव्हती. कालीचं त्यांच्याशी छान पटत असे. तसं पाहिलं तर ते कालीचे दूरचे काका होते. नल्लय्यन जर जवळपास आले तर ते आवर्जून कालीच्या शेतात चक्कर मारत, त्याच्याशी गप्पागोष्टी करत, त्याच्याबरोबर राहत. कित्येकदा ते काही दिवससुद्धा राहत. त्या विशिष्ट दिवशी नल्लय्यन काका आल्याचा कालीला फार आनंद झाला. पोंगल साजरा करायची त्याची मन:स्थिती नव्हती, पण सीरायीने त्याला खडसावलं होतं, की काहीही झालं तरी त्याला पोंगल साजरा करावाच लागेल. कालीने स्वत: शेती कसायला सुरुवात केल्यापासून एकही पोंगल भाकड गेला नव्हता.

सगळं सुरळीत सुरू होतं, शेतीवाडीत भरपूर प्राणी नांदत होते तेव्हा पोंगलची प्रथा का थांबवायची? सीरायी म्हणाली होती, ‘‘तसंही तू रोजच गुरंढोरं धुतोस. त्यामुळे, आज काही तुला जास्तीचं काम करायचं नाही. पोंगलचा स्वयंपाक करणं हे बायकांचं काम आहे. घरात गर्भार बाई आहे. त्यामुळे, पोंगलचा स्वयंपाक रांधून आपण नैवेद्य दाखवायलाच हवा.’’ त्या दिवशी पोन्नाने शेतात येण्याबद्दल कालीला धाकधूक वाटत होती. तिने येऊ नये असं त्याने कधीच म्हटलं नव्हतं. ज्या दिवशी तिने त्याच्या ओठांची हालचाल अचूक टिपली होती, त्याने तिला ‘रांड’ म्हटलं आहे हे तिच्या लक्षात आलं होतं, ती तिथून धावत बाहेर पडली होती. त्या दिवसानंतर तिने कधीही गोठ्याच्या त्या भागात पाऊल ठेवलं नव्हतं. ती शेतात येत असली, तिथे थोडं काम करत असली, कधी मध्येच विश्रांती घेत असली,

थोडीशी टेकत असली तरी ती गोठ्याच्या भागात येत नव्हती. ती येऊन त्या झोपडीत का बसत नव्हती? त्याने तिला मुद्दाम दूर केलं आहे, असंच ती वागत होती. कदाचित, तिने खोपटात प्रवेश केला तर पुन्हा आपल्याला 'रांड' हा शब्द ऐकावा लागेल की काय, अशी भीती तिला वाटत असावी. आज ती आत येईल का? असा प्रश्न त्याला पडला. समजा ती आली तर आपली काय प्रतिक्रिया होईल असा विचारही त्याच्या मनात आला. परंतु, सुदैवाने नल्लय्यन काका अगदी वेळेवर येऊन पोहोचले. पोन्नाने यावं म्हणून सीरायीने तिची कशी समजूत घातली असेल हे कालीला ठाऊक नव्हतं.

मात्तु पोंगलच्या दिवशी अंधार पडल्यावरच स्वयंपाकाला सुरुवात केली जाई. सीरायीने स्वयंपाकाला सुरुवात केल्यावरच पोन्ना येऊन पोहोचली. ती अगदी हळू चालत होती. तिच्या येण्याने अंधार जणू दूर होत होता. काली आपल्या कामात गुंग होता. तो गुराढोरांना चारत होता. त्या दिवशी त्याने ढोरांना अगदी मोकळेपणाने चरू दिलं. त्याच्या मनात आलं, 'आपल्या मनात जे काही सुरू असेल ते असो, त्याचा परिणाम गुराढोरांना आपण कसं वागवतो, याच्यावर होता कामा नये.' पोंगलचा स्वयंपाक रांधण्यात दोन्ही स्त्रिया गर्क झाल्या. कालीने नैवेद्य दाखवायला यावं म्हणून त्याच्या आईने त्याला हाक मारली तेव्हाच आणखी एक आवाज ऐकू आला, 'आज पोंगलचा स्वयंपाक जेवायला तुमच्याकडे आणखी एक माणूस आहे.' पुढच्या क्षणी, हातात दोन मोठे ऊस घेतलेले नल्लय्यन काका आत आले.

त्याचं स्वागत करत सीरायी आश्चर्याने म्हणाली, "गावातले लोक तर म्हणत होते की तुम्ही परदेशात गेला असून तिथेच रस्त्याच्या अपघातात तुमचा मृत्यू झाला आहे. पण तुम्ही तर जिवंत आहात!"

पोन्ना हळूच म्हणाली, "काका, या!"

कालीने नुसतंच स्मित केलं पण नल्लय्यनना ते दिसू शकलं नाही. त्यांनी म्हटलं, "आपलं पोर काहीच कसं नाही बोलत बुवा?"

कालीने उत्तर दिलं, "काका, हसलो की मी तुमच्याकडे पाहून. तुम्हाला दिसलंच नाही ते."

त्याला चिडवत नल्लय्यन काका म्हणाले, "अरे बाबा, तू जर अंधारात हसणार असशील तर तू हसतो आहेस की नाही हे तुझं तुलासुद्धा समजणार नाही. मागच्या अंगणात बसून मांजर हसते आहे, असं म्हणण्यासारखं आहे हे, नाही का? शिवाय, तुला असं वाटतं का तू फारच गोरापान असून तुझे दात पांढरेशुभ्र आहेत त्यामुळे अंधारात तुझं हसणं चमकत असेल?"

पोंगलची प्रार्थना करून नैवेद्य दाखवण्यापूर्वी कालीने एका लोखंडी पळीत जळते

निखारे घेतले. त्यावर त्याने थोडासा धूप टाकला. ती पळी घेऊन त्याने सर्व प्राण्यांना ओवाळलं. धूपाचा सुगंध सर्वदूर पसरला. हात भाजू नये म्हणून त्याने ती पळी खांद्यावर टाकलेल्या अंगोच्छाच्या टोकाने पकडली होती. सीरायीने नैवेद्याचं ताट वाढलं. मग ती काकांना म्हणाली, ''गेला तरी कुठे होतात? मला वाटतं, गेले सहा महिने तरी आपली भेट झाली नसावी.'' आपल्या प्रवासाच्या रंजक हकिकती तिखटमीठ लावून सांगायला नल्लय्यनला आवडतं हे सगळ्यांना ठाऊक होतं. त्यांच्या त्या गोष्टी ऐकायला पोन्ना आणि काली दोघंही आतुर झाले होते.

सीरायीच्या बोलण्यावर नल्लय्यन उद्गारले, ''सहा महिने? आठ महिने झाले आहेत! भयंकर तिरस्कार आहे मला या जागेचा. कधी परत येऊच नये असं वाटत होतं. पण करता काय! सूनबाईंना दिवस गेले आहेत ना आमच्या! तुम्ही सगळे कसे सुखात नांदत आहात, हे पाहायला आलो मी! एकदा बाळ जन्माला आलं की या दोघांना पूर्वीसारखं नाही राहता येणार. याला सारखी ती हवीशी वाटेल पण ती म्हणेल, 'थांब रे जरा, बाळ रडतंय!' ती तर त्याला हात धरून ओढूसुद्धा देणार नाही. प्रत्येक वेळेस बाळाचं कारण पुढे करेल. बाळासमोर भलतेसलते चाळे करायची याचीसुद्धा हिंमत होणार नाही. मी सगळ्यांना हेच सांगतो की मूलच नका होऊ देऊ. ऐकतंय कोण? ते जाऊ दे. तुम्हाला जर याने आनंद होत असेल तर असो.''

त्यावर सीरायीने उत्तर दिलं, ''मुलं नकोत? असं कोणाला वाटेल बरं? तुम्ही मोठे विचित्र आहात, भाऊजी! तुम्हाला काहीच नको असतं. पण आम्ही कुटुंब कबिलावाली माणसं. शेतीवाडीकडे लक्ष द्यावं लागतं आम्हाला. मुलंबाळं नसली तर जगणार कसे आम्ही?''

''तेही बरोबर आहे म्हणा. मी गावातून पळून आलो त्यामागे मुलंच कारणीभूत आहेत. माझ्या दोन्ही धाकट्या भावांनी इतकी पोरं जन्माला घातली आहेत, की काय सांगू! त्या पोरांकडे पाहिलं की मला फार म्हातारं झाल्यासारखं वाटतं. अगदी कालचीच गोष्ट, सगळी अगदी कच्चीबच्ची होती. आज बघाल तर सगळे लग्नाला आले आहेत! एकदा मी गावातून बाहेर गेलो होतो. मी परतलो तेव्हा माझ्या दोन्ही मोठ्या भावांनी एका मुलीचं लग्न केलं होतं. आता दुसरी मुलगीसुद्धा लग्नाला आली आहे. त्याचा मुलगा... इतका धिप्पाड आहे, की माझ्याहून उंच दिसतो तो. दुसरा भाऊसुद्धा त्याच्या मुलांसाठी सुनांचा शोध घेतो आहे. त्याची मुलगी अद्याप बरीच लहान आहे पण, त्याची दोन मुलं... प्रचंड खडकासारखी दिसतात. कुत्री सगळी! वारसाहक्काने मला मिळालेल्या हिश्श्यावर डोळा आहे सगळ्यांचा. फक्त पोरं जन्माला घालायची एवढंच समजतं त्यांना. दुसऱ्या कोणीतरी कमवावं आणि यांना सगळ्यांना संपत्तीचं दान करावं! माझ्या इस्टेटीवर डोळा आहे त्यांचा. मी

चांगला म्हातारा झालो आहे असं म्हणतात ते. अगं सीरा, तू माझ्याहून तरुण आहेस. तू माझ्या भावाबरोबर लग्न केलंस त्यामुळे मी तुला बहीण म्हणू शकतो किंवा वहिनी म्हणू शकतो, नाही का? काय वय असेल माझं, सांग बरं? पंचावन्न? आपला काली आता तीस वर्षांचा असेल. तो जन्मला तेव्हा मी असाच काहीतरी पंचविशीचा होतो, नाही का?''

सीरायीने सगळा नैवेद्य वाढला. पळीतल्या धूपासकट कालीने सगळ्या गोठ्यात आणि मेंढ्यांच्या कोंडवाड्यात चक्कर मारली. तो परत आला. ती म्हणाली, ''मासीच्या महिन्यात कालीला तेहतीस पूर्ण होऊन चौतिसावं लागेल. ठीक आहे, चला प्रार्थना म्हणू या.'' छोट्याशा तांब्यात ठेवलेल्या पाण्याला स्पर्श करत कालीने त्याच्याभोवती प्रदक्षिणा मारली. मग त्याने कापूर पेटवून आरती केली. पोन्नाने पट्कन कापराच्या ज्योतीवरून हात फिरवत बोटं डोळ्यांवर टेकवली. त्यानंतर, त्याच्या हातातल्या तबकातला अंगारा घेऊन तिने तो कपाळाला लावला आणि ती पट्कन बाजूला झाली. तिने मान एकदाही वर केली नाही. ती जेव्हा त्याच्या जवळ सरकली होती तेव्हा त्याने पारोशा पिंपळावर नजर खिळवून ठेवली होती. सीरायीने मग नैवेद्याचं पातेलं उचलून कालीच्या हातात दिलं. गुरा-ढोरांना पहिला घास भरवण्यासाठी तो गोठ्याकडे वळला. दोन्ही बैलांनी आवडीने नैवेद्य खाल्ला. त्यातलाच थोडा घास त्याने वासराला भरवला.

सीरायी पुन्हा आधीच्या विषयाकडे वळत नल्लय्यनला म्हणाली, ''काय मग, वयाचा विचार कुठून आला तुमच्या मनात आता?''

काका सांगू लागले, ''मी सांगतो तुला काय झालं ते. सेल्लुरमधल्या एका बाईशी मी लग्न करावं, असं माझ्या मागे लागले आहेत ते. तिचं आधी एक लग्न होऊन गेलं आहे, पण पाच महिन्यातच तिचा नवरा मेला. त्यांचं असं म्हणणं आहे, की कुणीतरी त्याला मारून टाकलं. त्या मुलीचं कुटुंब मोठं आहे. पाच भाऊ आहेत तिला. तिचं पुन्हा लग्न करून द्यायच्या मागे आहेत ते. त्यांच्यातला एक सदस्य सुधारणावादी पक्षाचा आहे. त्यांचा नेता विधवा विवाहाचा पुरस्कर्ता आहे, नाही का? पंचवीसच वर्षांची आहे ती. तिच्याशी लग्न करण्याचा विचार करतो आहे मी.''

सीरायीने विचारलं, ''पण, विधवेशी कशाला लग्न करायला हवं?''

''का नको? कितीतरी समाजांमध्ये विधवेचं पुन्हा लग्न होतं. आपण का सगळ्याचा विचार करायचा? तिचे भाऊ म्हणतात, की पांढऱ्या कपड्यातल्या बहिणीकडे पाहणं त्यांना फार कठीण जातं. मी अगदी सहज केलं असतं तिच्याशी लग्न, पण हे कुटुंब वगैरे पोसणं मला जमेल की नाही, रुचेल की नाही हेच मला समजत नाही. त्या पाचपैकी एका भावाला मी ओळखतो. तो मला म्हणाला,

"तुम्हाला हवं तेव्हा येत-जात राहा. माझी बहीण बघेल शेतांकडे. शिवाय, आम्ही सगळे भाऊ आहोत ना मदतीला." हे सगळं ऐकलं की 'हो' म्हणावं असं वाटतं मला. सध्या मी जरा त्याच विचारात आहे. हे पहा, हजारो बायकांकडे जाऊ शकतो एखादा पुरुष पण तिने मात्र फक्त एकाशीच लग्न केलं होतं आणि एकाबरोबर नांदली होती. तिच्यात काही खोट नाही."

संभाषणात भाग घेत काली म्हणाला, "अगदी बरोबर, अगदी बरोबर. तिचे भाऊच जर तुम्हाला या लग्नासाठी विचारत असतील तर आनंदाने लग्न करा. त्या स्त्रीला तुम्ही नवजीवन द्याल. तुम्हाला एक कुटुंब मिळेल. तुमचे पाचही मेहुणे तुम्हाला मदत करायला तयार असतील तर मोठ्या आरामात जाईल तुमचं आयुष्य. परदेशात जाण्याचा विचारही करणार नाही मग तुम्ही."

"पाहिलंस! तुलाही असं वाटतं, की ही मोठी छान कल्पना आहे. मग, हरकत घेणारे माझे भाऊ कोण? मी जर त्या बाईशी लग्न केलं तर मला चांगले धट्टेकट्टे पाच मेहुणे मिळतील. मी अडचणीत सापडलो तर धावत येतील पाचही जण. त्यानंतर माझे भाऊ मला असे येता-जाता भीती घालू शकणार नाहीत. माझा मी अगदी शांतपणे जगेन. या उतारवयात मला अजून हवं तरी काय?"

सीरायीने विचारलं, "विधवेचं जिणं किती कठीण असतं हे माहीत नाही का तुम्हाला? तुमच्यासारखं कोणीतरी त्यांच्या विधवा बहिणीशी लग्न करायला तयार आहे हे त्या सगळ्यांचं सौभाग्यच म्हणायचं. मी येईन बरं लग्नाला!"

काली म्हणाला, "पण काका, मूलबाळ झालेली बाई असली तर जास्ती बरं. तिला दिवस जातील की नाही याची चिंता नको करायला."

हे ऐकताच नल्लय्यनने उत्तर दिलं, "अरे काली, तुला जगाची काहीही माहिती नाही बघ! एखाद्या विहिरीतल्या बेडकासारखा आहेस तू. आजूबाजूच्या जगात काय घडतंय याची माहिती तरी आहे का तुला? तो चष्मा लावलेला बुड्ढा गोऱ्यांशी वाटाघाटी करतो आहे. असं म्हणू लागले आहेत की गोरा माणूस आपला देश आपल्याला परत करून वर्षभरातच निघून जाणार आहे. या सगळ्याची कल्पना तरी आहे का तुला? अरे, तुझ्यापेक्षा तर तुझ्या शेतातल्या कुंपणावरच्या सरड्याला जास्ती माहिती असेल."

दोघांच्या हातात वाढलेली ताटं ठेवत सीरायी म्हणाली, "पोटभर जेवा." हिरव्या हरभऱ्याचा रस्सा फारच चविष्ट झाला होता. नल्लय्यनकडे पाहत सीरायी पुढे म्हणाली, "माझ्या मुलाने प्रवास करावा, जग जाणून घ्यावं, अशी माझी खूप इच्छा आहे. त्याने स्वत:ला असं इथे बंद करून घ्यावं, असं मला अजिबात वाटत नाही. जरा बोला त्याच्याशी."

"माझे भाऊ आता म्हणतात, 'तू जर बाई आणलीस तर तुला मारून टाकू

आणि इथेच नाचणीच्या शेतात पुरून टाकू आम्ही.' माझ्या भावांना कुठलाही विधिनिषेध नाहीच. काहीही झालं तरी, माझा इस्टेटीचा वाटा त्यांना हडप करायचा आहे. त्यासाठी, स्वत:च्या लग्नाच्या बायका माझ्याकडे पाठवायची त्यांची तयारी आहे. छाती उघडी टाकून त्या दोघीजणी आल्या होत्या माझ्याकडे. मला मिळवण्यासाठी त्या दोघी एकमेकींशी भांडत होत्या. कसल्या त्यांच्या त्या उघड्या छात्या! ओघळून अगदी कमरेपर्यंत आल्या होत्या. त्या उघड्या छातीने त्यांनी माझा चेहरा कुरवाळायचा प्रयत्न केला. कुत्र्याला हाकलून लावतो ना तसं हाकलून लावलं मी त्या दोघींना. त्यांचे ते नवरे, त्यांची ती मुलं, मुली आणि त्या स्वत:... सगळे एकत्र झाले आहेत माझ्याविरुद्ध. त्यांना वाटतं त्यांनी माझ्यासमोर छाती उघडी टाकली, की मी माझी सगळी इस्टेट त्यांच्या नावे करेन. आमच्यात हाच मोठा वादाचा मुद्दा झाला आहे. त्या सगळ्या कटकटीतून बाहेर पडण्यासाठी मी इथे आलो आहे.आता मी सगळी नीट सोय केली आहे. एक वकील शोधून मी माझं एक मृत्युपत्र लिहून काढलं आहे.''

सीरायी म्हणाली, ''तुमचं चालू राहू द्या. फार उशीर झाला आहे. पोन्नाला आणि मला गावात परत जायचं आहे.''

पोन्नाला चिडवत नल्लय्यन काका म्हणाले, ''ही गर्भार स्त्री बोलायला विसरलेली दिसते आहे. चकार शब्दसुद्धा बोलली नाही मी आल्यापासून. अगदी नवऱ्यासारखी झाली आहे ही.'' मग कालीकडे वळून पाहत काकांनी सुचवलं, 'काली, जा जरा दोघींच्या सोबतीला. थोडा वेळ एकटा राहू शकतो मी इथे.'

त्यावर काय उत्तर द्यावं, हे कालीला समजेना. सीरायी अशाच क्षणाची वाट पाहत होती. तिने चट्‌कन विचारलं, ''येतोस का थोडा आमच्या सोबतीला?'' नल्लय्यन काका चिडला असता तर कालीला आवडलं नसतं म्हणून काहीही न बोलता तो सीरायी आणि पोन्नाबरोबर निघाला.

एकवीस

त्या दोघींना गावातल्या घरापर्यंत सोबत करायला काली गेल्यावर नल्लय्यन काकाने उसाचे गंडेरे केले. वरचा चाऱ्याचा भाग गाईंना खाऊ घालून ते स्वत: रसाळ गंडेरे खाऊ लागले. डोक्यावर पोंगलचं पातेलं घेतलेला काली समोर चालत होता. पोन्ना त्याच्या मागून तर सीरायी सगळ्यात शेवटी होती. ती सतत नल्लय्यनबद्दल बोलत होती. काली आणि पोन्नाने चकार शब्दही उच्चारला नाही.

सीरायीची वटवट सुरू होती. "कितीतरी बायकांबरोबर राहिले आहेत ते. बाई म्हटली की विवेक म्हणून राहत नाही त्यांना. अगदी कुणीही चालेल त्यांना. मात्र, विधवेशी लग्न करण्याच्या त्यांच्या या विचाराचं कौतुकच वाटतंय मला. असं काहीतरी करायची किती पुरुषांची तयारी असेल बरं? अरे, दुसऱ्या पुरुषाशी आपली बायको बोलताना दिसली तरी संशय घेणारी माणसं आहेत या जगात. खरंच, माझ्या दिराचं मन फार मोठं आहे म्हणूनच असा विचार करू शकतात ते. त्यांचं भलं व्हावं, अशीच माझी इच्छा आहे. करावं त्यांनी तिच्याशी लग्न. इथे घेऊन यावं. या गावात. अगदी आनंदात राहावं...."

आपल्या आईचं बोलणं आपल्याला टोचून आहे, असं कालीला वाटत होतं. आताशा, हीच त्यांची दिनचर्या झाली होती. ती कशाहीबद्दल बोलली तरी अप्रत्यक्षरीत्या ती आपल्यालाच ऐकवते आहे, अशी त्याची समजूत पटली होती. त्याला सल्ला द्यायची तिची ती रीत होती. तसं पाहिलं तर, ते काही खोटंही नव्हतं म्हणा, बहुतेक वेळा सीरायीचा तोच उद्देश असे.

तिची बडबड सुरूच होती, ती म्हणाली, "ते काय म्हणाले ऐकलं ना? ते म्हणाले, 'तिचं एका पुरुषाशी लग्न झालं होतं. हजारो स्त्रियांना भोगलेल्या पुरुषांपेक्षा ती कशी काय कनिष्ठ ठरत होती?' या त्यांच्या बोलण्यातूनच त्यांचं चरित्र कसं आहे ते लक्षात येतं. त्यांचे ते भाऊ! स्वत:च्या लग्नाच्या बायका पाठवल्या त्यांच्याकडे! कसे पुरुष असतील ते! इस्टेट मिळणार असेल तर गू खायलासुद्धा तयार होतील ते. पण एक सांगून ठेवते, त्यांची कितीही भरभराट का

होईना, तुझ्या काकांच्या पायाच्या धुळीचीही सर नाही हो त्यांना.''

तिच्या बोलण्यात काहीतरी मुद्दा आहे, हे कालीलाही मान्य करावं लागलं. शेताकडे परत येताना त्याच्या मनात तोच मुद्दा घोळत होता. तो शेतात आला तोवर नल्लय्यन काकांनी उसाचे चार-पाच गंडेरे चावून चोथा इकडे-तिकडे फेकला होता. त्याच्या बाजूला बसत कालीने उसाचा एक गंडेरा उचलला.

त्याने विचारलं, ''काका, त्या बाईशी तुम्ही खरंच लग्न करणार आहात का?''

नल्लय्यनने उत्तर दिलं, ''हो! त्याच विचारात आहे मी! गावात मी आता शांतपणे राहूच शकत नाही. माझे भाऊ मला राहू देणार नाहीत. माझ्या आयुष्याची वाट लावायला ते सतत काही ना काही मार्ग शोधत राहतील. पैशांसाठी वाटेल त्या थराला जातील ते. एखाद्या रात्री मला मारून टाकतील, शेतात पुरून टाकतील, तिथेच थोडी नांगरटी करून दुसऱ्या दिवशी एखादं झाडबीड लावतील. मला काय झालं आहे हे पाहायला कोणी येणार आहे का? तुझ्यासारख्या लोकांना वाटेल की पुन्हा प्रवासाला बाहेर पडलो. कालांतराने, ती सगळी मंडळी तुला सांगतील, की कुठल्या तरी दूरच्या देशातच मी मेलो. त्यानंतर काहीतरी थातूरमातूर क्रियाकर्म करतील आणि माझी मालमत्ता स्वतःमध्ये वाटून घेतील. असं का घडू देईन मी? शिवाय, मी काही आता तरुण राहिलेलो नाही. ताकदच उरली नाही माझ्यात पूर्वीसारखी. गेली कित्येक वर्षं मी असा इकडेतिकडे भटकत राहिलो आहे. नाना प्रकारचे लोक भेटले आहेत मला. आता मात्र मी एका जागी राहू इच्छितो. समजा, मला अजून वीस वर्षांचं आयुष्य आहे. पूर्वीप्रमाणेच ही वर्षं मी आनंदात घालवू शकतो. मी जर बोलावलं तर अद्यापि माझ्याकडे धावत येणाऱ्या बायका आहेत. परंतु, भविष्याचा विचार केला तर माझ्यातच तशी ताकद उरणार नाही. माझे भाऊ मला शांतपणे जगू देणार नाहीत. सतत माझा छळ करायला टपलेले असतील ते. अरे, माझ्या भावाची मुलं माझ्याकडे कशा नजरेने पाहतात ते तू बघायला हवंस. त्या नजरांमध्ये अतिशय तिरस्कार असतो. जसं काही, त्यांना मिळणारी संपत्ती मी येनकेन प्रकारे - स्वतःच्या मालकीचीच करून घेतली आहे.''

आपल्या काकांच्या स्वभावात झालेला हा आमूलाग्र बदल पेलणं कालीला जरा कठीणच गेलं. तो म्हणाला, ''अशा उतारवयात लग्न करणार आहात का तुम्ही? की, गोष्टी सांगून तुम्ही आमचं नेहमी मनोरंजन करता अशीच ही पण एक गोष्ट आहे?'' काकांच्या निर्णयांचं त्याला मोठं आश्चर्य वाटत होतं, पण त्याबद्दल तशी खात्रीही नव्हती.

नल्लय्यनने त्याला उत्तर दिलं, ''कालीअप्पा, मी तुला ज्या गोष्टी सांगतो त्या तुला गावगप्पा वाटतात? अरे, सगळं अगदी खरं सांगतो तुला मी. माझ्या

भावाच्या बायका माझ्यासमोर उघड्या छातीने आल्या असं मी मघाशी सांगितलं, हो की नाही? तुला म्हणून सांगतो, ते तितक्यापुरतं नव्हतं. तुझी आई आणि बायको समोर असताना भलतंसलतं बोलायची माझी इच्छा नव्हती. नेमकं काय काय झालं ते मी तुला सांगतो, ऐक जरा. त्या दोघींपैकी एकजण रात्री येऊन माझ्या बाजूला खाटेवर निजली. ती म्हणाली, 'तुम्हाला जे हवं ते मी करेन. उद्या सकाळीच तुमची मालमत्ता माझ्या मुलांच्या नावे करूया.' तुझा विश्वास बसतो का यावर? हे बघ, मी बायांच्या मागे असतो हे मला माहीत आहे, पण आजवर मी कुठल्याही बाईवर जबरदस्ती केलेली नाही, केली आहे का? बायांचा होकार असला तरच मी पुढचं पाऊल उचलतो. त्यांनी नाही म्हटलं की मी माझ्या वाटेने चालू लागतो. ज्या बाया माझ्यासारख्या असतात, ज्यांचं कुणी नसतं, ज्या एकट्या असतात, अशांनाच मी आणतो आणि माझ्याबरोबर ठेवून घेतो. याचा अर्थ असा नाही की, माझ्या भावांनी माझी मालमत्ता हडप करण्यासाठी त्यांच्या लग्नाच्या बायांना माझ्याकडे धाडून द्यावं. या जगात काय वाटेल ते पाहिलं आहे मी पण मालमत्तेपायी नवरे आणि मुलं एकत्र येण्याची ही पहिलीच वेळ आहे. म्हणूनच मी ते गाव सोडून बाहेर पडलो. नुसतं आपलं या गावातून त्या गावात फिरतो आहे. दरम्यान त्या सगळ्यांनी माझ्या जमिनीचे तुकडे करून आपापसात वाटून घेतले आणि त्यात मका पेरला. मी त्यांना त्याबद्दल विचारलं तेव्हा त्यांनी उत्तर दिलं, 'जमीन कशाला भाकड ठेवायची?' मी जर माझ्या स्वत:च्या घरात रात्र घालवली तर ते नक्कीच मला ठार करतील. त्यामुळेच, कुणाशी तरी लग्न करावं असा विचार माझ्या मनात आला. सरतेशेवटी, ही स्त्री मला सापडली आहे, तिचा एक भाऊ मला चांगलाच ओळखतो. तोच म्हणाला मला, 'तिच्याशी लग्न करायला तुम्ही फक्त 'हो' म्हणा. पुढचं सगळं मी पाहतो. कुणी कितीही सामर्थ्यशाली असलं तरी त्याच्याशी दोन हात करायला मी उभा राहीन तुमच्या बाजूने.' म्हणूनच, मी तिच्याशी लग्न करण्याचा निर्णय घेतला आहे. पण मला तुझी मदत हवी आहे.'

"माझी?" कालीने विचारलं, "मी काय मदत करणार? माझ्या स्वत:च्याच समस्यांपायी मी अगदी चिरडीला आलो आहे इथे."

"अरे बाबा, तुला काहीएक करायचं नाही. फक्त उभा राहा माझ्या बाजूला. कळू दे गावाला, की तू माझ्या बाजूने उभा आहेस. त्यानंतर, त्या स्त्रीचे भाऊ सगळं पाहून घेतील. तिच्याशी लग्न करून मी तिला अवघ्या दोन दिवसांत इथे घेऊन येऊ शकतो."

"समजा आपण हे असं केलं तर गावाची पंचायत भरेल, तुम्हाला वाळीत टाकलं जाईल. मलासुद्धा वाळीत टाकतील."

"या गावात असं करण्याची कोणाची हिंमत आहे ते पाहूच दे मला. हे बघ,

तिचे ते भाऊ नुसते सुज्ञ नाहीत, तर त्यांचे हात वरपर्यंत पोहोचले आहेत. महसूल खात्यापर्यंत त्यांची ओळख आहे. विरोधकांना गजाआड करतील ते. या विषयावर गावाची पंचायत बसणारच नाही, याची काळजी घेता येईल आपल्याला. अशी सभा घ्यावी हे कोण ठरवेल? फक्त माझे भाऊ. एकदा मला तिच्याशी लग्न करून तिला इथं आणू दे. त्यानंतर, महिना दोन महिने तिचे भाऊ इथे राहतील. माझ्या भावांनी जर विरोध केलाच तर तिच्या भावांना सोडू आपण त्यांच्यावर. त्यानंतर बोलायची कोणाची हिंमत तरी होईल का? करत्तुरमधल्या रंगन नावाच्या इसमाची माहिती आहे का तुला? अनेक टग्यांवर त्याचं नियंत्रण आहे. या बाईचे भाऊ त्यातल्या काही टग्यांना बोलावून आणू शकतात. विरोध करणाऱ्यांचे हात-पाय तोडायचं काम करतील ते. गरज पडली तर ते दुसऱ्यांचा काटासुद्धा काढतील. वाटेल ते करू शकतात ते. तू त्या कशाचीही काळजी करू नकोस. तुझं माझ्यावर प्रेम असेल आणि तू पुरेसा धीट असशील तर माझ्याबरोबर ये आणि माझ्या बाजूला खंबीरपणे उभा राहा. तू भित्रा असशील तर बस इथेच शेतात खितपत. यापुढे मी चकार शब्दही उच्चारणार नाही.''

हे ऐकताच कालीची बोलती बंद झाली. आपल्या काकांनी आपल्याला चांगलंच अडचणीत पाडलं आहे, असं त्याला वाटू लागलं. त्यापूर्वी काली कधीही अशा कुठल्याही भानगडीत पडला नव्हता. सहसा, हे सगळं मुथु बघत असे. परंतु, सगळंच इतकं विपरीत होऊन बसलं होतं, की कालीला मुथुची मदत घेणंही शक्य नव्हतं. तसं पाहिलं तर, अशा गोष्टींबाबत मुथुने अगदी योग्य आणि परखड मत दिलं असतं. कालीने चुकून उसाचा कडवट भाग चावला. त्याची कचकचीत चव त्याच्या जिभेवर पसरली. काली असा किती वेळ गप्प बसू शकला असता? नल्लय्यन काका लग्न करण्याचा विचार करत होते. कुटुंबवत्सल होण्याचा विचार करत होते. त्यांचं वय लक्षात घेता कुणीही त्यांना आपली मुलगी देणार नव्हतं. त्यांना आत्ता जी स्त्री मिळाली होती त्या व्यतिरिक्त विवाहासाठी त्यांच्यासमोर दुसरा कुठला पर्याय नव्हता. आपले भाऊ आपल्याला संपवतील, अशी भीतीही त्यांना वाटत होती. कालीच्या मते त्यांची योजना अगदी योग्य होती. अशा वेळेस, काकांना मदत केली असती तर काय चुकणार होतं?

तितक्यात काकांनी विचारलं, ''काली, कशाचा विचार करतो आहेस? मला माहीत होतं की तू अगदीच निरुपयोगी निघणार आहेस. तू फक्त विचार करत राहशील आणि स्वत:तच गुरफटून राहशील. जग कसं चालतं याची तुला जराही कल्पना नाही. त्या स्त्रीने होकार दिला तर माझी सगळी मालमत्ता तिच्या नावे करून द्यायची माझी तयारी आहे. त्यानंतर, हे लग्न, संसार अशा कुठल्याही गोष्टीचा विचार करण्याची गरज मला उरणार नाही. पण तिने चक्क नकार दिला आहे. गेले

तीन-चार महिने मी कुठे होतो ते तुला ठाऊक तरी आहे का?''

मनातले विचार बाजूला सारत कालीने उत्तर दिलं, ''काका, कुठे होतात तुम्ही?''

''डुकरांची पैदास करणाऱ्या एका कुटुंबाबरोबर राहत होतो मी. मोठे धाडसी लोक आहेत हे सगळे. डुकरांची पैदास करणं, त्यांना वाढवणं हाच त्यांचा व्यवसाय आहे. एका विशिष्ट ठिकाणी घेऊन जातात ते ती डुकरं. काही काळ तिथेच राहून त्यांना वाढवतात. मग पुढे निघतात. आपण जसं मेंढ्या पाळतो ना अगदी तसंच. बाजूला एखादं तळं किंवा तलाव असलेली जागा निवडून तिथेच झोपडी उभारायची आणि काही काळ मुक्काम करायचा, अशी त्यांची पद्धत आहे. अशाच एका कुटुंबाबरोबर राहिलो मी. काय सांगू तुला मुला, मोठं मस्त आयुष्य होतं ते. अशा आयुष्याचा अनुभव घेण्याइतके सुदैवी नाही आपण. त्या कुटुंबातल्या कर्त्याला मी आधीपासूनच ओळखत होतो. बाजारात तो डुकराचं मांस विकायला आला असता तिथे आमची भेट झाली होती. त्याच्या बायकोने आमच्यासमोरच डुकराचं मांस भाजलं. पैसे घेते ती त्याचे, पण तिच्या हाताला काय चव आहे म्हणून सांगू! भाताबरोबर किंवा अगदी नुसतंसुद्धा खाता येतं ते. फारच छान शिजवते ती. पण तुला काय समजणार? तू तर कधीच कुठे जात नाहीस. गुरुवारचा तो बाजार तेवढ्या पुरताच मर्यादित नाही. बाजाराच्या बाहेर रस्त्यारस्त्यांवर, गल्ली-बोळांतून विक्रीला माल उपलब्ध असतो. डुकराचं मांस एका विशिष्ट ठिकाणीच विकलं जातं. तुला कुठून ठाऊक असणार म्हणा! प्रत्येक आठवड्याला त्यांचे साधारण वीस गाळे असतात. वेगवेगळ्या बाजारात मला हे कुटुंब भेटलं आहे. त्यांच्याकडून मी नेहमी मांस विकत घेतो. सगळं कसं काय झालं कोण जाणे पण एक दिवस तो मला बाजारात म्हणाला, 'सामी... माझ्या घरी यायला आवडेल का तुम्हाला?' हे सगळं काय आहे असा प्रश्न मला पडला. त्यावर तो मला म्हणाला, 'पाच मुलं आहेत मला. पूर्वीप्रमाणे बायकोला झवू शकत नाही मी. बिचारी, तिची तडफड होते आहे. तिच्या योग्य पुरुष शोधून तिला द्यावा, असा विचार केला मी. बऱ्याच दिवसांपासून मी तुमचं निरीक्षण करतो आहे. चांगले दिसताय तुम्ही. आमच्याबरोबर येऊन दहा दिवस राहाल का?' हे ऐकून मी अक्षरश: अवाक् झालो.''

''काका, कान टोचले आहेत माझे. काय वाटेल ते सांगू नका मला.''

''काय? मी खोटं बोलतो आहे असं तुला वाटत असेल तर चल माझ्याबरोबर. सेन्नांकुत्तयी इथे त्यांचं खटलं आहे अद्यापि. दहा डुकरं आणि साधारण तीसचाळीस पिलावळ आहे सोबत. घेऊन जातो मी तुला तिथे. माझ्या बोलण्यातला खरंखोटेपणा तुझा तूच तपासून पाहा. तिला एकदा पाहिलंस ना की तुझ्या मनातसुद्धा लालसा

उत्पन्न होईल. पण सांगून ठेवतो, तुझ्यासारखे पुरुष आवडणार नाहीत तिला. तिला मी आवडलोय. त्यांच्या बरोबर दहा दिवस घालवण्याची कल्पना पटली मला. प्रत्यक्षात, पुढचे चार-पाच महिने मी तिथेच होतो. फार आवडली मला ती. आम्हा दोघांना झोपडीत सोडून तिचा नवरा शांतपणे बाहेर निघून जायचा. एकदा मी त्याला विचारलं, 'तुझी बायको अशी परक्या पुरुषाबरोबर पाहून तुला त्रास नाही होत?' त्यावर त्याने उत्तर दिलं, 'म्हणजे? तुमच्या म्हणण्याचा अर्थ काय? मी का त्रासू?' मी म्हणालो, 'अरे डुकरा! मी जेव्हा झोपडीत तुझ्या बायकोबरोबर निजतो तेव्हा तुझ्या मनात काय विचार येतात?' त्याने उत्तर दिलं, 'ती आनंदात असावी एवढंच मला वाटतं.' त्या क्षणी माझी सगळी मालमत्ता तिच्या नावे करावी असं मला वाटलं. मी म्हणालो, 'सगळी मालमत्ता ठेवून घे. तुझं सगळं कुटुंब येऊन तिथे राहू शकतं. माझं छान घर आहे, शेतीवाडी आहे. तुम्ही तिथे डुकरांची पैदास करू शकता. हवं असेल तर आपण शेती करू शकतो. जेवायला घाल म्हणजे झालं.' पण, त्याच्या बायकोने नकार देत म्हटलं, 'मला काय करायची मालमत्ता? ही डुकरं पुरेशी आहेत माझ्यासाठी. गावोगावी भटकण्याची सवय आहे आम्हाला. लोकांच्या दयेवर पोट भरतं आमचं. एका जागी राहणं धार्जिण नाही आम्हाला.' या सगळ्यातून एक गोष्ट मात्र झाली. डुकरांची पैदास कशी करावी हे मी शिकलो. आपण जर 'बाबाबा... बाबा' असं म्हटलं तर कोकरांपेक्षा जोरात धावत येतात पिल्लं आपल्याकडे. डुक्कर हे फार प्रेमळ जनावर आहे बघ. माझं एकदा लग्न झालं की पाच-सहा डुकरं वाढवायची योजना आहे माझी.''

हे सगळं ऐकून कालीचा चांगलाच गोंधळ उडाला. नेमका कशावर विश्वास ठेवावा, हेच त्याला कळेनासं झालं.

बावीस

नल्लय्यन काका ज्या कहाण्या सांगत त्याबद्दल कालीच्या मनात नेहमी शंका असे. काकांच्या अर्ध्याअधिक कथा या थापा असणार, असं त्याला नेहमी वाटत राही. काका जे जसं सांगतात ते तसं नसावं आणि काका होते त्यापेक्षा स्वत:ला जास्त धाडसी रंगवत असावेत, असंही त्याला वाटत असे. परंतु नल्लय्यन काका वर्णन करतात तसंच जर जग असेल तर हे सगळं योग्य होतं की अयोग्य? त्याने काकांना एकदा त्याबद्दल विचारलं तेव्हा काकांनी उत्तर दिलं, ''अरे, योग्य अयोग्य ठरवणारे आपण कोण? तुझ्या बापासाठी योग्य असणाऱ्या गोष्टी तुला आता अयोग्य वाटू शकतात. तुला आज जे काही योग्य वाटत आहे ते भविष्यात तुझ्या मुलाला अयोग्य वाटू शकतं. हे सगळे फार मोठे मोठे प्रश्न आहेत बघ. आपण आपलं काम करावं आणि पुढे चालत राहावं.''

त्या रात्रीसुद्धा त्याचे काका खुलले होते. ते खूप काही सांगू इच्छित होते. त्यांनी विचारलं, ''सेम्मुर इथला मोठा जमीनदार ठाऊक आहे का तुला?'' कालीने तो ठाऊक असल्याचं सांगितलं. तो स्वत: सेम्मुरला गेला नव्हता परंतु काका सांगत असलेल्या त्या कुटुंबाचा प्रशस्त वाडा आहे आणि त्यांच्या मालकीची अतोनात जमीन आहे, असं त्याने ऐकलं होतं. कालीने असंही ऐकलं होतं, की त्या कुटुंबाची अनेक घरं होती. कालीकडे रोखून पाहत नल्लय्यन काकांनी थेट प्रश्न केला, ''आपल्यापैकीच एकजण त्या कुटुंबात वाढतो आहे हे ठाऊक आहे का तुला?' कालीचा चेहरा त्यांना स्पष्टपणे दिसत नव्हता, पण आपण सांगितलेल्या बातमीने कालीला धक्का बसेल आणि तो हादरेल, अशी काकांची कल्पना होती.

सेम्मुरमधल्या त्या जमीनदाराच्या मालकीची अनेक गावं होती. प्रत्येक गावातल्या त्याच्या जमिनीची देखभाल करण्यासाठी त्याच्या नातेवाइकांची आणि त्यांच्या कुटुंबांची नियुक्ती केली होती. असंच एक कुटुंब वेल्लुर इथे राहत होतं. त्या जमीनदाराच्या वडिलांचा कुणी चुलतभाऊ त्या कुटुंबाचा प्रमुख होता. त्याच्या ताब्यात पाच-सहा खेडी होती. अतोनात श्रीमंत होता तो. शानशोकाची आवड होती

त्याला. घोडागाडीतूनच फिरत असे तो सगळीकडे. त्याच्या मनाला येईल तिथे घोडागाडी थांबवायची आणि मनाला येईल तिथे पायी भटकायचं, अशी त्याची पद्धत होती. त्याला ओळखणारे लोक त्याला पाहताच चट्कन उभं राहून आदर व्यक्त करत. तो मात्र कोणाचीही दखल न घेता पुढे जाई. कधी तो बाजारपेठेत दिसे तर कधी रस्त्यावर. कधी रस्त्याच्या कडेला पोपटांनी उचललेल्या चिठ्ठ्यांवरून भविष्य सांगणाऱ्यांबरोबर बसलेला दिसे. छोटी ढोलकी वाजवत लोकगीतं गाणाऱ्या, गाण्याची पुस्तकं विकणाऱ्या माणसाबरोबर बसलेलासुद्धा तो दिसे. गोमांस आणि डुकरांचं मांस त्याला वर्ज्य नव्हतं.

मोल्लुर जवळ असणाऱ्या मोंदिचात्तिराम या विश्रामगृहात नल्लय्यन काका थांबले होते. अशातच, वेल्लुरचा तो जमीनदार तिथे आला आणि ती रात्र तो तिथेच राहिला. नल्लय्यन काकांनी त्याला ओळखलं पण आलेला माणूस नेमका कोण आहे हे विश्रामगृहातल्या कर्मचाऱ्यांना किंवा इतर पाहुण्यांना काही ओळखता आलं नाही. त्या जमीनदाराला पाहताच उठून उभे राहत नल्लयन काकांनी त्यांना अभिवादन केलं. आपली ओळख कुणाहीसमोर उघड होता कामा नये, असं त्याने नल्लय्यनला सांगितलं. रात्री दोघंही विश्रामगृहाच्या व्हरांड्यात पडून गप्पा मारत होते. मग, चंद्रप्रकाशातच ते फिरायला निघाले. त्या माणसाने म्हटलं, "गोऱ्यांनी निघून जावं असं सगळ्यांना वाटतं. पण लक्षात घ्या, गोरे नसते तर हा रस्तासुद्धा तयार झाला नसता. इथून तिथे जाण्यासाठी गोऱ्यांनीच तर आपल्याला रेल्वे गाडी दिली आहे, नाही का? असं म्हणतात, की आकाशात उडणारी जहाजंसुद्धा आहेत त्यांच्याकडे. मी सांगतो तुम्हाला, हे गोरे नसते ना तर आपली माणसं असंच लढत राहिली असती आणि तशीच मेली असती."

त्याच्याशी वाद घालायची नल्लय्यनची इच्छा नसल्यामुळे त्यांनी इतकंच म्हटलं, "मालक, खरं आहे तुमचं."

त्यावर तो माणूस म्हणाला, "चंद्रप्रकाशात असा फेरफटका मारायला फार आवडतं मला. शिवाय, तुम्हाला म्हणून सांगतो, विश्रामगृहाच्या त्या व्हरांड्याची सर स्वर्गालासुद्धा येणार नाही."

त्याच्या याही म्हणण्यावर नल्लय्यन काकांनी मान डोलावली. मात्र, त्यांनी आता त्या गृहस्थाला विचारलं, "तुमच्या घरी तुम्हाला हव्या तशा सुखसोयी आहेत, तेव्हा इथं येऊन अशी अडचण का सोसता तुम्ही?" त्यावर त्याने उत्तर दिलं, "आपल्याला माहीत आहे त्यापेक्षा या जगात खूपकाही आहे. आपण जिथे राहतो आणि ज्या लोकांना ओळखतो तेवढ्यापुरतं जग मर्यादित आहे, असं जर आपल्याला वाटत असेल तर मूर्ख आहोत आपण. मला नाही राहायचं असं मूर्ख. शक्य होईल तितकं जग बघायचं आहे मला. म्हणूनच प्रवास करतो मी."

नल्लय्यन काकांनी प्रश्न केला, ''तुम्ही डुकराचं मांस खाता असं लोक...''

''का नाही खायचं?'' त्या माणसाने पट्कन उत्तर दिलं. ''गोरा माणूस गोमांसही खातो, डुकराचं मांसही खातो. तो जिथे दिसेल तिथे त्याला बघून आपण धडपडत उठतो, सलाम करतो. आपली माणसं जेव्हा हे सगळं खातात तेव्हा मात्र आपण हरकत उपस्थित करतो. जी माणसं डुकराचं मांस खातात तीसुद्धा माणसंच आहेत ना.'' त्या रात्री नल्लय्यन काकांच्या आणि त्या माणसाच्या बऱ्याच गप्पा झाल्या. डोक्यावरच्या शेंडीची गाठ कापून टाकणारा कुटुंबातला तो पहिलाच माणूस असल्याचं काकांना समजलं. कानात बाळी घालायचीसुद्धा त्याची तयारी नव्हती. त्याने नल्लय्यनला सांगितलं, ''अरे, काय सांगू तुला? कानातल्या बाळीवर चोरांचा डोळा असतो. त्या बाळ्या कानात ठेवून शांतपणे प्रवास करणं शक्य तरी होईल का? कानात त्या नसल्या तर मी अगदी निडरपणे हवं तिकडे जाऊ शकतो, हवं तिथे राहू शकतो.'' नल्लय्यन काकासुद्धा या गावातून त्या गावात सतत भटकंती करत असतात, हे समजल्यावर तर त्या श्रीमंताला त्यांच्याबद्दल विशेष आपुलकी वाटली. त्यांनी त्यांना अगदी वेगवेगळ्या ठिकाणांची माहिती विचारली आणि नल्लय्यन काकांनीसुद्धा अगदी मोकळेपणाने सगळं सांगितलं. दुसऱ्या दिवशी तो नल्लय्यनला म्हणाला, ''चल माझ्याबरोबर. काही दिवस माझ्या घरी राहा.'' नल्लय्यनने त्यांचं आमंत्रण स्वीकारलं.

त्या जमीनदाराच्या घरात प्रत्येक सोय हात जोडून उभी होती. ते सगळं पाहिल्यानंतर नल्लय्यनच्या मनात शंका निर्माण झाली. इतक्या सुखसोयींपासून दूर जात भटकंती करण्याची सवय त्याला का होती? चार दिवस तिथे राहायचा नल्लय्यनचा विचार होता, पण त्यांचा मुक्काम चांगला महिनाभर लांबला. त्या माणसाच्या कुटुंबीयांशी त्यांचा परिचय झाला. एके रात्री, तो माणूस काकांना एका वेगळ्याच खोलीत घेऊन गेला. त्या दिवसापर्यंत ती खोली काकांनी कधीच पाहिली नव्हती. गोऱ्या अधिकाऱ्यांचं स्वागत करण्यासाठी, त्यांना आरामात मद्यपान करता यावं, या दृष्टीने त्या खोलीची रचना केली होती. नल्लय्यनने काहीही पिण्यास नकार दिला. त्यांना जरी अनेक चित्रविचित्र सवयी असल्या तरी मद्यपानाची सवय त्यांना अजिबात नव्हती.

फार वर्षांपूर्वी, नल्लय्यन लहान होते तेव्हा त्यांच्या वडिलांनी त्यांना दारू प्यायला दिली होती. दारूचा पेला तोंडाजवळ आणताच नल्लय्यनला त्याचा भपकारा आला. उलटी होईल असं वाटलं. पेल्यासकट त्यांनी ती दारू दूर भिरकावली. ते पाहून त्यांच्या वडिलांना अतोनात संताप आला. त्यांनी नल्लय्यनला तो रिकामा पेला उचलायला लावला. त्यानंतर त्यांनी त्यात थोडी ताडी ओतली. परंतु, फेकल्यामुळे पेल्याला तडा गेला होता आणि त्यातून ताडी झिरपत राहिली.

त्यांचे वडील संतापून किंचाळले, “पेला फोडलास!” मग त्यांनी त्याच्या डोक्यावर प्रहार केला. त्यानंतर, त्यांनी दुसऱ्या कोणाला तरी पेला आणायला सांगितला. पुन्हा तो पेला ताडीने भरून नल्लय्यनसमोर धरला. तोही पेला त्या मुलाने जोरात भिरकावला. अशा पद्धतीने त्या मुलाने ताडीने भरलेले चार-पाच पेले तरी भिरकावून दिले. त्यांच्या वडिलांचा संताप आता विकोपाला गेला. ते थयथयाट करत म्हणाले, “मी तुला दारू प्यायला सांगतोय आणि तू पीत नाहीस. अगदी काहीच ऐकत नाहीस तू!” इतकं बोलून त्याने आपल्या पोराला जवळ ओढून घेतलं, दोन्ही पायात दाबून धरत हाताने त्याचा चेहरा घट्ट पकडला आणि दारूने भरलेला स्वत:चा पेला नल्लय्यनच्या ओठांना लावला. त्या मुलाने मात्र ओठ अगदी घट्ट मिटून घेतले.

बापाने कितीही प्रयत्न केला तरी तो आपल्या पोराच्या तोंडात दारूचा एक थेंबही घालू शकला नाही. बाप संतापून किंचाळला, “अरे, खऱ्या शेतकऱ्याचा मुलगा तरी आहेस की नाही तू? दारू पिणार असलास तरच खरा शेतकरी तू. मी तुला एखाद्या म्हातारीचं मूत प्यायला नाही सांगत आहे, सांगतोय का? पानेई वृक्षाची दारू आहे ही. तुला जन्म देण्यासाठी तुझी माय कोणाबरोबर झोपली होती कोण जाणे” वाक्ताडन सुरू असताना बापाने हातात काठी घेऊन नल्लय्यनला झोडपायला सुरुवात केली. त्या वेळेस पहिल्यांदाच नल्लय्यन गावातून पळून गेला होता. त्या दिवसापासून त्या मुलाच्या मनात बापाबद्दल संताप साठला. आपल्या बापाने आपल्यावर दारू प्यायची जबरदस्ती केली होती ही कल्पनाच त्याला असह्य होत होती म्हणूनच, त्या दिवसानंतर आजतागायत नल्लय्यनने दारूच्या थेंबालाही स्पर्श केला नव्हता. हे सगळं ऐकून त्या जमीनदाराला मोठं नवल वाटलं. त्याने नल्लयनला विचारलं, “म्हाताऱ्या गोऱ्या बाईचं मूत साठवलं आहे मी. घ्यायची आहे का चव?”

त्याला नकार देत नल्लय्यन म्हणाले, “मला तर वाससुद्धा सहन होत नाही.”

त्या माणसाने त्यांच्यावर जबरदस्ती केली नाही. परंतु, त्या दिवसानंतर तो नल्लय्यनशी मनमोकळेपणाने बोलू लागला. इकडे-तिकडे भटकंती करण्याचं, जग पाहण्याचं स्वातंत्र्य त्याला असलं तरी त्याच्या आयुष्यात एक फार मोठी उणीव होती असं त्याने सांगितलं. तो निपुत्रिक होता. तो म्हणाला, “तुम्ही कितीही श्रीमंत का असेना. बाळ जन्मलं तरच घराला खरी झळाळी येते. या घरात तेवढी एकच उणीव आहे. दोनदा लग्न केलं मी पण कशाचाही उपयोग झाला नाही. सगळ्या प्रकारचे औषधोपचार झाले, प्रार्थना झाल्या, नवससायास झाले, जादु-टोणासुद्धा झाला - निष्कर्ष शून्य. म्हणूनच, माझ्या मनात आता एक नवीन कल्पना आली आहे.” इतकं बोलून तो माणूस थांबला.

ही कहाणी सांगणारे नल्लय्यन काकासुद्धा थोडे थांबले. कालीने झोपडीतून वाळलेल्या भोपळ्याचा तुंबा आणून त्यातून स्वत:साठी एका पेल्यात थोडीशी ताडी ओतून घेतली. नल्लय्यन काका म्हणाले, ''प्रत्यक्ष ताडी तयार करणाऱ्याच्या घरातसुद्धा सातत्याने इतकी ताडी नसेल. हे इतकं घाण वास मारणारं पेय तू कसं काय पिऊ शकतोस?'' त्यावर काली नुसताच हसला. ताडी पिणाऱ्या कालीकडे कटाक्ष टाकून काकांनी आपली गोष्ट पुढे सुरू केली.

जमीनदार त्यांना म्हणाला, ''एखादी गाय भाकड राहत असेल तर आपण काय करतो? आपण तिच्यावर बैल चढवत राहतो. त्यानंतर, बैल बदलून आपण पुन्हा प्रयत्न करतो. मग, माणसांबाबत हेच का नाही करायचं? त्यात काय गैर आहे? या घरात आत्ता आलेला तू नवा बैल आहेस. तुला कुठल्याही वाईट सवयी नाहीत. पुढचा एक महिना थांब जरा इथे. आपण गाईवर चढायला नवा बैल लावून पाहू या.'' हे ऐकून नल्लय्यन हादरले. काय उत्तर द्यावं, हे त्यांना समजेना. विविध पद्धतीने त्या माणसाने त्यांची समजूत पटवण्याचा प्रयत्न केला. तो म्हणाला, ''काही नाही रे बाबा, नुसती चामडी आहे हा देह म्हणजे. आज अगदी घट्ट वाटतो हा देह. आजपासून दहा वर्षांनी कोणी पाहिलंय? आक्रसून जाईल, निरुपयोगी होईल. अशा देहाची चिंता करायची कशाला? मी जर हा असा जमीनदार नसतो, नावलौकिकाची चाड मला बाळगावी लागली नसती तर माझ्या बायकांना दिवस जावेत म्हणून मी त्यांना कोणाहीकडे धाडलं असतं. परंतु, करता काय? ही प्रतिष्ठा मोठं ओझं होऊन बसली आहे बघ.''

तो सगळा प्रसंग आठवून नल्लयन काका म्हणाले, ''अशा प्रतिष्ठित माणसाला नकार कसा द्यावा, हेच मला समजेना. पुढचा महिनाभर मी तिथे थांबलो. त्यानंतर, जमीनदाराला मुलं झाली. एक नाही तर चांगली दोन झाली. दोन्ही बायकांकडून एकेक. आता ती मुलं चांगली मोठी झाली आहेत. घोडागाडीतून फिरतात ती सगळीकडे.'' इतकं बोलून काकांनी आपली गोष्ट संपवली.

कालीने मोठा ढेकर दिला. अंधारात त्याचा चेहरा काकांना दिसला नाही. काका कुजबुजले, ''मी तुला जे सांगितलं आहे ते इतर कोणाच्याही कानांवर पडू देऊ नकोस. जर हे समजलं तर ती माणसं मला ठार करतील. मलाच नाही तर माझ्या जोडीने तुलाही संपवतील.'' कालीने त्यावर काहीही उत्तर दिलं नाही. आपल्याला ही गोष्ट सांगण्यामागे नल्लयन काकांचा काही हेतू असावा का असा विचार त्याच्या मनात आला. सुस्कारा सोडत तो म्हणाला, ''तुम्हाला कधी लग्न करायचं आहे ते सांगा मला. माझा मेहुणा मुथु यालासुद्धा आपण मदतीला घेऊयात. तो जर आपल्या जोडीला असेल तर माझा आत्मविश्वास थोडा दुणावेल.''

''पण तू तर म्हणालास ना की त्यांच्याशी नातं तोडून टाकलं आहेत तुम्ही?''

नल्लय्यन काकांनी विचारलं.

"मग? त्याने काय होतंय?" कालीने उत्तर दिलं. "हे आपल्या दोघांतच ठेवा. तरीसुद्धा तो तुमच्या लग्नाला येऊ शकतो. भावनेच्या भरात पोन्नाने नातं तोडलं आहे त्यांच्याशी."

"तसं असेल तर ठीक आहे. पुढच्या आठवड्यात यात्रेकरूंच्या समूहाबरोबर मंगूर इथल्या मंचामीच्या मंदिरात जायचं माझ्या डोक्यात आहे. आजवर मी कधीच चालत तिथे गेलो नाही. माझ्या आई-वडिलांनी माझं नाव नल्लय्यन का ठेवलं हे माहीत आहे का तुला? नल्लय्यन ही माझ्या वडिलांची कुलदेवता आहे. नल्लय्यन म्हणजेच मंगूरमधली मंचामी. तेव्हा, तिथे जाऊन प्रार्थना करायची माझी इच्छा आहे. त्यानंतर लग्न करायला मी तयार आहे."

कालीने त्यांना विचारलं, "काका, मी तुमच्याबरोबर यात्रेला येऊ शकतो का?"

तेवीस

शेतात कामाची गडबड असतानाच नेमका काली यात्रेला जाणार होता, हे पोन्नाला काही आवडलं नाही. परंतु, आपण त्याची योजना बदलू शकणार नाही हे ती जाणून होती. शिवाय, कालीने जरा बाहेर पडावं, यासाठी सीरायीचाच आग्रह होता. ती म्हणाली, ''जरा प्रवास करून, वेगवेगळ्या जागा पाहून, त्याने वेगवेगळ्या लोकांना भेटण्याची गरज आहे. इथे शेतात मुकाट बसायचं आणि सारखी ताडी ढोसत राहायची हे नाही चालणार. लोकांशी बोलावं कसं हेसुद्धा त्याला समजत नाही अजून. तुला एकटीलाच काय तो आवडत होता. इतर कोणालाही त्याच्याशी काहीही घेणंदेणं नाही. आपण आपल्याकडून जे काही देतो त्यावरच आपल्याला काय मिळतं हे अवलंबून आहे हे समजून घेण्याची गरज आहे त्याला. तेव्हा, जाऊ दे त्याला. शेतातलं काम आपण सांभाळू शकतो. महिनाभर जरा त्रास होईल हे कळतंय मला पण अद्याप या देहात ताकद आहे म्हटलं. आपण घेऊ या इथली काळजी.''

सीरायीने फार मोठं पाऊल उचललं आहे, हे पोन्नाला समजत होतं.

मुलाला निरोप देताना सीरायी म्हणाली, ''मुला, तुझा प्रवास सुखाचा होऊ दे रे बाबा! तुला सद्बुद्धी द्यावी अशी प्रार्थना कर मंचामीला.'' नल्लय्यनकडे वळून ती म्हणाली, ''मी त्याला आजवर असं कुठे जाऊ दिलेलं नाही. दहा-पंधरा वर्षं तो इथल्या करत्तूर भागात भटकला होता तेवढाच. त्याही वेळेस, त्याच्याबरोबर त्याचे मित्र होते. लग्न झाल्यापासून तो कुठेच गेलेला नाही. आज पहिल्यांदाच तो बाहेर पडतो आहे. तो तुमच्याबरोबर आहे याची खात्री असल्यानेच मी त्याला जाऊ देते आहे. रस्त्यात त्याला एकटं सोडून स्वतः कुठे भरकटू नका म्हणजे झालं. त्याला जरा चारचौघांत मिसळू द्या.''

हे ऐकताच नल्लय्यनला हसू आलं. ते मायेने म्हणाले, ''वहिनी, मला तुमच्या भावना समजतात. तुम्ही तुमचं मूल माझ्या कडेवर दिलं आहे. काळजी नका करू. मी त्याला वेळच्या वेळी दूध पाजेन. त्याची उत्तम काळजी घेईन आणि

त्याला सुरक्षितपणे तुमच्याकडे परत आणून पोहोचवेन.''

कालीहोता तोपर्यंत सीरायी किंवा पोन्नाला शेताची काळजी करण्याची जराही आवश्यकता नव्हती. मंदिर उत्सव झाल्यानंतरचा काही काळ त्याने शेतात काम करणं थांबवलं होतं. दिवसभर निव्वळ बाजेवर आडवा होऊन छताकडे पाहत राहायचा तो. सीरायीने त्याची कानउघडणी केल्यानंतर हळूहळू तो पुन्हा कामाला लागला होता. आता हिवाळा आला होता. पहाटे कामाला लागणं शक्य नव्हतं. शिवाय, संध्याकाळी लवकर अंधारून यायचं, त्याआधी कामं संपवून घरी परतावं लागायचं. शेताकडे लक्ष कसं ठेवायचं, हाच एक मोठा प्रश्न होता. कालीने तर सरळ सांगितलं होतं, ''अम्मा, रात्रीची तू निजायला येत जा इथे.'' परंतु, गावातल्या घरात पोन्नाला एकटं कसं ठेवणार होती सीरायी? पोन्ना आता शेवटच्या तिमाहीत होती. तिला उठणं-बसणंसुद्धा कठीण झालं होतं. तिचं पोट चांगलंच पुढे आलं होतं. पोन्नाच्या पोटाच्या आकाराकडे पाहूनच दाईने सांगितलं होतं नक्कीच मुलगा होणार. पोन्नाने स्वत:ला शक्य तितकं हिंडतं-फिरतं ठेवलं होतं. ती अजूनही स्वयंपाक करत होती, फेऱ्या मारत होती.

तरीसुद्धा, रात्रीच्या वेळेस सीरायी तिला एकटं कसं सोडणार होती? पोरासाने तिची मुलं सोबतीला रात्री पाठवावीत, असं सांगावं की काय असाही विचार तिच्या मनात आला. परंतु, पोरासाची सगळीच मुलं लहान होती. रात्र झाली की ती गाढ झोपी जात, सकाळी उशिरा उठत. त्यामुळे, पोन्नाच्या दृष्टीने त्यांचा तसा काही उपयोग नव्हता. शिवाय, तिने तिच्या कुटुंबाशी नातंही तोडून टाकलं होतं. अन्यथा, अडैयूर इथून एव्हाना तिचे आई-बाप येऊन पोहोचले असते. त्यांनी तिची काळजी घेतली असती. कालीच्या अनुपस्थितीत त्याच्या शेताची राखण करण्यासाठी तिच्या आई-वडिलांनी त्यांच्या शेतातल्या एखाद्या गड्याला सोबतीला आणलं असतं. पोन्नाला ते माहेरी घेऊन गेले असते. जेव्हा जेव्हा सीरायी आणि वल्लई यांची बाजारात भेट होई तेव्हा तेव्हा परिस्थितीपायी त्या दोघींना रडू येई. वल्लई शोक करत म्हणे, ''अगदीच अविचाराने वागली ती. आता तर आम्ही आमच्या लेकीला पाहूसुद्धा शकत नाही.''

पोन्नाला एकदा भरीला पाडत सीरायीने म्हटलं, ''हे बघ, नातं तोडल्याचे नियम शेतीला लागू होत नाहीत. बोलावणं धाडू का त्यांना?''

तिला ठामपणे नकार देत पोन्ना म्हणाली, ''पायातले जोडे दाराबाहेर काढले जातात, ते तिथेच बरे. घरात आणायची गरज नसते.''

सरतेशेवटी, पोन्नाची योजना मान्य करायचं सीरायीने ठरवलं. त्यानुसार, दोघींनी त्यांचा मुक्काम शेतात हलवला.

तात्पुरती योजना होती ती. सोबत थोडी गाडगी-मडकी तेवढी न्यावी लागली.

शेतात स्वयंपाकाची भांडीकुंडी होतीच, कारण पूर्वी त्या तिथे बरेचदा स्वयंपाक करत. मिसळणीचा डबासुद्धा होता शेतात. इथून पुढे एकाच जागी राहावं, शेत आणि घर वेगळं करू नये, असं पोन्नाला वाटलं. निदान तिला तसा प्रयत्न तरी करून पाहायचा होता.

जेमतेम दिवसभर तिचा आशावाद टिकला. शेतात भलताच गारठा होता. अंगभर बारीक सुया टोचल्यासारखं वाटत होतं त्या कडाक्याच्या थंडीत. सुरुवातीला झोपडी उबदार वाटली खरी, परंतु वाळवी लागू नये म्हणून कालीने शाकारलेली छपरं दोन्ही बाजूंनी भादरली होती. त्या झोपडीला तशाही भिंती नव्हत्याच. नुसतीच शाकारलेली कुडं होती. त्यातल्या फटीतून थंडी आत शिरत होती. दुसऱ्या दिवशी त्या सगळ्या फटी ताडाच्या झावळ्यांनी जमतील तशा पुन्हा शाकारल्या गेल्या. पोन्नाने बाजेवर दोन वाकळी पसरल्या. अंगावरही तिने दोन वाकळी ओढून घेतल्या. तिला तिथे काही तागाच्या पोतड्या सापडल्या. त्यातल्या काही तिने बाजेवर पसरल्या. अंथरुणावर अंग टाकल्यावर तिने पायसुद्धा एका पोतडीत सारले. इतकी थंडी असली तरी दुसऱ्या दिवशी सीरायी अगदी पहाटेच उठली. संरक्षणासाठी तिने डोक्यावर तागाचं गोणं ओढून घेतलं होतं. गोठ्यात जाऊन तिने गुरांकडे लक्ष दिलं. हवा पुरेशी उबदार होईपर्यंत पोन्नाने घरातून बाहेर पडू नये, अशी ताकीद तिने दिली होती. रात्री झोपायला जाण्यापूर्वीच सगळी कामं झाल्याची खात्री त्या दोघींनी करून घेतली होती. त्यामुळे मध्यरात्री त्यांना कशाहीसाठी बाहेर पडायची गरज नव्हती. इतकी सगळी सोय केली तरी तिकडे किती दिवस राहता येईल, याची पोन्नाला खात्री नव्हती.

फक्त स्वयंपाकपाणी आणि गुरांकडे लक्ष देणं, एवढीच कामं असती तर पोन्नाला चिंता वाटली नसती. परंतु, त्या जोडीने शेतातली अनेक कामं 'आ' वासून उभी होती. शेतात मका चांगलाच वाढला होता. कालीने पेरणीच उशिरा केली होती. इतरांची पेरणी त्यापूर्वीच झाली होती. त्यामुळे, आता पीक ताठ उभं होतं. मक्याची कणसं पानापानांतून डोकावत होती. योग्यप्रकारे तोड करून सुरक्षितरीत्या ती साठवणं गरजेचं होतं. सीरायीला काळजी वाटू लागली. परंतु, कारानची सून वेन्गयी अगदी योग्य वेळी येऊन पोहोचली. पोन्ना वेन्गयीला आधीपासूनच ओळखत होती. पोन्नाच्याच वयाची असावी ती, पण तीन पोरं होती तिच्या पदरात. इतर शेतांतली कापणीची कामं संपली होती त्यामुळे कालीच्या शेतात काही काम मिळतं का हे पाहायला वेन्गयी आली होती. पोन्नाच्या दृष्टीने ती अगदीच योग्य वेळेस येऊन पोहोचली होती.

कापणीसाठी फार हात लागले तर कामावर देखरेख करणं कठीण जाणार होतं. परंतु, वेन्गयीच्या सोबतीने सगळं करणं शक्य होतं. म्हणून तर, महिनाभर

तरी 'रोज ये' असं तिने वेन्गयीला सांगितलं. सकाळीच कामाला सुरुवात करावी लागायची. दुपारच्या वेळेस पाण्यात भिजलेलं शिळंपाकं खाऊन वेन्गयी पुन्हा कामाला लागायची. सूर्य मावळण्यापूर्वी ती घरी जायची. तिला दिवसाला एक रुपया रोज मिळत होता. वेन्गयीच्या मदतीने सगळं काम संपवता येईल, याबद्दल पोन्नाला खात्री वाटू लागली. आधी गोठ्यातलं सगळं नीट ठिकाणावर लावायचं तिने ठरवलं. तिने वेन्गयीला दोन भांडी आणि दोन मोठ्या तोंडाचे रांजण आणायला लावले. विहिरीपाशीच तिने ते ठेवून घेतले. अशा पद्धतीने, तिथल्या तिथे पाणी भरणं सोपं झालं. वेन्गयीला वापरायला म्हणून तिने एक भांडं जरा वेगळंच ठेवलं. सीरायी विहिरीतून पाणी काढून वेन्गयीच्या भांड्यात ओतत असे. मग वेन्गयी ते भांडं घेऊन इतर मोठी भांडी आणि रांजण भरत असे. गोठ्यातले गाई-बैल शेताबाहेरच्या कुरणात चरत. त्यांना पाणी प्यायल्या विहिरीजवळच आणलं जाई. अशा पद्धतीने, पाण्याने भरलेली घागर घेऊन गोठ्यापर्यंत चकरा मारण्याचं काम पोन्नाने सोपं केलं. ते सगळं कालीसाठी सोयीचं होतं. दिवसाला किमान वीस घागरी तरी पाणी लागायचं. एकटी सीरायी कसं भरणार इतकं पाणी?

पोन्नाने आणखी एक उपयुक्त बदल केला. गुराढोरांना तिने मोकळ्या शेतात बांधायला सांगितलं. अशा पद्धतीने, रात्री गोठ्यात पडलेलं शेण तेवढं उचलावं लागे. बऱ्याच काळात दोन्ही बैलांना काही काम नव्हतं. कालीने त्यांना चांगलंच लाडावून ठेवलं होतं. गाईंकडे त्याचं फारसं लक्ष नव्हतं. बैलगाडीला किंवा नांगराला बैलांना जुंपून सात-आठ महिने तरी झाले होते. मागच्या वेळेस मका पेरण्यासाठी त्यांनी शेत नांगरलं होतं त्यानंतर बैलांनी काहीही काम केलं नव्हतं. पारोशा पिंपळाच्या सावलीत ते आरामात रवंथ करत बसत. सकाळी त्यांना बाहेर काढून पोन्नाने त्यांना मातीच्या रस्त्यावर थोड्याशा उंचावलेल्या भागात बांधलं. मायाळू जनावरं होती ती. एखादं मूलसुद्धा त्यांचा कासरा धरून त्यांना ओढू शकत असे. दिवसभर ते तिथेच चरले. रात्री तिने त्यांना नाचणीचा कडबा घातला. त्या बैलांना नाचणी काही फारशी आवडत नव्हती. वरचा चारा खाऊन खालचा कडबा त्यांनी तसाच टाकला.

त्या वर्षी कालीने नाचणी पेरली असती, पण त्याला कशात रुची उरली नव्हती. कम्बुसुद्धा पेरला नव्हता त्याने. फक्त मकाच काय तो पेरला होता. त्यातही फक्त पांढरा मका. म्हणजेच, घरच्या गोष्टींसाठी त्यांना सारंकाही विकत आणावं लागणार होतं.

पोन्नाने मेंढ्यांचा कोंडवाडा बाहेरच्या बाजूला नेला. काली प्रत्येक गोष्ट गोठ्याच्या आतल्या भागातच का ठेवत होता, याचं तिला आश्चर्य वाटत होतं. त्याच्या अनुपस्थितीत ती हे सगळं करत असताना तिच्या मनात वेगवेगळ्या कल्पना येत

होत्या. त्याने प्रत्येक गोष्ट त्याच्या सोयीनुसार केली होती, परंतु स्त्रियांना ते सगळं सोयीचं नव्हतं. पोन्नाने मेंढ्यांचा कोंडवाडा अशा ठिकाणी हलवला जिथे तिला गोठ्यातून लक्ष देता येणार होतं. तिने कुत्र्यालासुद्धा तिथेच बांधायला सुरुवात केली. बाजूने कोणी जाऊ लागलं, की कुत्रा भुंकायला सुरुवात करे. वेगवेगळ्या मोक्याच्या ठिकाणी तिने एक विळा, एक भाला आणि काही जाड धोपाटणी ठेवली. अशाप्रकारे, एखादा साप आला किंवा कोणी आगंतुक घुसला तर समाचार घेण्याच्या दृष्टीने त्यांची जय्यत तयारी झाली होती.

लवकरच, शेतात आणि आजूबाजूला लहान-मोठे बदल करण्यात पोन्ना मग्न झाली. आजवर कालीने प्रत्येक गोष्ट स्वत:च केली होती. तो जी कामं नेमून देत होता तेवढीच त्या दोघी करत असत. आता मात्र पोन्नाला प्रत्येक गोष्ट नव्याने पाहता येऊ लागली. पोन्ना रुची घेऊन हे सगळं करते आहे, हे पाहून सीरायीला जरी आनंद होत असला तरी तिने आपल्या सुनेला सावध करत म्हटलं, "पोन्ना, हे सगळे बदल कालीला आवडणार नाहीत हो कदाचित."

पोन्ना म्हणाली, "फार काही बदल करत नाही आहोत आपण. यातलं त्याला जर काही आवडलं नाही तर तो ते पुन्हा पहिल्यासारखं करूच शकतो. पण हा पूर्ण महिनाभर इथे राहूनच इथली कामं करायची आहेत हे नक्की."

विहिरीच्या बाजूची दोन शेतंच तेवढी वापरात नव्हती. साधारण एकरभर जमीन असावी ती. तिथे केवळ वांग्याचंच तेवढं पीक होतं. नाचणी किंवा मिरची पेरण्यासाठी ती जागा मोकळी ठेवण्यात आली होती. खरंतर, गोठ्याचं शाकारलेलं फाटक उघडून बाहेर ठेवलेलं पाऊल थेट त्या रिकाम्या शेतात पडत असे. विहीर अगदी बाजूलाच होती. कालीने शेताच्या अगदी कडेवर गोठा का उभारला होता, तो त्याने विहिरीच्या बाजूला केला असता तर सोपं गेलं असतं असं पोन्नाला वाटलं.

जेव्हा एखादी व्यक्ती दुसऱ्या कोणाचं काही काम करू लागते तेव्हा स्वाभाविकत:च आपल्याला हवे तसे बदल केले जातात. दुसऱ्या व्यक्तीने सगळं काही तितकं छानसं केलेलं नाही, असंही वाटू लागतं. आपण कालीच्या कामावर टीका करता कामा नये, असं पोन्नाने स्वत:ला बजावलं. त्याच्या दृष्टीने योग्य असलेल्या पद्धतीने त्याने सगळी मांडणी केली होती. त्याच्यासाठी ती योग्य पद्धत होती. सीरायीसाठी आणि पोन्नासाठी ही पद्धत योग्य होती. जमिनीच्या रिकाम्या तुकड्यावर ढोरं बांधणं आणि मेंढ्यांचा कोंडवाडा हलवणं सोपं झालं. उरलेल्या तीन एकराच्या तुकड्यावर हिरवागार मका डोलत होता. मक्याचं पीक सर्वोत्तम यावं, अशी पोन्नाची इच्छा होती. मक्याची कणसं काढून घेतली तर शेजारचे जमिनीचे तुकडे दिसतील, या हेतूने तिने वेन्गयीला मक्याची कणसं छाटायला सांगितली. जेमतेम दिवसभरात

वेन्गयीने ते काम उरकलं. दुसऱ्या दिवशी, तिने वेन्गयीला त्या शेतातला मका छाटायला सांगितला. त्या दिवशी सीरायीसुद्धा वेन्गयीच्या मदतीला धावली. मक्याची धांडं तोडताना ती वेन्गयीला म्हणाली, "अगदी कालीसारखं करते आहे सगळं. तिच्या मनात काय आहे हे ती कधी सांगणार नाही. तिने सांगितलेलं काम जेव्हा तू पूर्ण करशील तेव्हाच तिची योजना काय आहे हे समजतं."

चोवीस

दोन्ही शेतातला मका कापून त्याची धांडं एकत्र बांधून त्या तिघींनी शेताच्या न वापरलेल्या भागात वाळण्यासाठी गंजी रचून ठेवल्या.

त्यानंतर पोन्नाने वेन्गयीच्या नवऱ्याला, चिन्नानला बोलावणं पाठवलं. दुसऱ्या दिवशी तो आल्यावर तिने त्याच्याकडून पिकोता नीट करून घेतला आणि पाणी काढायला लावलं. विहिरीत भरपूर पाणी होतं. कालीने वेळशीर नाचणी पेरली असती तर पाण्याचा उपयोग झाला असता पिकासाठी. मग विहिरीला इतकं पाणी उरलंच नसतं; परंतु त्याने नाचणी न पेरल्याने पाण्याचा उपसाच झाला नव्हता. आता आठवडाभर शेताला पाणी देणं गरजेचं होतं. त्यामुळे, मक्याच्या मुळातून पुन्हा धांडे बाहेर पडले असते. शिवाय, थंडीमुळे हवेत दव होतंच, दोन्ही शेतात चांगलं पीक आलं असतं. बैलांनी चिन्नानशी सहकार्य केलं. पिकोता चालवत शेतांमधून पाणी देणं त्यामुळे सोपं झालं. शेतांना पाणी देण्याच्या जोडीनेच वांग्याच्या तुकड्याला आणि नारळांनासुद्धा पाणी द्यायला सुरुवात झाली. पाहता पाहता, सगळी गाडगी-मडकी पाण्याने गच्च भरली.

स्वत: पोन्ना जरी कुठलेही शारीरिक श्रम करत नसली तरी प्रत्येक गोष्ट तिच्या योजनेनुसार घडत होती. अचानक एका क्षणी सीरायीला जाणवलं, 'तो जर त्या दिवशी मेला असता तरी पोन्नाने शेताचं काम अगदी व्यवस्थित पार पाडलं असतं.' परंतु, हा विचार मनात येताच तिने स्वत:ला खडसावलं आणि तो विचार तिने दूर हाकलला. बायका जरी शेतात काम करत असल्या तरी ते पुरेसं होतं का? काली शेतात असे तेव्हा ग्रामदेवता करुणचानी स्वत:च शेत राखत असल्यागत वाटत असे. 'प्रत्येक स्त्री जरी हत्तीसारखी ताकदवान असली तरी तिला एक नवरा लागतो. तो नवरा मांजरीसारखा शांत असला तरी चालतं.' खरंच होतं हे म्हणणं, नाही का?

दोन्ही शेतांना पाणी दिल्याच्या त्या रात्री पोन्ना म्हणाली, "अत्थई, या गोठ्याच्या लगतच चांगली भिंत असलेली झोपडी उभारूया आपण. इथून पुढे आपण दोघी इथंच राहिलो तर?" हा विचार सीरायीच्या मनात आला, पण सगळं

कसं काय जमून येईल याची तिला खात्री नव्हती.

पोन्ना म्हणाली, "मला वाटू लागलं आहे, की आपण दोघींनी इथे शेतातच राहायला सुरुवात करावी, अत्थई, लवकरच मामाला प्रवासाची सवय होईल. मग आपल्या दोघींना घराकडून शेतापर्यंत सारख्या खेपा कराव्या लागतील. कशाला करायची एवढी यातायात? इथेच स्वयंपाक करत जाऊ आपण. धान्याला ऊन दाखवलं, की गावातल्या घरात साठवत जाऊ ते. मामा इथे असला तर तू घरी झोपत जा. मी इथे राहिले तर तो काही मला मारून टाकणार नाही. तो माझ्याशी बोलेल की नाही, याचं आता मला काहीही वाटेनासं झालं आहे. त्याच्या मनाला येईल तसं वागू दे त्याला. मी इथेच राहीन."

"कसं शक्य आहे ते? एकमेकांचा चेहराही बघत नाही तुम्ही दोघं. मग एकत्र कसे राहणार? आपल्याशी बोलायलासुद्धा तो तयार नसतो. कसं सांभाळशील त्याला?"

"एकदा बाळाचा जन्म झाला की माझा नवरा येऊन त्याला पाहील तरी की नाही, त्या मुलाला उचलून घेईल की नाही, हेसुद्धा मला ठाऊक नाही. तो स्वत:ला मुलाचा बाप समजेल का, त्याच्याशी खेळेल का, त्याच्याशी बोलेल का हे मला ठाऊक नाही. बापाच्या खांद्यावर बसण्याचं सौभाग्य माझ्या लेकराला लाभणार आहे का हे मला ठाऊक नाही. आमच्या आयुष्यात हे मूल फार उशिरा येत आहे. कदाचित, त्याला त्याच्या आईवरच पूर्णपणे अवलंबून राहावं लागणार असेल. मी जर गावात राहिले तर लोक विचारू लागतील, की बाळाला पाहायला माझा नवरा का येत नाही. काय उत्तर देणार आहे मी त्या सगळ्यांना? योग्य कारण आणि स्पष्टीकरण शोधण्यासाठी आपण डोक्याला कितीतरी ताण देत आहोत. त्याऐवजी, मी जर इथेच राहायला लागले तर कोणालाही काहीही बोलण्याची गरज उरणार नाही. मी शांतपणे जगू शकेन. आमच्या दोघांमध्ये नेमकं काय सुरू आहे हे कुणाला जाणून घ्यायचं असेल तर बसू दे त्याला बोंबलत. म्हणूनच, मी इथेच मुक्काम हलवायचं म्हणते." आपली बाजू मांडताना पोन्नाला गदगदून आलं.

तिचं बोलणं ऐकणाऱ्या सीरायीच्या डोळ्यांत पाणी आलं. ती समजुतीच्या स्वरात म्हणाली, "पोन्ना, काळजी करू नकोस. नवसाचं आहे तुझं पोर. बघच तू, या कुटुंबाला मिळालेल्या प्रत्येक शापातून आपण मोकळे होणार आहोत. कालीने स्वत:ला लटकवून घेण्याचा प्रयत्न केला, तेव्हा मला वाटलं होतं, की संपलं सारं. हे कुटुंब संपलं. पण तो जगला. त्या दिवशी एक गोष्ट मला समजली. इथून पुढे आपल्याबाबत फक्त चांगलंच काय ते घडणार आहे. तू खंबीर रहा. तू म्हणालीस त्याप्रमाणे आपण आपला मुक्काम हलवूया इकडे. आपल्या कुटुंबात नेमकं काय घडतंय, हे जाणून घेण्यासाठी गावातल्या बायका इतक्या उतावीळ का झाल्या

आहेत कोण जाणे. त्यांच्या साडीत एखादी पाल शिरल्यासारख्या वागतायेत त्या सगळ्या. आपण गावातल्या घरात राहिलो तर त्यांच्या भोचकपणाला आपल्याला तोंड द्यावं लागेल. त्याऐवजी, तुझी कल्पना अगदी मस्त आहे. तो परत आला की त्याच्याशी बोलूया आणि या झोपडीला भिंत बांधूया, कसं?''

परंतु, नेमकं काय करायचं आहे याबद्दल पोन्नाच्या कल्पना सुस्पष्ट होत्या. ती शांतपणे म्हणाली, ''अत्थई, नको. तो परत येण्यापूर्वीच आपण नवी झोपडी बांधूया. उत्तरेकडच्या कोपऱ्यात कितीतरी मोकळी जागा आहे. तिथे बांधू शकतो आपण झोपडी. त्याचा सल्ला घ्यायला गेलो तर तो चक्क नाहीसुद्धा म्हणेल. त्याऐवजी, आपण आता झोपडी बांधलीच तर परत आल्यावर काय करू शकणार आहे तो? उखडून फेकेल का काय ती? हातात सोटा घेऊन घालवून देईल का आपल्याला तो? आणि समजा, दिलंच त्याने घालवून आपल्याला तर पारोशा पिंपळाला अजून कितीतरी फांद्या आहेत म्हटलं.''

ते ऐकताच सीरायी त्वेषाने म्हणाली, ''हे बघ, अगदी बजावून ठेवते तुला. हे असलं काहीही ऐकून घेणार नाही मी. गेले आठ महिने माझी किती मरमर होते आहे ते पाहते आहेस ना तू? आता सारंकाही भल्यासाठीच होत आहे. काहीतरी वेडेपणा करून सगळ्याचा सत्यानाश करू नकोस. एकटीने बाळ वाढवण्याचं वय नाही आता माझं. कसंतरी करून आपल्याला जगावं लागणार आहे. कालीला काहीही होणार नाही. त्याचे काका बोलतील त्याच्याशी. जरा चार गोष्टी सांगतील. यात्रेवरून तो परत येईल ना तेव्हा पाहाच. ज्या पद्धतीने तो इथून गेला त्याच पद्धतीने मंचामी देव त्याला येऊ देईल असं वाटतं का तुला? तसं जर झालं तर उपयोग काय त्या देवाचा? बरं ते जाऊ दे, तू झोपडीचं जे म्हणतेस... खूप काम पडेल बरं. आपण बायकाच. कसं काय करणार आहोत हे सगळं?''

काही क्षण पोन्ना गप्प राहिली. मग तिने उत्तर दिलं, ''माझ्या भावाला सांगावा धाडा. त्याने स्वतः यायची गरज नाही. चार बैलगाड्या भरून वाळू, दोन बैलगाड्याभर दगड आणि इतर सामान घेऊन त्याने त्याच्या माणसांना पाठवावं. आपल्याकडे गाडं-बैल आहे इथे. तेच धाडूया आपण. माझा भाऊ वाळूची पोती पाठवेल. पानेईच्या वाळलेल्या झावळ्या आहेतच. कम्बुच्या धांड्याखाली कितीतरी झावळ्या पडल्या आहेत. मधल्या वाशासाठी आपण ती कापलेली पारोशा पिंपळाची फांदी वापरू शकतो.''

हे ऐकताच सीरायी आनंदाने म्हणाली, ''माझी गुणाची बाय गो ती! तू तुझ्या माहेरचं नाव काढलंस हे ऐकून इतकं बरं वाटलं म्हणून सांगू! तू त्या सगळ्यांना अगदी विसरूनच गेली की काय, अशी भीती वाटत होती मला. काही दिवसांपूर्वी तू त्यांना पायातील वहाणा म्हणाली होतीस. जीव कासावीस झाला होता माझा

तेव्हा. एक लक्षात ठेव, तेवढेच काय ते खरे नातेवाईक आहेत आपले. त्यांनाही आपण गमावून बसतो की काय अशी भीती वाटू लागली होती मला. गरीब बिचारा मुथु! कसा आहे कोण जाणे. कालीने त्याला इतकं मारलं होतं, पण कधी एका शब्दाने तक्रार केली नाही त्याने. मुका असल्यागत सारं निमूटपणे गिळलं त्याने. आज त्याला सांगावा धाडायचाच काय तो अवकाश, अगदी उद्याच माणसं येतील बघ कामाला.''

पोन्ना म्हणाली, ''पायातला जोडा कायमस्वरूपी घराबाहेर नाही ठेवता येत, नाही का? गरज असेल तेव्हा पायात घालावा लागतो!''

त्यावर सीरायीने उत्तर दिलं, 'ठीक आहे! पण लक्षात ठेव, तुझ्या या योजनेतली एक गोष्ट मात्र मला आवडलेली नाही. ती कापून टाकलेली पारोशा पिंपळाची फांदी आहे ना ती माझ्या अगदी नजरेआड झाली पाहिजे. खोपटासाठी तिचा उपयोग नाही करायचा. रस्त्यालगत वाळलेला पानेई वृक्ष आहे, तो चौकटीसाठी कापू या आपण. मी तर म्हणते, पारोशा पिंपळाची फांदी या थंडीत पाणी तापवायला वापरली तर?''

किंचित तिरस्काराने पोन्नाने उत्तर दिलं, ''एवढी मोठी फांदी वाया कशाला घालायची? ती खोपटासाठी वापरली ना तर प्रत्येक वेळेस तिच्याकडे नजर गेल्यावर त्याला आठवण होईल की याच फांदीला त्याने स्वत:ला लटकवून घेण्याचा प्रयत्न केला होता.''

सीरायी कळवळून म्हणाली, ''पोन्ना, नको बोलूस गं असं. प्रत्येकाच्या हातून चुका घडताताच की. विचार जरा तुझ्या नल्लय्यन काकाला, की त्यांनी आयुष्यात कधीच काही चूक केली नाही का? आपण छताकडे पाहू तेव्हा मनात चांगलेच विचार यायला हवेत. कदाचित, लवकरच तुम्ही दोघं एक व्हाल. मग, तू त्या फांदीकडे बघशील तेव्हा तुझा जीव दुखेल. तू जे विसरू पाहते आहेस त्याचीच तुला सातत्याने आठवण होत राहील. त्यापेक्षा, सोड बरं तो विचार.''

पोन्ना गप्प राहिली. काहीही झालं तरी पारोशा पिंपळाची ती फांदी झोपडीसाठी वापरायची नाही, असा सीरायीचा ठाम निश्चय होता. दुसऱ्याच दिवशी सीरायीने करानच्या हाती मुथुला संदेश धाडला. मातीच्या रस्त्यालगत असलेल्या वडाच्या झाडापाशी भेटायला सांगितलं. त्या दिवशी ती आणि वेन्नायी काम करत होत्या. मक्याची कणसं खुडत होत्या. मुथुचा निरोप घेऊन कारान आला. मक्याच्या कणसांनी भरलेलं डालं उचलून ती शेतातल्या दगडाजवळ आली. त्यावर तिने ती कणसं पसरली. मग ती मातीच्या रस्त्याकडे चालत गेली. चार-पाच शेतं ओलांडल्यावर तिला ते वडाचं झाड दिसलं. मुथु झाडाखाली बसला होता. झाडावर पक्ष्यांचा चिवचिवाट सुरू होता. ते सगळं ऐकत तो शांतपणे बसला होता. हे सगळे पक्षी

पहाटेच्या अंधारातच अन्नपाण्याच्या शोधात बाहेर पडले असणार, उन्हं तापू लागायच्या आधीच परत आले असणार आणि आता इथं बसून आनंदाने गात असणार, किलबिलत असणार, असा विचार त्याच्या मनात येत होता.

या पक्ष्यांच्या आयुष्यात आनंदाशिवाय दुसरं काय असणार? कदाचित कधीतरी ते आजारी पडत असावेत. अन्न मिळालं नाही तर त्यांना दुःखही होत असावं. परंतु, त्यांच्या आनंदात त्या कशानेच बाधा येत नव्हती. चिवचिवाट करत एकमेकांशी आनंदाने लगट करणारे ते पक्षी पाहून त्याला फार छान वाटलं. झाडावरच्या त्या वेगवेगळ्या पक्ष्यांचं निरीक्षण करायला त्याने सुरुवात केली. कावळ्यांच्या जोडीने तिथे कोकिळासुद्धा होत्या. कोणीतरी आपल्याकडे पाहत आहे याची कोकिळेला लगेच जाणीव झाली. सगळ्या कोकिळा दडल्या, झाडावर मैना, चिमण्या आणि कबुतरंसुद्धा होते. काही पक्षी त्याला अनोळखी वाटले. तो कधीकधी जंगलात पक्ष्यांची शिकार करत असे तेव्हा त्याला वाटायचं, की सगळ्या प्रकारचे पक्षी त्याला ओळखू येतात. या झाडावर मात्र अनेक पक्षी त्याला ओळखू येत नव्हते. अनोळखी पक्ष्यांकडे पाहण्यात वेगळाच आनंद होता. पट्कन झाडावर चढावं आणि त्या पक्ष्यांमधला एक होऊन एखाद्या फांदीवर बसावं, असा विचार मुथुच्या मनात आला. पक्ष्यांना चालणार होतं का ते?

"मुथय्या!" सीरायीच्या हाकेने मुथु विचारातून बाहेर आला. चांगलाच हडकला होता तो. पोन्नाने त्यांच्या कुटुंबाशी नातं तोडून टाकलं आहे याहीपेक्षा काली ज्या पद्धतीने त्याच्याशी वागला होता त्यापायी तो अधिक अस्वस्थ झाला होता. आपण काय बोललो तर कालीचा संताप कमी होईल, तो आपल्याला समजून घेईल हाच एक विचार मुथुच्या मनात सतत असे. पोन्नाचा आणि तिच्या मुलाचा स्वीकार काली करणार होता का? आताशा मुथु रोज पिऊन तर्र होत असे. कोणाच्याही सांगण्याकडे त्याचं लक्ष नसे. त्याची ती अवस्था पाहून सीरायीला चांगलाच धक्का बसला. हा तोच मुथु होता का ज्याला सगळ्यांशी बोलायला फार आवडत असे? कासावीस होत ती त्याच्याकडे पाहत राहिली.

तिने विचारलं, "मुथय्या, अरे बाबा, काय झालं तुला? आमच्या घरातल्या अडचणींनी तुला अगदी मुळापासून हादरवून टाकलं आहे बघ. आमच्यापायी किती लोकांना सहन करावं लागत आहे. तू तुझ्या बहिणीचा हात दिलास त्याच्या हातात. त्या दोघांनी आनंदात राहावं, एवढीच तुझी इच्छा होती. मी तुला खात्रीने सांगते, की आपल्या सगळ्या सदिच्छा मुळीच वाया जाणार नाहीत. सगळं काही ठीक होणार आहे. पोन्नाच मला काल म्हणाली, 'माझ्या भावाशी बोला.' कालीसुद्धा येईल ताळ्यावर. तू एकटाच काय तो मित्र आहेस त्याचा. पुढच्या काही दिवसांतच तो तुझ्या पायावर कोसळेल आणि तुझी क्षमा मागेल, मला ठाऊक आहे. कृपा

करून असा उदास होऊ नकोस, तू नीट राहिलास तर दोन्ही कुटुंबं गुण्यागोविंदानं राहतील. बाळाचा जन्म होऊ दे. तू त्या बाळाचा मामा असणार आहेस. तू बाळाला मांडीवर घेशील तेव्हाच त्याचे कान टोचले जातील ना. त्या दिवशी तू हवाच. छोट्याशा बाळाचा अभिमान वाटणारा मामा. तू स्वतःची अशी अवस्था कशी काय करू शकतोस? तो काली! कुत्रा आहे नुसता! तोसुद्धा इतका पीतो म्हणून सांगू. परंतु, वेळेवर त्याच्या पोटात दोन घास जातील याकडे आम्ही लक्ष ठेवतो. इकडे शेतामध्ये ना त्याला, ना त्याच्या कुत्र्याला काही काम आहे. त्यामुळे, वेळेवर खाऊन घेतो तो. तू मात्र दारू पिऊन कुठेही पडून राहतोस, असं ऐकलं आहे मी. बेटा, कृपा करून असं काही करू नकोस. स्वतःच्या प्रकृतीची काळजी घे. तुझ्या बहिणीनेच सांगितलं आहे मला, 'जाऊन माझ्या भावाशी बोला याबाबत. तो करेल ते सगळं.' काही दिवसांतच कालीसुद्धा पुन्हा तुझ्याकडे येईल. आपण असं उदास होता कामा नये. मी जर सगळं सोडून दिलं असतं, आशा गमावली असती तर जगू शकले असते का मी?''

ती त्याला का भेटायला आली होती, हे तिने त्याला समजावून सांगितलं. ते ऐकताच मुथुच्या चेहऱ्यावर आनंद दिसू लागला. त्या क्षणी, त्याच्या डोक्यावर चिमणी हगली. तो शुभशकुन आहे, असं समजत त्याने डोक्याला हात लावला.

पंचवीस

मन्नूरच्या यात्रेला साधारणत: दहा दिवस लागत. पोहोचल्यानंतर एक दिवस आराम करायला आणि परतीच्या प्रवासाला दहा दिवस असा भरगच्च कार्यक्रम असे. परंतु, वाटेतली इतर देवळं पाहायचं ठरवलं, तर हा प्रवास लांबत असे.

कालीला चालण्यात कुठलीच अडचण नव्हती, पण नल्लय्यन काकांना चालणं जड जात होतं. काकांसाठी म्हणून कालीने स्वत:ची चाल मंदावली. वाटेत अनेक यात्रेकरू भेटत होते. स्त्री, पुरुष, मुलंबाळं, वेगवेगळ्या लोकांचे वेगवेगळे गट रस्त्यावर भेटत होते. जवळची भांडीकुंडी बाहेर काढून सगळे स्वयंपाकाला लागत. रस्त्यालगतच्या विहिरींवर अंघोळ करायला सगळे जमत. ज्या शेतकऱ्यांच्या त्या विहिरी होत्या ते या लोकांना घालवून देत नसत किंवा घालूनपाडून बोलत नसत. उलट, ते शेतकरी शेतीला पाणी द्यायचं काम सुरू ठेवत. प्रत्येक गावाच्या वाटेवर रस्त्याच्या दुतर्फा आडोसे केले होते. यात्रेकरूंसाठी मोफत पाणपोया होत्या. अद्यापि हिरवा ताजा गंध धरून असलेल्या पानेई वृक्षाच्या झावळ्यांनी हे निवारे शाकारलेले असत. मोठमोठ्या रांजणात पाणी भरलेले असे. येणाऱ्या-जाणाऱ्या यात्रेकरूंना प्याले भरून पाणी प्यायला दिलं जाई. या निवाऱ्यांलगत बांबूच्या नळ्या केल्या होत्या. काही यात्रेकरू हातांची ओंजळ तिथं टेकवून थेट पाणी पीत. काही खेड्यांमधून लोक एकत्रितरीत्या यात्रेकरूंच्या जेवणाची सोय करत. हे सगळं कमी म्हणून की काय मोठमोठ्या जमीनदारांनीसुद्धा यात्रेकरूंना अन्न पुरविण्यासाठी स्वतंत्र सोय केली होती. अनेक ठिकाणी पानगे आणि गोड ताक उपलब्ध होतं. वाटेने चालणारा काली अगदी थक्क झाला होता. आजूबाजूची दृश्यं पाहत तो पुढे होत होता. लोकांच्या सततच्या गप्पा त्याला कावळ्यांच्या कलकलाटासारख्या वाटत होत्या.

तोवर, कालीने फक्त ऐकलं होतं, की सजवलेली कावडी - सजवलेली कमान घेऊन लोक ही वाटचाल करतात. हा नवस इतका महत्त्वाचा आहे हे त्याला ठाऊक नव्हतं. प्रत्येक गटात किमान एकतरी कावडधारक दिसत होता. रस्त्यात

एखादं देऊळ आलं की मंडळी तिथे थांबत. पारंपरिक नृत्य केलं जाई. काही गावांमधून मंचामीची देवळं होती. या गावातले यात्रेकरूंचे जथे आपापल्या कावडी घेऊन पुढे होत. त्यांच्याबरोबर त्यांचे स्वतःचे ढोल-ताशेवादक असत. टप्प्याटप्प्याने, हे समूह पारंपरिक नृत्य करू लागत, त्या वेळेस त्यांचे सोबती ढोल ताशे वाजवत. सेम्मूर इथल्या समूहामध्ये काली आणि नल्लयन काका सामील झाले होते. एकूण बत्तीस जण होते ते. प्रत्येकाची चालण्याची गती वेगळी असल्यामुळे काही काही दिवसांच्या टप्प्याने एकत्र एखाद्या विश्रामगृहात ते थांबत. रात्रीच्या दृष्टीने अशी विश्रामगृहे सोयीची होती. काहींना झाडांखालीच झोपायला आवडे.

काहींजवळ भलीमोठी पोती असली तरी कालीसारख्या काहींजवळ छोट्या पिशव्या होत्या. त्या पिशवीमध्ये कालीच्या दोन वाकळी होत्या. प्रवासात तेवढंच पुरेसं आहे, असं नल्लय्यन काकांनी त्याला सांगितलं होतं. नल्लय्यन काकांना कमी सामान घेऊन प्रवासाची सवय होती. ते म्हणत, ''ओझी न बाळगणं हाच प्रवासाचा अर्थ आहे. सगळं घेऊन निघायचं म्हटलं तर आहोत तिथंच राहिलेलं काय वाईट? आपल्या लोकांना प्रवास करायची इच्छा तर असते, पण तो कसा करावा हेच मुळी त्यांना समजत नाही. माझ्याबरोबर चल, मी तुला सगळ्या तऱ्हेचे लोक दाखवतो.''

डोक्यावर एक मोठं डबोलं आणि दोन्ही खांद्यांवर दोन डबोली घेऊन चालणाऱ्या एका माणसाकडे बोट दाखवून काका म्हणाले, ''ओझं सोसणाऱ्या खडकासारखा आहे हा, बघ. आपल्याला हवं तेवढं वजन लादू शकतो आपण त्याच्यावर. तरीही तो तसाच खडकासारखा कणखर राहील. परंतु, त्याला हालचाल करणं कठीण जाईल.'' पाठीवर मोठं ओझं घेऊन चालणाऱ्या एका माणसाकडे बोट दाखवत काका म्हणाले, ''हा म्हणजे निव्वळ गाढव! ओझं वाहणं एवढंच समजतं त्याला. दुसरं काही कळत नाही. गाढवाला गाढव म्हणून जिथे राहता येईल तिथे राहता आलं की तो अगदी आनंदात असतो.'' अनेक भांडी घेऊन आपल्या कुटुंबाबरोबर चालणाऱ्या एका माणसाकडे लक्ष वेधत नल्लयन काका कालीला म्हणाले, ''जरा काळजीपूर्वक बघ याच्याकडे. तसं पाहिलं तर सगळं घरच वागवतो आहे तो डोक्यावर. तो कुठेही गेला तरी त्याला डोक्यावरचं ओझं कधीच उतरवता येणार नाही. याच्यापेक्षा जास्त मूर्खपणा मी नाहीच दाखवू शकणार.'' हे सगळं ऐकून काली मनसोक्त हसला.

कित्येकदा, नल्लय्यन काका बाकीच्या प्रवाशांशी गप्पा मारत. धोतर नेसलेल्या एका माणसाशी बोलायला ते एकदा पुढे झाले. त्या माणसाने अंगाभोवती शाल लपेटली होती. डोक्याभोवती रुमाल बांधला होता. मी त्याला विचारलं, ''कुठे निघाला आहात? गोऱ्यांच्या हॉस्पिटलमध्ये?'' त्या माणसाने हसून उत्तर दिलं,

"छे! मला तिथं जायचं आहे पण माझं शरीर साथ देत नाही!" त्यावर नल्लय्यन काका म्हणाले, "अगदी खरं आहे. तुमची तशी इच्छा असेल पण तुम्ही तसं करू शकत नाही. वय होत आलं आहे तुमचं, नाही का?" हे ऐकून सगळ्यांचीच करमणूक झाली, सगळेच हसू लागले.

काली आणि नल्लय्यन यांच्यासाठी ही यात्रा नवीनच होती. त्यामुळेच की काय इतरांशी गप्पा मारणं त्यांना सोपं जात होतं. नल्लय्यन अनेकांना ओळखत होते बहुधा. इतर गावातली मंडळीसुद्धा त्यांना पाहून पुढे येत होती, त्यांची विचारपूस करत होती. एका वृद्धाने नल्लय्यन काकांना चिडवत म्हटलं, "काय आश्चर्य! जो कुत्रा कुठेही निजत असे, कुठेही खात असे, कुठेही पडून राहत असे तो आता मंचामीच्या यात्रेला निघाला आहे?" त्यांची ही खोचक टीका नल्लय्यनने मनावर घेतली नाही.

ते म्हणाले, "थाथा, तुम्ही वृद्ध गृहस्थ आहात. लक्षात घ्या, मेंढीला जिथे पाहिजे तिथे ती दिवसभर भटकू शकते, पण रात्र झाली की तिला आपल्या खोप्यात परत यावंच लागतं. कुत्र्यालासुद्धा दोन घास खायचे असतील तर घरी वेळेवर यावंच लागतं. नाहीतर त्याला दिवसभर तसंच भुकेलं राहावं लागतं. तेव्हा आता कुत्र्याला खाऊ घालायची आणि मेंढ्यांच्या कोंडवाड्याच्या बाजूला बांधायची वेळ आली आहे. हेच कारण आहे बघा."

नल्लय्यन अगदी हळू चालत. काकांच्या चालीशी जुळवून घेताना कालीला अतोनात संयम बाळगावा लागे. परंतु, अधूनमधून त्यांच्या चालण्याची गती वाढत असे. एके ठिकाणी त्यांना दिसलं की एक माणूस त्याच्या छोट्याशा मुलीबरोबर चालत होता. थोडा वेळ त्याने तिला खांद्यावर घेतलं. ती जेमतेम सहा-सात वर्षांची असावी. तो तिला असं किती काळ खांद्यावर घेऊ शकणार होता? अधूनमधून तो तिला खाली उतरवत असे. वेगवेगळ्या गोष्टी सांगून तिचं लक्ष वळवायचा प्रयत्न करत असे. गोष्ट संपताच ती पुन्हा खांद्यावर बसायचा हट्ट करे. त्यांच्याकडे पाहून कालीला वाईट वाटलं, पण तरीसुद्धा तो बाप त्याच्या लेकीशी किती प्रेमाने बोलत आहे हे पाहून कालीचं मन द्रवलं. आपल्या लेकीला हाक मारताना ते वडील नाना विशेषणं वापरत, "मुथ्थाई! माझं सोनं ते! चेल्लई! मुरुवाई!"

कालीने विचारलं, "हिचं नाव काय ठेवलं आहे तुम्ही?"

त्या माणसाने हसून उत्तर दिलं, "मंजाथा." काली म्हणाला, "पण या नावाने तर तुम्ही कधीच तिला हाक मारत नाही." त्यावर त्या माणसाने स्पष्टीकरण दिलं, "मंचामीला नवस केल्यानंतर जन्माला आली आहे ती. सात वर्षांपूर्वी तिची आई मंदिरातल्या दुपारच्या पूजेला गेली होती तेव्हाच तिला दिवस गेले. स्वत: देवतेनेच आमच्या मुलीच्या रूपात जन्म घेतला आहे. आपण ईश्वराला नाही का नाना नावाने

हाका मारत? तसं करता येणं हे किती सौभाग्य आहे! ईश्वर एकच असेल पण त्याची नावं अनंत आहेत. आमच्यासाठी हे लहानसं लेकरूच आमची देवता आहे. म्हणून तर मी तिला या देवतांच्या नावाने हाका मारतो.''

यावर काय उत्तर द्यावं हे कालीला समजलं नाही. त्याचे काका जवळ येऊन म्हणाले, ''हे बघ, देवतेची प्रार्थना केल्यानंतर ती जन्माला आली आहे.'' कालीने त्या लहानशा मुलीला उचलून आपल्या खांद्यांवर बसवलं. तिचे वडील आता कालीच्या सोबत चालू लागले. ते म्हणाले, ''हिची आई दरवर्षी आमच्याबरोबर याच मार्गावर चालत येते. पण यंदा तिची प्रकृती ठीक नाही. तिच्या पावलात काटा घुसून त्याचा नायटा झाला आहे. पाऊल बांधून ठेवावं लागलं आहे तिचं. ती मला म्हणाली, 'यावर्षी मला पाहावं अशी मंचामीची इच्छा नाही. तुम्हीच आपल्या लेकीला घेऊन जा आणि दर्शन करवा.' म्हणून मी निघालो. ''मंचामीने आम्हाला जे लेकरू दिलं आहे त्याची आम्ही उत्तम काळजी घेत आहोत, हे आम्हाला त्याला दाखवावं लागतं, नाही का?''

नल्लय्यन त्यांच्या थोडेसे पुढे चालत होते. त्यामुळेच कालीने त्या माणसाला थेट विचारलं, ''प्रार्थनेच्या माध्यमातून या मुलीचा जन्म झाला, त्याचं तुला वाईट नाही वाटत का?''

त्या माणसाने उत्तर दिलं, ''ईश्वराने निर्माण केलेल्या जीवांमध्ये भेदभाव करणारे आपण कोण? प्रत्येकाच्या अगदी प्रत्येकाच्या आयुष्यात कशाची ना कशाची तरी कमतरता आहेच ना? काहींना शारीरिक व्याधी आहेत. त्या व्याधी आपल्याला डोळ्यांना दिसू शकतात. काही व्याधी डोळ्यांना दिसू शकत नाहीत. म्हणजे बघा, जर कोणी लंगडत असेल तर आपल्याला दिसू शकतं. जर कोणी बहिरा असेल तर त्याच्याशी बोलण्याने आपल्याला त्याचं बहिरेपण समजू शकतं. एखाद्याला पोटात दाह होत असेल तर तो आपल्याला कसा दिसणार? कदाचित एखाद्याच्या गांडीत काहीतरी झालं असेल तर आपल्याला कसं काय दिसणार? तुम्ही जर त्यांच्याबरोबर राहू लागलात तर कळू शकेल तुम्हाला हे सगळं. आणि मला एक सांगा, असं कोण आहे हो की ज्याला एकही काळजी नाही? प्रत्येकाला काही ना काही यातना आहेतच. परंतु, ईश्वर आपल्याला जे देऊ करतो ते या सगळ्या यातना दूर करण्यासाठीच. ईश्वर आपल्याला म्हणतो, 'हे कर आणि तुझ्या यातनांतून मुक्त हो.' मला एक सांगा, ईश्वर जर स्वत:च आपल्याला हे सगळे मार्ग दाखवत असेल तर आपल्या माणसांना त्यात काही अडचण का यावी? मलातरी आता कुठलीही काळजी किंवा चिंता नाही. या मुलीशी खेळण्याचा, तिला खांद्यावर वागवण्याचा आनंद दिला आहे मला ईश्वराने. ईश्वराने मला जे काही देऊ केलं आहे त्याची नीट काळजी घेणं, ही एकच माझी इच्छा आहे.''

मुलीला खांद्यावर घेऊन काली बराच वेळ चालत राहिला. तिचे वडील म्हणाले, "तिला खाली उतरव, थोडं चालू दे."

त्यावर ती मुलगी म्हणाली, "तू जर मला गोष्ट सांगितली तरच चालेन मी."

तिचे वडील म्हणाले, "बरं बाबा सांगतो गोष्ट." त्याने गोष्ट सांगायला सुरुवात केली. तिळाचं पीठ खाल्लेल्या एका नव्या नवरदेवाची गोष्ट होती ती.

त्यांच्या बाजूने चालणाऱ्या कालीनेसुद्धा ती गोष्ट ऐकली. गोष्ट संपल्यावर चालण्याची गती वाढवून तो आपल्या काकांपर्यंत पोहोचला. तो ती गोष्ट ऐकत होता, असं त्याने सांगितल्यावर काकांनी विचारलं, "या गोष्टीचा पुढचा भागसुद्धा आहे, माहीत आहे का तुला?" त्यानंतर, काकांनी पुढची कहाणी सांगायला सुरुवात केली. आजूबाजूच्यांनीसुद्धा गोष्ट ऐकायला कान टवकारले.

***

वडिलांनी त्यांच्या लहानशा लेकीला सांगितलेली गोष्ट अशी होती -

एका गावात एक माणूस होता. त्याचं लग्न झालं. तो सासुरवाडीला गेला. थोडासा लाजरा होता तो. तसाही तो नवीन जावई होता, मपिल्लई होता. स्वयंपाक करत असताना त्याच्या सासूने तिळाचं कूट केलं. तो वास त्याला खूप आवडला. थोडंसं तीळकूट खावं, अशी इच्छा त्याला झाली, पण संकोचाने तो काही विचारू शकला नाही. तीळ कुटून झाल्यावर सासूने त्याला विचारलं, "मपिल्लई, थोडं तिळाचं कूट खायचं का?" पण लाजाळूपणामुळे तो म्हणाला, "नको, नको, धन्यवाद." पुन्हा पुन्हा त्यांनी त्याला खाण्याबद्दल विचारलं. त्याच्या सासऱ्यांनी विचारलं की थोडं तीळकूट खायचं का? त्याने नकार दिला. त्याच्या दोन मेहुण्यांनी त्याला विचारलं, त्याने पुन्हा नकार दिला. त्याच्या मेहुणीने त्याला विचारलं. तरीही तो 'नाही' म्हणाला. मग त्याच्या बायकोने त्याला तीळकूट खायचं आमंत्रण दिलं त्याने तिलाही नाही म्हटलं. त्याने सगळ्यांनाच नकार दिला. मात्र मध्यरात्री त्याच्या मनात तीळकुटाचा विचार बळावला. जात्यावर दळलेल्या कुटाचा गंध अजूनही दरवळत होता. काय करावं त्याला समजेना. तो सगळे झोपायला जायची वाट पाहत राहिला. त्याचा पलंग अंगणात होता. सगळे निजायला गेले आहेत, असं पाहून तो त्या जात्यापाशी आला. त्याने जात्याचं पाळं चाटायला सुरुवात केली. तिळाचा गंध आणि गोडसर चव त्याला इतकी आवडली की तो चाटतच राहिला. तोंड पुढे करत त्याने चाटणं सुरूच ठेवलं. करता करता, त्याचं डोकं पाळ्याच्या गड्ड्यात अडकलं. त्याने आटोकाट प्रयत्न केला तरी तो स्वत:ला बाहेर काढू शकला नाही. सुदैवाने, तितक्यात त्याची सासू घरातून बाहेर आली. तिला

लघवीला जायचं होतं. जावयाची अवस्था पाहून तिने मदतीसाठी धावा केला. सगळ्यांनी मिळून त्याचं डोकं सुरक्षितपणे बाहेर काढलं. त्यानंतर तिने त्याला तीळकूटाचा लाडू खायला दिला. अगदी आनंदाने त्याने तो मटकावला.

या गोष्टीचा नल्लय्यन काकाने सांगितलेला पुढचा भाग असा होता -

हीच गोष्ट अशीही होती. जावयाचं डोकं जात्याच्या पाळ्यातून सुरक्षितरीत्या बाहेर काढल्यावर सासूने त्याला तीळकुटाचा लाडू देत म्हटलं, ''कितीतरी वेळ तुम्हाला खा, खा म्हटलं पण तुम्ही नाहीच म्हटलंत. तेव्हाच थोडं खाऊ शकला असता नाही का?'' परंतु त्याही वेळेस नकार देत जावई म्हणाला, ''अत्थई, खरं तर मला तीळकूट आवडतच नाही. फक्त असं की जात्यातला कूट वाया जायला नको म्हणून ते चाटून स्वच्छ करायचा प्रयत्न करत होतो.''

''या गोष्टीचा एक भाग असा आहे. जावयाचं डोकं जात्याच्या पाळ्यात अडकलं. तो स्वत:ला मोकळं करायचा आटोकाट प्रयत्न करू लागला. तिथे जवळच एका खांबाला एक लहानसं वासरू बांधलेलं होतं. त्या माणसाने वेष्टीच्या आत लंगोट बांधला नव्हता. डोकं मोकळं करायची खटपट तो करू लागला तेव्हा त्याचं लिंग पूर्ण उघडं पडलं. वासराने ते पाहिलं. वासराला वाटलं, की ते गाईचं सड आहे. वासराने चक्क ते चोखायला सुरुवात केली. पाहता पाहता लिंग कडक आणि मोठं झालं. नेमक्या त्याच वेळेस त्या माणसाची सासू घरातून बाहेर पडली. लिंग पाहून ती अतिशय उत्तेजित झाली. वासराला बाजूला करत तिने जरा दूर बांधलं. मग ती आपल्या जावयाचं लिंग चोखू लागली. ते पूर्ण कोरडं होईपर्यंत तिने काही त्याला सोडलं नाही.''

सव्वीस

काकांची गोष्ट सांगून झाली. सगळ्यांना खूप हसू आलं. पण एक गृहस्थ म्हणाले, ''मंदिराच्या वाटेवर जात असताना अशा गोष्टी आपण एकमेकांना सांगता कामा नये, नाही का?'' साऱ्यांनाच त्या माणसाचं म्हणणं पटल्यासारखं वाटलं. कालीलाही अगदी तसंच वाटलं.

नल्लय्यन काका म्हणाले, ''ठीक आहे, नाही मी बोलणार असं काही. गेल्या तीन दिवसांपासून आपण हा प्रवास करत आहोत. धुळीमातीत, अनवाणी पायांनी, अनंत अडचणी सोसत आपण चालत आहोत. रात्री थंडीने आपण काकडत आहोत. मला एक सांगा, अशा परिस्थितीत आपल्या बायकोला किंवा दुसऱ्या एखाद्या स्त्रीला मिठीत घेऊन झोपायला कसं वाटलं असतं, हा विचार तुमच्यापैकी एकाच्याही मनात आला नाही का?''

त्यावर कोणीच काही उत्तर दिलं नाही. सगळे मुकाट्याने चालत राहिले.

गेल्या दोन रात्री पोन्ना कालीची वाकळ अंगावर ओढून झोपू लागली होती. 'मला तू नको आहेस हे मी स्पष्टपणे सांगितलं आहे ना? नीघ इथून!' असं म्हणून जरी त्याने तिला घालवून दिलं असलं तरी थंडीमुळे ती त्याच्या वाकळीत शिरत होती. तिला प्रतिकार करणं थांबवून मिठीत घेतल्यावरच त्याला गाढ झोप लागत होती. परंतु, त्याच्या काकांनी सगळ्यांसमोर उघडपणे जे सांगितलं होतं त्याबद्दल आपल्याला नेमकं काय वाटत आहे, हे त्याचं त्यालाच समजत नव्हतं. एक-दोन लोक त्रासून जरा दूर झाले, पण नल्लय्यन काका म्हणाले, ''भोळी माणसं आहेत! तोंड नेमकं कुठे करावं तेसुद्धा त्यांना कळत नाही. अद्यापि डोळे न उघडलेल्या नवजात बालकांसारखे आहेत ते.'' कदाचित, पुढे गेलेल्या त्या माणसांनी नल्लय्यन काकांची कहाणी आणि शेरा इतरांना सांगितला असावा, कारण नल्लयन काकांच्या गटात अधिकाधिक माणसं चालत आली. कालीच्या कानात काका कुजबुजले, ''अशा गप्पा ऐकायला नेहमीच गर्दी होते. आपल्याला हे सारं आवडत नाही असे

ढोंग करतात सगळे, पण बघ जरा कसे आपल्याकडे आले आहेत सगळे.''

मग काकांनी मोठ्यांदा विचारलं, ''मन्नूर मंचामीच्या बायका किती?''

एका सुरात काही लोक ओरडले, 'तीन.'

काकांनी विचारलं, 'पहिली बायको कोणती?'

काही लोकांनी उत्तर दिलं, ''वान्गी'' काहीजण म्हणाले, ''थेंबी.'' काहींनी उत्तर दिलं, ''थिरनी.'' कालीलाही ही तिन्ही नावं परिचयाची होती, पण यापैकी देवाची पहिली बायको कोणती हे त्यालाही नक्की ठाऊक नव्हतं.

नल्लय्यन काका समजावू लागले, ''थेंबी ही पहिली बायको आहे. तिचे आई-वडील स्वत: देव आहेत. त्यांनी तिचं मंचामीशी लग्न लावून दिलं. थेंबी म्हणजे कोण हे तुम्हाला माहीत आहे का? ती रावणासुराची, असुर राजाची लेक आहे. मंचामीसाठी ती अगदी योग्य वधू होती. परंतु, थेंबीला आणि मंचामीला लग्नानंतर कित्येक वर्षं मूल होऊ शकलं नाही. आपल्यासारख्या सामान्य माणसांसाठी जो काळ शंभर वर्षांचा असतो तो देवांसाठी एका दिवसासारखा असतो. मूल होईल म्हणून शेकडो वर्षं वाट पाहिली त्यांनी. पण त्यांना मूलबाळ झालं नाही. त्यानंतर, अधिक चांगली पार्श्वभूमी असलेली बायको मंचामीसाठी शोधायची असं ठरवण्यात आलं. मंचामीच्या कुटुंबाने एका मच्छीमाराच्या मुलीला मागणी घातली. हीच ती मंचामीची दुसरी बायको वान्गी. हे जोडपंसुद्धा पुढची शेकडो वर्षं थांबलं, पण त्यांनाही मूल होऊ शकलं नाही. मंचामीने तिसरा विवाह करायचं ठरवलं. त्यावेळेस त्याला थिरुनी गवसली. याही वेळेस, त्यांना शेकडो वर्षं वाट पाहावी लागली, पण मूलबाळ काही होऊ शकलं नाही. तीन स्त्रियांशी विवाह करूनही त्याला मूल होऊ शकलं नाही. आता काय करावं हा प्रश्न त्याला पडला. मग त्याने आपल्या पित्याशी विचारविनिमय करायचा ठरवला. सर्व जगाची काळजी घेणारा, सगळ्यांना जेवूखाऊ घालणारा ईश्वर त्याचा पिता होता. त्याचा पिता हसून म्हणाला, ''इतका काळ लावलास माझ्यापर्यंत यायला?''

मंचामीचा पिता म्हणाला, ''मंचया, आठवण्याचा प्रयत्न कर. तू लहान मूल होतास तेव्हा तू काहीतरी केलं होतंस. तू एकदा शिकारीसाठी जंगलात गेला होतास. ओढ्यावर कोणीतरी पाणी पीत असल्याचा आवाज तुला आला. एखादं श्वापद असणार असा अंदाज केलास तू. शब्दवेधी होतास तू. केवळ आवाज ऐकून तू अचूक वेध घेत असे. लक्ष्य पाहण्याची गरजच पडत नसे तुला. त्यामुळे, तू आवाजाच्या दिशेने तुझा भाला भिरकावलास. पण दुर्दैवाने तिथे कोणी जंगली जनावर नव्हतं. एक माता तिच्या लहानशा लेकराला पाणी पाजत होती. त्या भाल्याने त्या लहानशा लेकराच्या हृदयाचा वेध घेतला होता. स्वत:चंच मूल तडफडून मरताना पाहणं त्या मातेच्या नशिबी आलं. तू ताबडतोब तुझ्या दैवी

रूपात प्रकट झालास. तू ईश्वर आहेस हे समजलं तरी तिने तुला शाप दिला. ती म्हणाली, ''तुला स्वत:चं मूल कधीही होणार नाही!'' त्यानंतर, आपल्या लेकराच्या हृदयातला भाला उपसून काढत तिने तो स्वत:च्या हृदयात खुपसून घेतला आणि मरण पत्करलं. तू तिच्या शापाकडे फारसं गांभीर्याने पाहिलं नाहीस. एखाद्या माणसाने दिलेल्या शापाचा तुझ्यासारख्या देवावर काय परिणाम होणार, असाच विचार केलास तू. मग तर तू ती घटनाही विसरलास.

''परंतु, मृत्यूसमयी जर कुणी शाप दिला तर तो नेहमी सत्य ठरतो, हे आम्ही जाणतो. तुझी माता त्या स्त्रीकडे धावत गेली. तुझ्या हातून अनवधानाने घडलेल्या कृत्याबद्दल तुला क्षमा करावी म्हणून तुझ्या मातेने गयावया केली. शापापासून तुझं रक्षण करावं म्हणून ती याचना करू लागली. मृत्यूपूर्वी ती स्त्री मातेला म्हणाली, 'आमच्यासारख्यांचं रक्षण करणारे तुम्ही आहात. तुझा पुत्र मंचामी टेकडीवर राहतो. हजारो टेकड्यांवरच्या लोकांना तो ज्या दिवशी आशीर्वाद देईल त्या दिवशी त्याचा शाप नष्ट होऊन त्याला मूल होईल.' इतकं बोलून देवपिता मंचामीला म्हणाला, ''जा आणि हजारो टेकड्यांवर वास्तव्य कर. मग तुला मूल होऊ शकेल.'' त्या दिवसापासून मंचामी सतत एकेक टेकडी चढत उतरत राहिला, लोकांना आशीर्वाद देत राहिला. परंतु, अद्यापि त्याच्या हजार टेकड्या चढून झाल्या नाहीत. म्हणूनच तो निपुत्रिक आहे.''

नल्लय्यन काकांनी सांगितलेली ही गोष्ट ऐकणारे लोक म्हणू लागले, ''गेली कित्येक वर्षं आम्ही मंदिरात जात आहोत पण ही कथा आम्हाला ठाऊक नव्हती.''

'चिथ्थपा, ही गोष्ट तुम्ही जुळवून सांगितली ना?' कालीने विचारलं.

त्यावर त्याच्या काकांनी उत्तर दिलं, ''किती रे अज्ञानी आहेस तू! अरे, हे सगळं आपल्या पवित्र ग्रंथांमधून लिहिलं आहे. तुला स्वत:ला हे वाचायला आवडेल का सांग मला? मी घेऊन येईन तुझ्यासाठी एखादा ग्रंथ.''

त्यावर कालीने उत्तर दिलं, ''मला कुठे येतं वाचायला?''

''मलाही वाचता येत नाही,'' नल्लय्यन काका म्हणाले, ''या सर्व कथा मी ज्येष्ठांकडून ऐकल्या आहेत.''

त्या सगळ्यांनी ओदैयूर ओलांडलं. आता समोर भकास शेतं होती. आजूबाजूच्या गावांतून वस्ती तरी आहे की नाही, याचीही त्यांना खात्री नव्हती; परंतु जमिनींना कुंपणं घातलेली होती. कालीने त्याच्या शेताभोवती कुंपण घातलं होतं अगदी तशीच. या ठिकाणी जमिनीच्या अगदी लहान तुकड्यालासुद्धा कुंपण घातलेलं होतं. काही शेतांतून सुगी होऊन गेल्याची चिन्हं दिसत होती. इथेतिथे मेंढ्या चरत होत्या. तिथून पुढे रस्त्यालगत फार कमी गावं होती. परंतु या मार्गावरून अनेकदा गेलेल्यांनी सांगितलं की पुढच्या गावात खायला-प्यायला नक्की मिळेल. किती

आणि कसं चालायचं, हे त्यानुसार सगळ्यांना ठरवावं लागणार होतं. त्या भागामध्ये कोणीही एकटंदुकटं चालत नव्हतं. सगळे गटागटाने चालत होते.

सेम्मूरच्या त्या वृद्ध गृहस्थाबरोबर काली आणि नल्लय्यनकाका दिवसभर चालत राहिले. ज्येष्ठांच्या सोबत असताना नल्लय्यन काका त्यांच्या नेहमीच्या सवयीप्रमाणे बढाया मारत नसत असं दिसत होतं.

कालीने त्या वृद्ध गृहस्थाला विचारलं, ''थाथायान, किती वर्षं तुम्ही ही यात्रा करत आहात?''

त्या वृद्धाने बोलायला सुरुवात केली, ''खांद्यावर आपल्या लहानशा लेकीला घेऊन जाणारा तो माणूस दिसतोय का तुला? मीही असाच आपल्या बापाच्या खांद्यावर बसून ही यात्रा करत असे. अगदी तेव्हापासून प्रत्येक वर्षी मी या यात्रेला येतो आहे. कधीकधी माझी मुलं माझ्याबरोबर येतात. माझ्याबरोबर कुणी येवो अथवा न येवो, वर्षाच्या या वेळेस मी मात्र यात्रेला निघतोच. एके वर्षी माझी बायको याच दरम्यान बाळंतीण झाली. तरीसुद्धा मी यात्रेला गेलो. परतल्यावर मला माझं मूल दिसलं. एके वर्षी मी यात्रेला निघालो तेव्हाच माझ्या आईचा मृत्यू झाला. तिच्या मृत्यूनंतर दहा दिवसांनी मी तिच्या थडग्याला भेट दिली. पौर्णिमेच्या रात्री तिला मृत्यू आला होता. मंचामी स्वत: तिला परत घेऊन गेले असंच गृहीत धरलं मी. का कोण जाणे पण हा प्रवास केला की मला नेहमीच आनंद होतो. या यात्रेमुळे माझी कित्येक लोकांशी ओळख झाली आहे. मी त्यांच्या घरी यावं म्हणून आवर्जून मला ते आमंत्रण देतात. मीही असंच आमंत्रण देतो सगळ्यांना. अशा भेटीगाठींमध्येच माझा बहुतेक वेळ जातो.''

त्या वृद्धाचा आवाज चांगलाच अशक्त होता. त्याचं बोलणं ऐकण्यासाठी कालीला त्याच्या अगदी जवळून चालावं लागत होतं. त्या वृद्धाजवळ केवळ एक वाकळ आणि एक वाडगा तेवढा होता. वृद्ध पुढे म्हणाला, ''मी जिथे जातो तिथे या वाडग्यात मला अन्न मिळतं. त्यानंतर, एखादी रात्र एकट्यानेच कुठे काढावी लागली तरी माझ्याजवळ खायला दोन घास तरी असतात.''

कालीने त्यांना विचारलं, ''तुमचं नाव थाथायान आहे का?''

तो वृद्ध हसून म्हणाला, ''माझं नाव मंचामी आहे. गेली कित्येक वर्षं लोक मला थाथायान म्हणू लागली आहेत.''

त्या रात्री विरूर पलीकडच्या गावात त्यांनी मुक्काम केला. चिंचेच्या वृक्षाखाली त्यांनी पथारी पसरली, पण त्यांना झोप काही लागली नाही. थंडी फार वाढली होती. ऊब मिळावी म्हणून त्यांनी शेकोटी पेटवली. रस्त्यावर नजर जाईल तिथे अनेक शेकोट्या दिसत होत्या. असे ते सुखाने शेकोटीभोवती बसले असताना कुणीतरी नल्लय्यन काकांनी आधी सांगितलेल्या गोष्टींचा उल्लेख केला. ती गोष्ट ऐकून तो

म्हातारा हसू लागला. तो कालीला म्हणाला, ''तुझ्या काकांकडे अशा गोष्टींचा साठा आहे.''

तिळाचं पीठ खाणाऱ्या जावयाची नल्लय्यननी सांगितलेली गोष्ट कुणीतरी पुन्हा सांगितली. त्यावर कुणीतरी म्हणालं, ''थाथायान, अशी गोष्ट कोणी कशी सांगू शकतं?''

त्यावर नल्लय्यनने तडक म्हटलं, ''मी तुम्हाला सांगतो ते ऐका. प्रत्येक गोष्टीची दुसरी एक बाजू असते. अशा कितीतरी गोष्टी मला ठाऊक आहेत. असं करा, तुम्ही सांगा मला एखादी गोष्ट. तुमच्या त्याच गोष्टीची दुसरी चहाटळ बाजू मी सांगतो तुम्हाला.''

हे ऐकताच त्या बोलणाऱ्या माणसाला राग आला. त्याने आवाहन देत म्हटलं, ''कोझोकत्ताईच्या गोष्टीची दुसरी बाजू सांग बरं.''

नल्लयनने विचारलं, ''अत्थीरीबच्छाची मोदकाची गोष्ट, बरोबर ना?''

काका गोष्ट सांगू लागले, ''कोझोकत्ताई म्हणजे काय याची माहिती नसणारा कुणी एक माणूस होता. असाच तो एकदा एका गावाला गेला. तिथे कोणीतरी त्याला कोझोकत्ताई खाऊ घातली. फार आवडली त्याला ती. त्या पदार्थाचं नाव काय हे त्याने विचारून घेतलं. घरी जाताच बायकोला तो पदार्थ करायला सांगायचं असंही त्याने ठरवलं. परंतु, त्याच्यासाठी ते नाव अगदीच नवखं होतं. म्हणून तो पुन्हा पुन्हा ते नाव उच्चारत राहिला, 'कोझोकत्ताई, कोझोकत्ताई,...' घराच्या वाटेवर त्याला एक छोटासा ओढा ओलांडावा लागणार होता. त्यासाठी त्याला थोडीशी उडी मारावी लागणार होती. उडी मारताना तो एकदम ओरडला, 'अय्यो! अत्थीरीबच्छा!' आता तो ओढ्याच्या दुसऱ्या बाजूला होता, पण 'कोझोकत्ताई' हा शब्द तो विसरला. काय बरं नाव होतं त्या पदार्थाचं? त्याने आठवण्याचा खूप प्रयत्न केला पण त्याला ते काही आठवेना. घरी गेल्यावर तो बायकोला म्हणाला, 'तिथे ना त्यांनी मला एक मस्त पदार्थ खाऊ घातला. चांगला ताव मारला मी त्याच्यावर. फार मस्त होता तो. तू पण कर बरं ताबडतोब. मला आत्ताच्या आत्ता खायचा आहे तो.' पण, 'तो पदार्थ' म्हणजे नेमकं काय हे काही बायकोला समजेना. तिने त्याला विचारलं. आपल्याला त्या पदार्थाचं नाव आठवत आहे असं त्याला वाटलं पण त्याने ते चुकीचंच म्हटलं. मग तो म्हणाला, 'ते गं, मोन्नाची - कर माझ्यासाठी ते.' त्याने उच्चारलेल्या शब्दाचा अर्थ 'मूर्ख' असा होता. आपला नवरा आपला अपमान करतो की काय, असा विचार क्षणभर बायकोच्या मनात आला. खात्री करून घेण्यासाठी तिने त्याला परत विचारलं. तो म्हणाला, 'माझ्यासाठी मोन्नाची कर.' त्या पदार्थाचं तेच नाव होतं. तिने शेजाऱ्यापाजाऱ्यांना विचारलं पण ते नाव ऐकून प्रत्येक जण हसू लागला. मोन्नाची म्हणजे काय हे कोणालाच कळेना.

त्याच्या तोंडून तो शब्द ऐकण्यासाठी प्रत्येक जण त्याच्या घरी हजेरी लावू लागला. प्रत्येक वेळेस तो 'मोन्नाची' असं म्हणाला की सगळेजणं हसू लागले. गावकऱ्यांसमोर आपलं असं हसं केल्याबद्दल त्याने बायकोला चांगलं बुकलून काढलं. त्याने तिला इतकं मारलं की तिचं सारं अंग सुजलं. तिच्या प्रकृतीची चौकशी करायला गावातली एक वृद्ध स्त्री आली. तिची बिकट अवस्था पाहून त्या स्त्रीने या माणसाला रागावून म्हटलं, 'मोन्नाया! मूर्खा! किती मारलं आहेस तू तिला! असं कसं मारू शकतोस? अगदी कोझोकत्ताईसारखं सुजलं आहे तिचं अंग.' हे ऐकताच त्याने उड्या मारायला सुरुवात केली. तो म्हणाला, 'हेच तर! हेच तर! तू आत्ता जे म्हणालीस तेच!' हे ऐकून त्या म्हातारीला हसू आलं. ती म्हणाली, 'म्हणजे? मोन्नाया? लंगडा?' पण त्याच्या बायकोला मात्र नेमकं समजलं. तिने विचारलं, 'कोझोकत्ताई म्हणायचं आहे का तुम्हाला?' त्यावर त्याने बायकोला उत्तर दिलं, 'हो, हो!' तो आनंदाने उड्या मारायला लागला. त्या दिवसापासून त्याला गावात 'लंगड्या' असं ओळखलं जाऊ लागलं.''

ही गोष्ट ऐकून सगळ्यांना हसू आलं. ज्या माणसाने नल्लय्यनला त्या गोष्टीची दुसरी आवृत्ती सांगायला आवाहन दिलं होतं तो अवाक् झाला. त्यानंतर, लोक त्यांना ठाऊक असलेल्या वेगवेगळ्या गोष्टींचे उल्लेख करू लागले. प्रत्येक गोष्टीला कुठली तरी अचकटविचकट जोड होतीच.

नल्लय्यन म्हणाले, ''असतेच तशी ती जोड प्रत्येक गोष्टीला. तुमच्या प्रत्येकाच्या गोष्टीची अशी जोड मी ऐकवू शकतो.''

वृद्ध थाथायान म्हणाले, ''आपण जेव्हा एखाद्या योग्य गोष्टीचा विचार करतो तेव्हा त्याच्या अगदी विरुद्ध असंही काहीतरी असतं. नल्लय्यन यांनी म्हटल्याप्रमाणे प्रत्येक गोष्टीला प्रतिगोष्ट असणारच. तरुण माणसं सांगत असतात या अशा गोष्टी. हे असंच असतं सहसा. आपण जर एखादा निकष ठरवला तर तो ओलांडायला काहीतरी वाट ही नेहमी असतेच. जे अगदी स्पष्ट आणि ठसठशीत दिसतं तो निकष असतो. त्याचं उल्लंघन नेहमी गौप्य असतं.''

वृद्धाच्या त्या शब्दांचा विचार करत त्या रात्री काली कितीतरी वेळ एकटाच बसून राहिला.

सत्तावीस

यात्रेहून परतल्यावर कालीला शेतातली प्रत्येक गोष्ट नवीन आणि अपरिचित वाटली. हा नवीनपणा त्या जागेतच होता, की त्याच्या दृष्टीत होता हे त्याला समजेना.

दिवसाउजेडी ते यात्रेहून परत आले. नल्लय्यनकाका त्यांच्या गावी जायला निघाले; परंतु आपण ताबडतोब परत शेतात येणार आहोत, असं त्यांनी कालीला सांगितलं. स्वत:च्या घरी रात्र घालवायची फार भीती वाटत होती त्यांना. पुढच्या एक-दोन दिवसांतच सगळी योजना आखून आपल्या नियोजित वधूच्या घरी जावं, वैगसीच्या महिन्यात लग्नाची तारीख निश्चित करावी, असं त्यांच्या मनात होतं. यात्रेमुळे कालीच्या मनात आनंदाची भावना निर्माण झाली होती. विन्नगा नदीच्या पाण्यात केलेली अंघोळ, 'मंचामी!' असा मंदिरात केलेला जयघोष अशा विविध आठवणी त्याच्या मनात होत्या. इतरही कित्येक गोष्टी त्याला आठवत होत्या. संपूर्ण एक महिना त्याने भटकंतीत घालवला होता. काही काळासाठी मनातून सगळं काढून टाकून तो यात्रेला जाऊ शकला होता, याचाच त्याला आनंद झाला होता. परत आल्यावर पोन्नाशी संवाद साधायचा, असंही त्याने मनोमन ठरवलं होतं.

जगात नाना तऱ्हेची माणसं होती. पोन्नाने असं काय भयंकर कृत्य केलं होतं? त्याने तिला इतक्या यातना का भोगायला लावल्या होत्या? शक्य झालं तर पुढच्या वर्षी तो तिला यात्रेला घेऊन जाणार होता. परंतु, तसं झालं तर बाळाकडे कोणी लक्ष दिलं असतं? आपल्या खांद्यावर सहा वर्षांच्या लेकीला घेऊन जाणारा तो माणूस आठवला. तो माणूस म्हणाला होता, "माझं मूल बोलत असलेला प्रत्येक शब्द माझ्यासाठी आश्चर्य आहे." त्या पित्याने त्याच्या लेकीला मायेने वेगवेगळ्या नावाने हाका मारल्या होत्या. त्याच्या लेखी कुठलंही नैराश्य, थकवा किंवा तक्रारी नव्हत्या. गेली सत्तर वर्षं सातत्याने तीर्थयात्रा करणाऱ्या एका वृद्धाला काली भेटला होता. त्या वृद्धासाठी प्रत्येक वर्षीचा प्रवास नवीन होता. त्याला कधीही कंटाळा आला नव्हता, पुनरुक्ती वाटली नव्हती. त्या प्रवासात कालीला कैक तऱ्हेची

माणसं भेटली होती. त्याचे काका नल्लय्यन चित्थप्पासुद्धा यात्रेदरम्यान एका वेगळ्याच व्यक्तीप्रमाणे वागले होते. गर्दीत असले, की ते गर्दीतले एक होत होते.

परक्यांशी बोलायचा ताण कालीला सुरुवातीला जाणवला होता. परंतु, नल्लय्यनकाका त्याला म्हणाले होते, "बेटा, तीसुद्धा माणसंच तर आहेत!" त्यानंतर, काका सगळ्यांमध्ये मोकळेपणाने मिसळले होते. कालीने त्यांना विचारलं होतं, "इतक्या अनोळखी लोकांशी तुम्ही इतक्या मोकळेपणाने कसे वागू शकता?" त्यावर काकांनी उत्तर दिलं होतं, "नाहीतर मग अपरिचितांना परिचित कसं करणार?" नल्लय्यनकाका जातील तिथे मोठ्या आश्वासकतेने वावरत होते.

मंगूर इथली टेकडी करत्तूरच्या टेकडीपेक्षा लहान होती. चढायला सोपी होती ती, पण गर्दी अतोनात होती. मंदिरात सगळ्यांची रेटारेटी सुरू होती. देवतेला असुर रूपात बघण्यासाठी बरीच प्रतीक्षा करावी लागणार होती. काही लोक म्हणाले होते, "देवाला जर फक्त लंगोटात पाहिलं तर आपलं आयुष्यसुद्धा अगदी तसंच जाईल. त्यापेक्षा जरा थांबून त्याला असुराच्या वेषात पाहू यात." त्यावर नल्लय्यनकाका म्हणाले होते, "आपण आत्ताच तर केवळ लंगोटात आहोत. याहून वाईट काय घडणार आहे? कदाचित, लंगोटसुद्धा उरणार नाही आपल्या अंगावर. मग काय?" असं म्हणत त्याने कालीला देवतेच्या दर्शनाला त्वरित नेलं होतं.

मंचामी फारच सुंदर देव होता. त्याच्याकडे कुठूनही आणि कोणत्याही वेळेस पाहिलं तरी तो सुंदरच दिसत होता. असं वाटत होतं, की देवाचे ओठ आणि हृदय एकत्र हास्य करत होते. देवतेचं ते रूप पाहून कालीचं पोट भरलं होतं. देवाला असुराच्या वेषात मढवेपर्यंत तो मंदिरात थांबून राहिला होता. नल्लय्यनकाका म्हणाले होते, "आपल्या नजरेसमोर आहे देव. आपण त्याला जर म्हटलं की तू वेगवेगळे कपडे घालून माझ्यासमोर आला तरच मी तुझ्याकडे पाहीन, तर तो देव परत तुझ्यासमोर येईल का?" पण कालीवर मात्र त्या बोलण्याचा परिणाम झाला नव्हता. असुर वेषातला देव पाहायला तो आपल्या काकांना आपल्याबरोबर घेऊनच गेला होता.

बहुतेक सगळ्याच भक्तांनी आपली डोकी भादरून घेतली होती. कालीनेसुद्धा स्वतःचं डोकं भादरलं. त्याचे केस दाट आणि लांब होते. त्याने त्याच्या आईकडून ऐकलं होतं, की तो बाळ असताना एकदा त्याचं डोकं भादरलं होतं. त्यानंतर त्याचे केस दाट आणि काळे आले असं तिने त्याला सांगितलं होतं. तिने कुठल्याही देवाला त्याचे केस भादरण्याचा नवस केला नव्हता. इतक्या वर्षांनंतर, पहिल्यांदाच काली डोकं भादरून घेत होता. त्याच्या मस्तकावरचं मोठं ओझं कमी झाल्यासारखं त्याला वाटलं.

त्याच्याकडे हसून पाहत काकांनी विचारलं, "तू तुझ्या डोक्यावरची ओझी

उतरवलीस का?''

कालीनेसुद्धा हसून उत्तर दिलं, 'सगळी!'

काका त्याला म्हणाले, ''इथून पुढे केस इतके वाढवत जाऊ नकोस. आखूड ठेवत जा ते.''

कालीला ते आवडलं असतं, पण त्यांच्या गावातल्या न्हाव्याला केस नीट कसे कापावेत हे माहीत नव्हतं. केस नीट कापून घेण्यासाठी कालीला बाजारातल्या दुकानात जावं लागणार होतं.

नल्लयन काका म्हणाले, ''करत्तूर नदीच्या काठी जा. तिथे रस्त्यालगत अनेक न्हाव्यांनी दुकानं थाटली आहेत. तिथेच बसतात ते. ग्राहकाला दगडावर बसवतात. जोरात आरोळी ठोकतात, 'दाढी! केस कापणं! भादरणं!' आठ आणे लागतात. तेवढ्या पैशात तुम्हाला काय हवं ते करून देतात. आताशा भगवथार पद्धतीने केस कापायची टूम आली आहे. गायकासारखे केस कापायची. मी माझे केस अगदी कमी करतो. असं केलं तर माझं डोकं खाजत नाही. तू तरुण माणूस आहेस. तू गायकांसारखे केस कापले पाहिजेस.''

परतीचा प्रवास सुरू झाला. मार्गातल्या काही देवळांमध्ये ते थांबले. त्या संपूर्ण यात्रेमुळे कालीच्या मनात समाधानाची भावना निर्माण झाली. तो जाताना त्याचं शेत जसं होतं तसं ते आल्यावर नव्हतं. तो गेला तेव्हा शेतात सगळीकडे मक्याची पांढरी कणसं डोकावत होती. आता, वारा वाहून नेत असलेला थोडाफार चारा तेवढा दिसत होता. मोकळ्या शेताने त्याचं स्वागत केलं. शेताचे दोन तुकडे हिरवेगार आणि लुसलुशीत दिसत होते. पहिली सुगी झाल्यानंतरचं पीक दिसत होतं. ते नीट जवळून पाहण्यासाठी तो आनंदाने चालत गेला. शेतामध्ये कुणीतरी पाण्याचे चर खणले होते. शेताला पाणी दिलं होतं हे त्याला दिसलं. पेरणी झालेल्या भागाभोवती कारूवेलाच्या काटेरी काटक्यांचं कुंपणही केलेलं दिसत होतं. कदाचित, मेंढ्यांपासून या दुसऱ्या पिकाचं रक्षण करण्यासाठी असावं ते कुंपण. विहिरीच्या बाजूला त्याला पाण्याची मोठी गाडगी-मडकी दिसली. हे सगळे बदल पाहण्यासाठी तो जवळ गेला. कळशा आणि घागरी. जवळच ढोरं चरल्याची खूण दिसत होती. या शेतांचा कायापालट कसा झाला? आपण परत येईपर्यंत मक्याची कणसं तशीच कापायची राहतील, असं त्याला वाटलं होतं. शेतात मका फार काळ उभा राहिला तर कदाचित वाळून तो गळू लागेल की काय अशी भीती त्याला वाटत होती. परंतु, पुढच्या वर्षी आपण अधिक चांगल्या पद्धतीने काम करू, असा विचार करत त्याने स्वतःची समजूत घातली होती. वांग्यांच्या झुडपाभोवती त्याने केलेला आडोसा अजून तसाच होता. ती झाडं चांगली टवटवीत दिसत होती.

हे सगळे बदल पाहून तो गोंधळला. तो गोठ्याच्या दिशेने निघाला. तिथे काय

काय बदल झाले असतील कोण जाणे. त्याला दिसून आलं की मेंढ्यांचा कोंडवाडा बाहेरच्या बाजूला होता. मेंढ्या चरायला मोकळ्या सोडल्या होत्या. तो यात्रेला निघाला तेव्हा गाभण असलेल्या एका मेंढीला कोकरू झालं होतं. मेंढ्यांच्या कोंडवाड्याबाहेर त्याला कुत्र्याची साखळी दिसली. गोठ्याच्या आतल्या बाजूला त्याला मक्याच्या दोन गासड्या दिसल्या. अशा पद्धतीने त्या का ठेवल्या होत्या? कम्बुच्या गासड्यांचं काय झालं होतं? तो तसाच पुढे चालू लागला. त्याला ताण जाणवू लागला. तो अस्वस्थ झाला. हे सगळे बदल पाहून तो पुन्हा एकदा त्याच्या पूर्वीच्या स्वभावाकडे वळू लागला. असंबद्ध होऊ लागला. त्याच्या मनात कित्येक प्रश्न उभे राहिले. हे सगळं त्यांनी का केलं? त्यांनी हा बदल का केला होता? हे बदल करण्याची अनुमती त्यांना कोणी दिली होती? पारोशा पिंपळाच्या सावलीत बाजेवर आडवी झालेली सीरायी त्याची चाहूल लागताच उठून उभी राहिली.

बाजेवर पसरलेल्या आपल्या आईला पाहून तो चिरडीला आला. तिचे पांढरे होऊ लागलेले केस विखुरले होते. उठून बसत, केस सावरत ती म्हणाली, "ये रे कालीआप्पा. आत्ताच आलास का? किती वाळला आहेस रे!" ती हसून म्हणाली, "भादरलेलं डोकं पाहून तू एखाद्या कावळ्याच्या नुकत्याच जन्मलेल्या पाखरासारखा दिसतोस. अजून पंख फुटायचे असल्यागत!" त्याने तिच्या हातात प्रसादाचं पाकीट ठेवलं. देवळातून आणलं होतं त्याने ते. त्याने चकार शब्दही उच्चारला नाही. त्याच्या अनुपस्थितीत तिथे एक नवीन खोपटं बांधल्याचं त्याला दिसलं. बाजूची ती भिंत बरीच मोठी होती. आतून-बाहेरून मातीने लिंपली होती ती. त्याच्या लक्षात आलं की या बायका शेतात राहायला आल्या होत्या. नक्कीच, पोन्नाची सासू पारोशा पिंपळाच्या सावलीत निजत असताना पोन्ना स्वत: नवीन खोपटात आत आरामात झोपली असणार. दोन्ही खोपटांची छतं आता कम्बुच्या फांद्यांनी चांगली आवळली होती. गेली चार वर्षं त्याने ज्या गासड्या गोळा केल्या होत्या त्या आता खोपट्यांच्या छतावर होत्या. त्याचा संताप विकोपाला गेला. कोणीतरी मक्याचं पीकसुद्धा दोन नेटक्या आणि सारख्या ढिगांमध्ये रचलं होतं. कोणी केलं होतं हे सगळं? जो कोणी होता त्याच्याशी भांडायची उबळ त्याला आली.

त्याला बैल कुठेही दिसेना. वासरू मात्र शेतात मोकाट हिंडत होतं. इकडून तिकडे धावत होतं. त्याची माय कुठेच दिसत नव्हती. वासराला पकडत कालीने बांधून टाकलं. तेवढ्या कृतीनेही त्याला जरा शांत झाल्यासारखं वाटलं. त्याने सीरायीकडे थेट न पाहता विचारलं, "बैल कुठे आहे? फुकून टाकले वाटतं?"

"अरे मातीच्या रस्त्याने त्यांना चरायला सोडलं आहे. घेऊन येऊ का?" तिने शांतपणे उत्तर दिलं. त्याचा त्या बैलांवर फार जीव आहे, हे तिला माहीत होतं

आणि म्हणूनच तो त्या बैलांची चौकशी करत असावा.

त्याने उत्तर दिलं, ''काही नको. मीच आणतो.'' तो बाहेर पडला. बाहेर अजून बरंच ऊन होतं पण आतल्यापेक्षा त्याला बाहेरच बरं वाटत होतं.

''थांब जरा,'' असं म्हणत सीरायी नवीन खोपटात पोन्नाला उठवायला गेली.

खोपटाच्या मध्यभागी एक भिंत उभारली होती. त्यामुळे आतल्या भागाचं दोन खोल्यांत रूपांतर झालं होतं. दुसऱ्या खोलीत स्वयंपाक-पाणी करता आलं असतं, भांडी ठेवता आली असती. समोरच्या खोलीत नवारीची बाज आणि त्यांचे कपडे होते. ऐसपैस होती ती जागा. मुथुच्या योजनेनुसार सगळं बांधण्यात आलं होतं. बांधकामासाठी वाळू घेऊन येणाऱ्या माणसाला त्याने स्पष्ट सूचना दिल्या होत्या. त्याने स्वत: त्या कामावर देखरेख केली होती. खोपटं बांधून झाल्यानंतर ते लिंपण्यासाठी योग्य प्रकारची माती आणल्याची, पुरेशा प्रमाणात लाकूड वापरल्याची त्याने खात्री करून घेतली होती.

पोन्नाने पैशाची बाजू सांभाळली होती. सगळा खर्च करण्याइतके पैसे होते तिच्याकडे. मुथुला स्वत:च्या खिशातून एक पैसाही खर्च करावा लागणार नाही याची तिने खात्री करून घेतली होती. सीरायीमार्फत तिने स्पष्ट निरोप पाठवला होता, 'जोवर विधिपूर्वक आपलं नातं पुन्हा जोडलं जात नाही तोवर, अत्थयी, आपण त्यांच्याकडून एक पैसाही घेता कामा नये.' तिने सीरायीला हे पुन्हा पुन्हा सांगितलं होतं.

पोन्नाचा चेहरा निर्विकार होता. आताशा तिला बसणं आणि चालणं फार कठीण झालं होतं. बाळाच्या लाथा चांगल्या जोरात बसू लागल्या होत्या. कधी एकदा हे मूल जन्माला येतंय, असं तिला झालं होतं.

तिला उठवल्यावर सीरायी फारसं काही बोलली नाही. ती हसून म्हणाली, ''सायब येऊन पोहोचलेत. त्याचं भादरलेलं डोकं आणि अधिकाराचा स्वर ऐकायला हवास तू.'' कालीचं भादरलेलं डोकं पाहायची पोन्नाला इच्छा झाली. ती अगदी सावकाश बाजेवरून उठून खोपटाबाहेर आली पण तोवर काली तिथून निघून गेला होता. जवळपास एक महिना तो तिथे नव्हता. तो जर तिच्या जवळ येऊन म्हणाला असता, ''पोन्ना, कशी आहेस तू?'' तर तिला खूप बरं वाटलं असतं. तो जर खोपटात येऊन तिच्या अंगावर ओरडला असता तरीही तिला बरं वाटलं असतं. खोल सुस्कारा सोडत ती बाजेवर आडवी झाली. एवढ्या श्रमांनी तिला थकवा आला.

काली नेमका कुठे गेला हे पाहायला सीरायी बाहेर आली तोवर तो शेतात पोहोचला होता. त्याच्या मागे धावत ती म्हणाली, ''प्रवास नीट झाला का?''

त्याने नुसता हुंकार दिला.

''बेटा, तू परत येईपर्यंत नेमकं काय करावं असा आमचा फार गोंधळ झाला

होता. ऐक,'' त्याच्या बाजूने चालत जाताना सीरायी स्पष्टीकरण देऊ लागली. ''शेती करणं हे पुरुषांचं काम आहे असं म्हणतात, नाही का? कोणाला शोधावं, रात्री राखण करायला कोणाला बोलवावं, आम्हाला तर काही समजतच नव्हतं. दोन रात्री आम्हीच राहिलो इथे. थंडीने दात अगदी कडकडत होते आमचे. मग आम्ही विचार केला की इथेच येऊन राहिलेलं बरं. म्हणून आम्ही ते खोपटं बांधलं. पोन्ना नाहीच म्हणत होती. 'त्याला विचारल्याशिवाय कसं काय हे सगळं करायचं.' असंच ती म्हणत राहिली. मीच पुढाकार घेतला. मी तुझ्याशी बोलेन, अशी तिची समजूत काढली. आता सगळं बरं चाललं आहे. बाळ जन्माला आल्यानंतरही आम्ही इथेच राहू शकतो. आम्ही गावात राहिलो तर लोक चार तोंडांनी बोलू लागतील. कशाला ते सगळं सोसायचं? एका महिन्यासाठी वेन्गयीला कामावर ठेवून घेतलं होतं मी. आम्ही दोघींनी मिळूनच मका कापला, कणसं वेगळी केली, सगळी कामं एकत्रच केली आम्ही. जरा बघ माझे हात. मक्याच्या धांड्यांनी हाताला किती जखमा झाल्या आहेत माझ्या. तुझी आठवण आली नाही, असा एकही दिवस गेला नाही. माझ्या लेकराने मला या सगळ्या कष्टांपासून वाचवलं आहे हाच विचार माझ्या मनात होता. तू पुन्हा सुरक्षित परत यावास, अशीच प्रार्थना मी देवाकडे करत राहिले. वेन्गयीची मदत मिळाली म्हणून काम थोडं सोपं झालं. मक्याच्या दोन वेगळ्या गंज्या रचल्या आहेत आम्ही. कम्बुच्या फांद्या कित्येक काळापासून पडून होत्या. गाईसुद्धा तोंड लावत नव्हत्या त्याला. त्यापेक्षा, छतासाठी वापर करावा म्हटलं त्याचा. मक्याची धांडं म्हणशील तर त्याच्या छोट्या छोट्या गासड्या बांधून ठेवल्या आहेत मी. नाहीतर, मोठ्या गासडीतून धांडे ओढून काढायला फार त्रास होतो. छोट्या गासड्यांमुळे तू नसतानाही मी ढोरांना धांडे उपसून खाऊ घालू शकते.''

कालीच्या अनुपस्थितीत जे काही झालं होतं त्याबद्दल सीरायीने पोन्नाला काहीही दोष दिला नाही. ती इतकंच म्हणाली, ''गर्भार स्त्री आहे ती. एवढं मोठं पोट घेऊन चालणंसुद्धा कष्टाचं आहे तिच्यासाठी. बिचारी! किती नाजूक झाली आहे.''

मातीच्या त्या रस्त्यावरून काली पुढे झाला. चरणाऱ्या बैलांना त्याने पाहिलं. तो बैलांच्या नजरेला पडताच माना वर करत बैल हंबरले. आपले बैल वाळले असतील, अशी भीती त्याला वाटत होती. तो त्यांची काळजी घ्यायचा तशी कोण घेणार होतं? पण बैल चांगले धष्टपुष्ट दिसत होते. एकाच्या गळ्यात तर नवीन दोरसुद्धा होता. कालीजवळ बोलण्यासारखं काहीच नव्हतं. त्याच्या आईची बडबड सुरूच होती. काली तिला म्हणाला, ''जा तू. मी येतो नंतर.''

काय करावं हे तिला समजेना. तरीसुद्धा, ती त्या मातीच्या रस्त्यातून बाजूला झाली. तो तसाच पुढे चालत गेला. ताडीचं दुकान शोधायचं होतं त्याला आता.

अठ्ठावीस

थाई महिन्याच्या शेवटच्या गुरुवारी सकाळीच पोन्नाने मुलाला जन्म दिला.

तो मुलगा अगदी कालीचंच रूप आहे, अशी प्रत्येकाची खात्री पटली होती. बाळ पाहायला आलेल्या प्रत्येक नातेवाइकाचं हेच म्हणणं होतं, की बाळ अगदी कालीवर गेलं आहे. परंतु, बाळाच्या जन्मानंतर पहिला महिना पोन्ना फक्त रडत राहिली. तिला कशाचं एवढं रडू येत होतं, हे तिचं तिलाच समजत नव्हतं. तिला हवी तशी मुलगी न होता मुलगा झाला होता म्हणून तिला एवढं रडू येत होतं का? बाळ पाहायला काली एकदाही आला नव्हता म्हणून तिला रडू येत होतं का? त्या महिन्याभरात पोन्नाची शक्ती जराही भरून आली नाही. ती सारखी अशी रडत राहिली तर तिची शक्ती कशी काय भरून येणार होती? इतकं रडणं बाळासाठी योग्य होतं का? सीरायीने कितीही समजावलं तरी पोन्नाच्या वागण्यात थोडाही फरक पडत नव्हता.

संध्याकाळी अंधार पडण्यापूर्वी सीरायी पोन्नाला अंथरुणावर निजवत असे. बाळाला सांभाळणं, त्याच्या इवल्याशा शरीराला तेल चोळणं, अंघोळ घालणं ही सगळी कामं सीरायी स्वत:च करत होती. पोन्नाची ताकद भरून यावी, म्हणून ती वेगवेगळे पदार्थ करून तिला खाऊ घालत होती. कालीला उद्देशून टोमणे मारत होती, ''प्रत्यक्ष ईश्वर जन्माला आला आहे इथे, परंतु रथ मात्र ईश्वराला बसवून घ्यायला तयार नाही.'' जेव्हा जेव्हा ती बाळाला कालीकडे घेऊन जाई तेव्हा काली तिथून निघून जाई. एकदा तर सीरायी त्याला थेट म्हणाली, ''अरे, नुकतंच जन्माला आलेलं बाळ आहे हे. त्याने तुझं असं काय बिघडवलं आहे म्हणून तू त्याला अशी वागणूक देतोस. जरा मोठं होऊ दे बाळाला, इकडेतिकडे धावपळ करू दे, खेळू दे, तुझ्या अंगावर चढून शी-शू करू दे. मग तू त्याला दूर ढकलू शकणार नाहीस.'' तिच्या कुठल्याही बोलण्याकडे काली लक्ष देत नव्हता.

पोन्नाचं बाळंतपण फार कठीण गेलं. बाळाला जन्म देणं कितपत त्रासदायक असतं असं तिने वेन्गयीला आधी विचारलं होतं, त्यावर वेन्गयी हसून म्हणाली

होती, ''थोडं कठीण असतं हे अगदी नक्की.'' पण तसं नव्हतंच ते. थोडं नाही अतोनात कष्टप्रद होतं बाळंतपण. आदल्या रात्री पोन्नाला बारीक कळा येऊ लागल्या होत्या. या बाळंतपणाच्या वेणा आहेत, हे तिच्या लक्षात आलं नव्हतं. साधारण सकाळच्या वेळेस तिच्या ओटीपोटात आणि नितंबात तीव्र कळा अनेकदा, जाणवत. दिवस चढू लागला की त्या कमी होत. त्या दिवशी मात्र कळा वाढतच गेल्या. दुपारी तर तिला त्या कळा असह्य होऊ लागल्या. मग तिने सीरायीला त्याबद्दल सांगितलं. सीरायीने तिला कळांचं वर्णन करायला लावलं. पोन्नाचं सांगून झालं तेव्हा सीरायीची खात्री पटली की, त्या खरोखरच बाळंतपणाच्या वेणा होत्या. कळा वाढू लागल्या. पोन्ना घाबरीघुबरी झाली. वेन्गायीमार्फत निरोप देऊन तिने दाईला बोलावून घेतलं. शेजारच्या शेतातल्या मजुराबरोबर सीरायीने अदैयूर इथे सांगावा धाडला.

थंगम्मा दाई सगळं साहित्य घेऊन तयारीनिशी आली तेव्हा संध्याकाळ उलटून गेली होती. तोवर पोन्ना सारखी विचारत होती की दाई कधी येणार? तिला खात्री होती की दाई येताच सगळी सूत्रं हातात घेईल आणि आश्चर्यकारकरीत्या पोन्नाच्या वेदना स्वत:मध्ये शोषून घेईल. पण थंगम्मा अगदी आरामात आली. आल्यावर तिने पोन्नाच्या पोटावर तळहात टेकवला. बाळाचा जन्म सकाळी होईल, असंही तिने सांगितलं. हे ऐकून पोन्ना अतोनात नाराज झाली. थंगम्मा येताच आपली सुटका होईल अशी तिने मनाशी खूणगाठ बांधली होती. आता या अतोनात त्रासदायक वेणा रात्रभर सहन कराव्या लागणार होत्या का, असा विचार तिच्या मनात आला.

वेन्गायी तिच्या घरी गेली. सीरायीने मेंढ्या आणि गुरंढोरं आपापल्या जागी बांधली. थंगम्मा म्हणाली, ''पोन्नू, घाबरू नकोस. पहिल्या बाळंतपणात कळा जरा जास्तीच असतात. जरा संयमाने सहन करायचा प्रयत्न कर. लोकांनी तुझा नाही नाही तो अपमान केला आहे, तो तू सहन केलासच ना. त्यापुढे या वेदनांची काय मातब्बरी? तशाही त्या चांगल्यासाठी वेदना आहेत. त्यातून चांगलंच हाती येणार आहे.'' रात्रभरात पोन्नाने काहीही खाऊ नये, असंही तिने बजावलं. शिवाय, पोन्नाने एकदा परसाकडे जाऊन यावं असं तिने सांगितलं. त्यानंतर दाईने पोन्नाला कडुपत्तीचा काढा प्यायला दिला. तिने बरोबर आणलेल्या डब्यात नाना प्रकारची औषधं होती. त्यातलं तिने काहीएक बाहेर काढलं नाही. उलट, तीसुद्धा तिथून निघून गेली.

त्यानंतर त्या झोपडीत सीरायी आणि पोन्ना या दोघीच तेवढ्या उरल्या. थोड्या वेळापूर्वी काली शेतात चकरा मारत होता. अचानक तोही नाहीसा झाला. कदाचित, पोन्नाच्या वेदना सहन होणार नाहीत, असा विचार त्याने केला असावा. कदाचित, 'हे माझं मूल आहे का? मुलाचा जन्म होताच मुलाला जाऊन पाहावं, असंही त्याला

वाटलं तर काय? असे विचार त्याच्या मनात आले असावेत. आपल्याला सगळ्यांनी सोडून दिलं आहे, असं पोन्नाला वाटलं. ती परसाकडे जायला उठली तेव्हा तिने करत्तूर टेकडीच्या आणि मंदिराच्या दिशेने पाहत प्रार्थना म्हटली. प्रार्थनेतसुद्धा तिचं मन रमत नव्हतं. तरीही, नितंबावर हात दाबून धरत ती ईश्वराला म्हणाली, ''हे तुझं बाळ आहे, नाही का? सारं नीट पार पडेल याची काळजी घे.'' त्यापुढे काहीएक बोलणं तिला शक्य झालं नाही.

परत आल्यावर तिने पुन्हा थोडा कडुपत्तीचा काढा घेतला. ती बाजेवर पडून राहिली. क्षणभरही ती स्थिर राहू शकत नव्हती. पुढच्या क्षणी ती उठून उभी राहिली. मग ती जरा कुशीवर निजली. त्याचाही काही उपयोग झाला नाही. उठून उभं राहत ती बाहेर आली. खडकावर बसून ती रडू लागली. तिला तसं रडताना पाहून तिची चित्तवृत्ती प्रफुल्लित करण्याच्या हेतूने सीरायी म्हणाली, ''रड गं बाई पोटभरून. पण तुला आणि फक्त तुलाच जन्म देण्याच्या या प्रक्रियेतून जावं लागणार आहे.'' मग सीरायी हसू लागली.

पोन्ना संतापून म्हणाली, ''मला इथे रडू आवरत नाही आणि तुला थट्टा सुचतेय?''

''इतक्याही वेदना तुला जर सहन होत नसतील तर पुढे जे काही होणार आहे ते कसं पेलणार आहेस तू? आधी तुला कळा येऊ लागतील. त्या सुरू झाल्यावर बाळाचा जन्म अगदी पट्कन होईल. त्यावेळेस तुला वाटेल की तुझ्या नितंबाचे दोन भाग होत आहेत. त्या अतोनात यातना तुला सहन कराव्या लागतील.''

एकेक करत गर्दी जमू लागली. एव्हाना, गोठ्यासमोरचं अंगण गच्च भरलं. दाई परतली. तिने आल्यावर आणखी एक काढा उकळून पोन्नाला तो एका छोट्या वाटीत प्यायला दिला. पोन्नाने तो एका घोटात संपवला. त्या कडवट आणि उग्र औषधाने तिच्या वेदना कमी होतील किंवा मग वेदना अतोनात वाढून बाळाचा जन्म पट्कन होईल, असं काहीसं तिला वाटत होतं. परंतु, प्रत्यक्षात तसं काहीही झालं नाही. थोड्या वेळाने एकेक करत आलेली मंडळी पांगू लागली. 'होईल सकाळपर्यंत बाळंतीण,' असंच प्रत्येकाचं म्हणणं होतं. जे कोणी शेतातच थांबले ते आपापसात गप्पा मारू लागले, हसू लागले, मजा करू लागले. काहींनी तिथेच अंग टाकलं. थोड्या वेळाने काली परतला. पारोशा पिंपळाखालच्या बाजेवर तो आडवा झाला. पोन्नाला या सगळ्याचा अगदी वीट येऊ लागला होता. अधूनमधून दाई तिला तपासत होती. तीसुद्धा थोडी आडवी झाली.

पोन्नाला किती वेळ झोप लागली होती कोण जाणे. तिला झोप तरी कशी लागली होती हेही तिला समजेना. पहाटेच्या सुमारास थंगम्माने तिला अजून थोडा काढा पाजला. पहाटे जेव्हा पानेई वृक्षावर काळे पक्षी कलकलाट करू लागले तेव्हा

अचानक पोन्नाच्या वेदना अतोनात वाढल्या. तिला त्या असह्य झाल्याने ती ओरडली, "अय्यो! अय्यो!"

दाईने तिला सावध करत म्हटलं, "अशी किंचाळू नकोस. ईश्वराचं नाव घे!"

काली जागा झाला असून गुराढोरांकडे पाहत आहे हे पोन्नाला दिसलं. आलेल्या पाहुण्यांशी तो बोलत असलेलाही तिला ऐकू आलं.

कळा सुरू झाल्या. पोन्नाची पाण्याची पिशवी फुटली. दाईने तिला आडवं केलं आणि आतून ढकलायला सांगितलं. पोन्नाने श्वास रोखून धरला. ती धापा टाकू लागली. थंगम्माने पोन्नाच्या बेंबीवर तळहाताने दाब देऊन भराभर चोळायला सुरुवात केली. पण त्याचा काही उपयोग झाला नाही. मग थंगम्माने काही दोऱ्या मागवल्या. दोऱ्या आल्यावर तिने झोपडीच्या वाशावरून त्या टाकल्या आणि त्याचा पाळणा तयार केला. त्यासाठी तिला कालीची मदत घ्यावी लागली. तो त्या दोऱ्या नीट व्यवस्थित बांधत होता तेव्हा पोन्नाच्या मनात आल्यावाचून राहिलं नाही, 'दोऱ्या बांधायचा अनुभव आहेच त्याला, नाही का?' दोऱ्या बांधून झाल्यावर तिच्याकडे न पाहता तो तिथून बाहेर पडला. दोन-तीन स्त्रियांनी पोन्नाला बाजेवरून उचलून छतावर लटकलेल्या त्या दोऱ्यांजवळ आणलं. त्यांनी तिला त्या धरायला सांगितलं. पोन्नाने दोन्ही पावलं एकमेकांपासून दूर करत, पुढे वाकत दोऱ्या घट्ट धरल्या. पारोशा पिंपळालाच त्या दोऱ्या बांधल्या आहेत असं तिला वाटलं.

तिने डोळे घट्ट मिटून घेत दोऱ्यांवर जोर देत आतून धक्का दिला. फक्त एक धक्का. तिच्या पोटात काहीतरी सैलावल्यासारखं तिला वाटलं. 'मुलगा आहे!' असं कोणीतरी म्हटल्याचं अस्पष्ट ऐकू येण्यापूर्वीच ती बेशुद्ध झाली. ती शुद्धीवर आली तेव्हा प्रत्येकाचा आनंदी आणि उत्साही चेहरा तिला दिसला. सीरायी तिला सांगत होती, "पोन्ना, बाळ अगदी बापासारखंच काळंकुट्ट आहे बघ!" पोन्नाच्या अंगात अजिबात ताकद नव्हती. तिने कसाबसा हुंकार दिला. कालीने बाळाला पाहिलं होतं का? सीरायीने तिला नंतर सांगितलं, की सगळ्यांसमोर काली बाळाला पाहायला येऊन गेला. तिने पोन्नाला असंही सांगितलं की, तिने बाळाला त्याच्या हातात द्यायचा प्रयत्न केला तेव्हा त्याने नकार देत म्हटलं, की इतकं लहान बाळ त्याने त्यापूर्वी कधीच हाताळलं नव्हतं. तोवर पोन्नाने बाळाकडे नीट पाहिलंही नव्हतं. त्यानंतरही ती बाळाकडे पाहू शकली नाही.

पुढचा संपूर्ण महिना सीरायीच त्या बाळाची काळजी घेत होती. हळूहळू पोन्ना नीट जेवू लागली. काही दिवसांनी कोणाच्याही सोबतीशिवाय ती बाहेर पडून चालू लागली.

बाळाचा जन्म होऊन महिना झाल्याचं सांगत सीरायी म्हणाली, "आता आपल्याला बाळाला दिव्याची ज्योत दाखवावी लागेल." त्या विधीची तयारी

करण्यात ती गुंग झाली. त्यांच्या शेतातल्या एरंडीच्या बियांपासून त्यांनी एरंडीचं तेल काढलं होतं. त्या बिया घेऊन कालीच घाण्यावर गेला होता. त्यानेच तेल काढलं होतं. त्याने घाण्यातून ज्या दिवशी नवीन तेल काढलं होतं, त्याच दिवशी सीरायी गावातल्या देवळात गेली होती. त्या तेलाने तिने तिथले काही दिवे उजळवले होते.

वेगवेगळ्या विधींची बरीच तयारी करावी लागणार होती. बाळाच्या जन्मानंतर कुंभाराचं कुटुंब तीन मोठ्या पणत्या घेऊन आलं होतं. त्या बदल्यात त्यांनी कम्बु धान्य घेतलं होतं. सीरायीने आता त्या तीन नव्या पणत्यांपैकी एका पणतीत एरंडेल तेल ओतलं. चांगली जाडजूड वात करून तिने ती पणती फळकुटावर ठेवली. पोन्ना बाजेवर बसली होती. बाजेवरच दुसऱ्या टोकाला बाळ ठेवलं होतं. सीरायीने पणती अशा पद्धतीने पकडली, की बाजेवरच्या बाळाच्या डोक्याच्या दिशेने ती ज्योत येईल. आता सीरायीने पणती पेटवली. हळूहळू करत वात चांगलीच पेटली. पिवळ्या ज्योतीचा उजेड खोपटावर पडला. पोन्नाला त्यामुळे देवळात उजळलेल्या दिव्याची आठवण झाली. सीरायीने बाळाचे गाल हळुवारपणे कुरवाळले. त्या हालचालीने बाळाने डोळे उघडले. सीरायी म्हणाली, "सोनुल्या, इकडे बघ." बाळ जागं झालं, हुंकार देऊ लागलं. आपल्या इवल्याशा शरीराला आळोखेपिळोखे देऊ लागलं. खोलीतल्या ज्योतीच्या उजेडाला त्याचे डोळे सरावले नव्हते. त्यामुळेच ते डोळे उघडमिट करू लागलं. मग ते नवलाने ज्योतीकडे पाहू लागलं.

त्या बाळाला दिसलेलं या जगातलं ते पहिलं आश्चर्य होतं. सीरायी बाळाला थोडा वेळ खेळवत राहिली. दृष्ट काढण्यासाठी आवश्यक गोष्टी आणायला ती खोपटाच्या बाहेर पडली.

पणतीची ज्योत आणि बाळाच्या डोळ्यांच्या हालचालीकडे पोन्नाचं लक्ष होतं. त्या बाळाला नीट पाहण्याची इच्छा तिच्या मनात अचानक उफाळली. ती जरा जवळ झाली. आता बाळाची नजर आलटून-पालटून तिच्या चेहऱ्यावर आणि ज्योतीवर फिरू लागली. बाळाच्या अस्ताव्यस्त केसांवरून आणि कृष्णवर्णीय शरीरावरून तिने आनंदाने हात फिरवला. तिच्या मनात ममता आणि माया दाटून आली. तोवर तिला त्या भावना जाणवल्याच नव्हत्या. तिने अगदी अलगद बाळाचे पाय चोळले. त्याची इवलीशी मूठ उघडत त्याचे हात आपल्या चेहऱ्यावर ठेवून घेतले. मग तिने बाळाच्या इवल्याशा लिंगाकडे पाहिलं. करंगळीगत दिसत होतं ते. लिंगाला बोटांनी मायेने स्पर्श करत ती म्हणाली, "चिन्ना कुंजान! छोटं लिंग!" मग तिने ती बोटं स्वत:च्या ओठांवर टेकवली. बाळाने दोन्ही पाय झाडत काहीतरी आवाज काढला. आपल्या छोट्याशा बाळाच्या सहवासात ती अगदी रमून गेली. त्याच्या इवल्याशा बेंबीला हात लावत ती म्हणाली, "मोत्तुकुत्ती! चिन्ना मुथु! माझा

छोटासा मोती!' मग तिने बाळाच्या चेहऱ्याजवळ आपला चेहरा नेला. बाळाचे डोळे सताड उघडे होते. जवळ जवळ येणारा आणि मोठा मोठा होणारा तिचा चेहरा पाहून त्याच्या डोळ्यांत आश्चर्य मावेना. ती दूर झाली की तिचा चेहरा छोटा होत असे. थोडा वेळ तिने असाच चाळा केल्यावर बाळाला हसू आलं. आपलं बोळकं उघडून बाळ आनंदाने हसलं. पोन्नाला अतिशय प्रसन्न वाटलं. तिने आपला हात बाळाच्या ओठांजवळ नेला. अचानक तिला आवाज ऐकू आला, ''माझं नाव काय आहे?''

बाळ बोललं होतं का? तिने बाळाच्या चेहऱ्याकडे निरखून पाहिलं. तेव्हा त्या चेहऱ्याचं आणि आवाजाचं स्मरण तिला झालं. तोच चेहरा जो तिला उत्सवात दिसला होता. त्याच चेहऱ्याने तिला विचारलं होतं, ''माझं नाव काय आहे?''

एकोणतीस

उत्सवाच्या गर्दीत पोन्ना एकटीच मध्यभागी उभी असलेली त्याने हेरलं होतं. तिनेसुद्धा त्याला ओळखलं. त्याने तिला 'सेल्वी' अशी हाक मारली. त्याला कुठल्याही नावाने हाक मारायची गरज तिला वाटली नाही. उत्सवाच्या दिवशी देवतेचं दर्शन घ्यायला अतोनात गर्दी जमली होती. रस्तोरस्ती वेगवेगळे सांस्कृतिक कार्यक्रम आणि सादरीकरण सुरू होतं.

काही लोकांनी दोघांना बघून शिटी वाजवली. 'ओय!' असा आरडाओरड केला. 'मप्पिलई! तुला कोणीतरी मिळालं तर, हं.' असं त्याला विचारलं. पोन्नाची अगदी चिडचिड झाली. मान खाली घालून ती चालू लागली. मोकळेपणाने तिचा हात धरत तो म्हणाला, ''उत्सवाच्या दिवशी गर्दी अशीच वागते.'' मग तो तिला गर्दीतून पट्कन दूर घेऊन गेला.

चंद्राचा प्रकाश प्रत्येक गोष्टीवरून परावर्तित होत होता. त्याच प्रकाशात त्या दोघांनी टेकडीला फेरा घातला. आता त्याचा हात तिच्या कमरेभोवती होता. तिची भीती दूर व्हावी, हा त्याचा उद्देश होता हे तिच्या लक्षात आलं. ती त्याला बिलगली. त्याचा चेहरामोहरा आणि शरीरयष्टी पाहिली तर तो अगदी कालीच वाटत होता. वेष बदलून काली तर आला नव्हता ना अशी शंका तिच्या मनात आली. त्याने कमरेभोवती वेष्टी गुंडाळली होती. ती वेष्टी जरी घोट्यापर्यंत आली असली तरी जराही न अडखळता तो सहजतेने चालत होता. त्याच्या गळ्याभोवती लपेटलेल्या अंगोच्छाच्या दोन्ही कडा त्याच्या उघड्या छातीवर लोंबकळत होत्या. डोक्याला त्याने मोठा रुमाल बांधला होता. स्वत:ची ओळख लपवण्याचा त्याचा हा मार्ग असावा असं पोन्नाच्या मनात आलं.

कालीसुद्धा घराबाहेर पडताना वेष्टी दुमडून दुहेरी पद्धतीने नेसत असे. त्याच्याही खांद्यावर अंगोच्छा असे. कित्येकदा तो अंगोच्छा डोक्याला बांधून घेई. ती जेव्हा जेव्हा कालीला बिलगे तेव्हा तेव्हा कालीचा देह एखाद्या खडकासारखा दृढ वाटे

तिला. या पुरुषाचा देहसुद्धा अगदी तसाच भासत होता. मनातल्या कालीला दूर ढकलण्यासाठी तिने मान झटकली. पण तो खरोखरच काली होता. तिच्या मनातला काली या समोरच्या माणसावर तंतोतंत उमटला होता. हो, तो नक्की कालीच होता. तो तिला कुठेतरी घेऊन जायला आला होता. पोन्नाने थोडंसं दबकतच त्याच्या कमरेवर हात ठेवला. त्याने तिला जवळ ओढून तिचा हात अधिक नीट ठेवून घेतला. तो तिला कुठे घेऊन चालला होता? तो रस्ता तिच्या परिचयाचा नव्हता. फारच थोडे लोक तिथून चालत होते. तसा तो निर्मनुष्यच होता. चंद्राचा प्रकाश काय तो होता. अचानक, काली वळला. तो टेकडीच्या दिशेने वळला. निदान, तसं तिला वाटलं. तिथे कुठली वाट असेल असं तिला वाटलं नाही. तिथे केवळ दगड होते. तरीही त्याने तिला त्या मार्गावरून पुढे नेलं.

एखाद्या बकरीच्या चपळाईने काली ते खडक चढू लागला. अधूनमधून तो तिला चालू देत होता. बरेचदा तो तिला हळुवारपणे उचलून घेत दगडांवरून पलीकडे नेत होता. जवळपास पाव टेकडी चढून झाली त्यांची. अचानक त्यांच्या समोर एक मोठी शिळा आली. त्या शिळेमागे अगदी सपाट जमिनीसारखी जागा दिसत होती. चंद्रप्रकाशाशिवाय दुसरं काहीही तिथे पोहोचू शकलं नसतं. त्याने डोक्याचा रुमाल काढला. तो ना टॉवेलच्या आकाराचा होता ना वेष्टीच्या. एखाद्या शालीसारखा किंवा ओढणीसारखा लांब होता तो. तो स्वत: त्यावर बसला आणि तिलाही त्याने खुणावलं. ती त्याप्रमाणे त्याच्या जवळ बसली. त्याने तिला छातीशी ओढून धरलं. ती कालीला मिठी मारू इच्छित होती, दोन्ही हातांनी त्याला कुशीत घेऊ इच्छित होती.

तिचे हात धरून त्याने हळुवारपणे स्वत:भोवती गुरफटले. चंद्राची माधुरी सगळ्या जगावर पसरत होती. आकाशात एकही ढग नव्हता. अथांग स्वर्गात पोहोचण्यात चंद्रप्रकाशाला कुठलाही अडथळा नव्हता. चंद्रकिरणांचं अमृत पिऊन पृथ्वी धुंदावली होती. अतोनात धुंदावलेली अथांगता.

मग त्याने तिला विचारलं, "बाळाच्या शोधात आली आहेस का?"

उत्तरादाखल काहीही न बोलता तिने त्याच्या छातीवर चेहरा टेकवला.

तो म्हणाला, "मिळेल तुला एक बाळ." तिच्या ओठांना हळुवारपणे स्पर्श करत त्याने विचारलं,

"बोलणार नाहीस का तू माझ्याशी?"

केवळ तिचे हातच संवाद साधत होते.

त्याने विचारलं, "माझं नाव लावशील का बाळाला?"

ती हळुवारपणे त्याच्या कानात कुजबुजली, "हं!"

"तुला माझं नाव ठाऊक आहे का?" त्याने विचारलं.

"हं ऽऽऽ," ती पुटपुटली.

"..." तो म्हणाला. "मुलगा होवो किंवा मुलगी, बाळाला माझ्या नावाने हाक मार. तसं केलंस की, तुला माझा विसर पडणार नाही." ती पुन्हा हुंकार भरेल म्हणून त्याने वाट पाहिली. त्याऐवजी, ती मान डोलावत असल्याचं त्याच्या छातीला जाणवलं. मग त्याने विचारलं, "काय मग, माझं नाव काय आहे सांग?"

तिने उत्तर दिलं नाही.

"माझं नाव काय आहे ते तर सांग," त्याने तिला पुन्हा प्रश्न केला.

ती त्याच्या कानात कुजबुजली, "काली."

"काय म्हणालीस," क्षणभर ती गोंधळली. तिने कोणतं नाव उच्चारलं होतं? मग तो हसून म्हणाला, "मला नीट ऐकू आलं नाही, पण असं वाटलं की चंद्रप्रकाशच माझ्या कानात शिरला आहे." मग त्याने दोन्ही हातांनी तिचा चेहरा उचलला आणि तसाच धरून म्हटलं, "मला आणखी एक नाव आहे."

तो पुढे म्हणाला, 'हे बघ, या अंधारात ना तू आहेस ना मी. आहोत ते केवळ आपण. आपण समान आहोत. सांग मला माझं नाव काय आहे.

तिला फार फार संकोच वाटला. तो नक्कीच माचामीबद्दल बोलत होता. हवं ते रूप घेऊ शकत असे तो. ते नाव होतं का त्याचं? ती हसते आहे हे त्याला जाणवलं.

"म्हणजे, तुझ्या लक्षात आलं आहे तर!" तो म्हणाला. "माचामी! तेच नाव आहे माझं. मी स्वत:ला विसरून तुझ्याबरोबर एकरूप होऊ इच्छितो. तू कधीही जाऊ नयेस अशी माझी इच्छा आहे." त्यानंतर त्याने तिला घट्ट मिठीत घेतलं.

तिला धड श्वासही घेता येईना तरीही ती मिठी कधी संपूच नये असं तिला वाटलं. का कोण जाणे, पण तिला हसू येऊ लागलं.

"हसते आहेस का तू?" त्याने विचारलं. "हसणाऱ्या या तोंडाचं मी काय करेन हे ठाऊक आहे का तुला?" असं विचारत त्याने तिचा चेहरा आणखी जवळ घेतला. चंद्रप्रकाशाने तिला जरा शीतलता लाभली.

त्याने पुन्हा विचारलं, "मी कुठून आलो आहे हे माहीत आहे का तुला?"

त्याच्या तोंडावर हात ठेवत तिने मानेनेच नकार दिला. ती काहीही जाणू इच्छित नव्हती हे तिने सुचवलं.

"काळजी करू नकोस. मी या टेकडीचाच आहे. या टेकडीच्या कुठल्याही भागात येऊन 'माचामी!' अशी हाक मार. मी अगदी लगेच येईन बघ."

त्याचं बोलणं समजल्याचं दाखवण्यासाठी तिने मान डोलावली.

तो म्हणाला, "पुढच्या वर्षीसुद्धा तू यायलाच हवंस. आणि तू तुझं बाळ घेऊन यायला हवंस. मी वाट पाहेन. येशील ना? तू येशील. मला ठाऊक आहे. तू मला

विसरू शकणार नाहीस. तू मला विसरलीस तरी मी तुला कधीच विसरणार नाही. मला एकच सांग, तुला माझ्यासोबत इथून दूर जाण्याची इच्छा आहे का? मी तुला अगदी या क्षणी इथून दूर घेऊन जाईन. मला तू खूप आवडली आहेस. चल ना माझ्या बरोबर!'' त्यानंतर तो तिच्याशी असंच छान-छान, गोड-गोड, बोलू लागला. त्याच्या त्या आर्जवांमध्ये ती हरवली. तिला त्यातून बाहेर पडणं कठीण झालं.

तीस

पोन्नाने बाळाला झोपवलं. मग, झोपडीबाहेरच्या त्या दगडी चौथऱ्यावर ती जाऊन बसली. कम्बु आणायला सीरायी गावातल्या घरी गेली होती. तिला जाऊन बराच वेळ झाला होता. गावातल्या त्या घरात सीरायी कैक वर्षं राहिली होती. तिथल्या सगळ्या शेजाऱ्या-पाजाऱ्यांना ओळखत होती ती. सगळीच घरं अगदी लागून होती. एकमेकांना हाक मारली तरी ऐकू जात असे. सीरायीला कुणी गप्पा मारायला थांबवून घेतलं असेल तर ते तिला इतक्या सहजासहजी जाऊ देणार नव्हते. कदाचित, सीरायी रात्री तिथेच राहिली असती. बाळ झाल्यापासून तिने दोनदा तसं केलंही होतं. ती शेतात असल्यामुळे पोन्ना आणि काली परत एकमेकांशी जोडले जात नव्हते का हे जाणून घेण्याचा तो तिचा प्रयत्न होता. सीरायीच्या वेगवेगळ्या योजनांचं पोन्नाला सतत नवल वाटत असे.

मुळात, तूर्तास सुरू असणाऱ्या सर्व अडचणींच्या मुळाशी सीरायीच्या योजनाच होत्या. सगळ्यात आधी तीच खोटं बोलली होती. मंदिरोत्सवाच्या दिवशी पोन्नाला तिथे नेण्याची तिचीच योजना होती. त्या योजनेत तिने सगळ्यांना सहभागी करून घेतलं होतं. त्यापायी काली जीवच देणार होता. त्यानंतर, कालीने आणि पोन्नाने एकमेकांशी बोलणं टाकलं होतं. पोन्नाने तिच्या माहेरच्यांशी संबंध तोडले होते. काली आणि मुथुची मैत्री संपुष्टात आली होती. पोन्नाचं बाळ पाहायलासुद्धा तिच्या माहेरची माणसं येऊ शकली नव्हती. मुथु दारूच्या आहारी गेला होता. यात्रेला जाऊन आल्यानंतर कालीमध्ये बदल होईल, असं पोन्नाला वाटलं होतं, पण यात्रेहून परत आल्यावर कालीचं पिणं अतोनात वाढलं होतं.

निदान, पूर्वी तो शेतात बसून तरी पीत असे. पण पोन्ना आणि बाळ शेतात राहायला आल्यापासून, काली त्यांचं तोंड पाहू इच्छित नव्हता. त्यामुळेच, तो इतरत्र दारू पिऊन भटकत बसे. कधीकधी, एखाद्या पानेई वृक्षाखाली बसूनच तो पिऊ लागे. कधीकधी, शेतातल्या पलई वृक्षाच्या खाली तिला त्याचं डोकं दिसे. कित्येकदा, तिला तो आसपास कुठेही दिसत नसे. रात्री उशिरा परते तेव्हा तो

सारखा खोकत असे, थुंकत असे. चिथिरायीच्या महिन्यात अतोनात उष्णतेमुळे मेंढ्या आणि गुरंढोरं मंदावली होती, त्रासली होती. पण कालीचं त्यांच्याकडे लक्षच नव्हतं. गुराढोरांना खायला पुरेसं आहे का, प्यायला पुरेसं पाणी आहे का, हेसुद्धा पाहणं त्याने सोडून दिलं होतं. सकाळी सीरायी बाळामध्ये गुंतलेली असे. ते झालं की ती बाकीच्या कामांना लागे. अद्यापि पोन्नाला बाळाचं सगळं करणं जमत नव्हतं. तिला स्वत:लाच ते करण्याची भीती वाटत होती.

सीरायीच्या त्या पाताळयंत्री योजनेतून हाती आलेली एकमेव चांगली गोष्ट म्हणजे ते बाळ. त्याच्या चेहऱ्याकडे पाहून काय तो पोन्नाला थोडाफार आनंद मिळत असे. पण कित्येकदा तिला त्या बाळाचा संताप येई. तो जन्माला तरी कशाला आला होता? तिच्या सगळ्या अडचणींना ते बाळच जबाबदार होतं. बाळाचा जन्म होऊन तीन महिने आणि एक आठवडा झाला होता. कालीने अद्यापि एकदाही बाळाकडे नीट पाहिलं नव्हतं. तो त्याचा सगळा संताप बैलांना चाबकाने फटकारून काढत असे. मेंढ्यांच्या मागे लागत असे. कुत्र्यावर दगड फेकत असे. हे सगळं पाहिलं, की सगळं शेत त्याच्यावर सोपवून गावातल्या घरात निघून जावं अशी पोन्नाला इच्छा होई. घेऊ देत त्याला त्याच्या मेंढ्यांची, गुरा-ढोरांची, रचलेल्या पेंढ्यांची आणि खोपटाची काळजी. मिळू दे त्याला मनमुक्त जागा जिथे तो पारोशा पिंपळाला झोका बांधून या टोकापासून त्या टोकापर्यंत झोके घेऊ शकेल. किंवा, दुसऱ्या कुठल्या तरी फांदीला स्वत:ला गळफास लावून घेईल. घेऊ दे.

ती त्या बाळासकट तिथून निघून गेली तर इतर गावातल्या शेतांमधून तिला काम नक्कीच मिळालं असतं, नाही का? बाळाचं पोट भरण्याइतके पैसे तिने कमावले असते. आपण एखाद्या नकोशा अनाथ आहोत असं तिला वाटू लागलं. ती तिच्या माहेरी गेली तर कुत्र्यासाठी ठेवलेलं शिळंपाकं तरी तिच्या वाट्याला नक्कीच आलं असतं. वाढलं असतं ना त्यांनी तिला ते? ती इथं बसून का धडपडत होती? आपली बायको वेश्या झाली आहे, असं त्याला वाटत होतं तर त्याने गाव-पंचायत बोलावून सर्वांसमोर तो मुद्दा मांडून त्यांचं लग्न मोडून टाकायला हवं होतं. तसं झाल्यावर दुसरी एखादी पवित्र स्त्री आणून तो पुन्हा संसार थाटू शकला असता. त्याऐवजी, तिच्याशी चकार शब्दही न बोलता तो तिचा छळ करत होता. हा कसला छळ?

उत्सवाच्या रात्री तिला भेटलेला तो पुरुष वारंवार म्हणाला होता, "चल माझ्याबरोबर." तिने तर त्याचा चेहरासुद्धा धड पाहिला नव्हता. त्या जागी तिला कालीचाच चेहरा दिसत होता. त्या चंद्रप्रकाशाच्या रात्री तिला तो अगदी कालीसारखाच वाटला होता. पण त्याने काय होणार होतं? ती याही वर्षी उत्सवाला गेली तर तो नक्कीच तिथं असणार होता. तिचा शोध घेणार होता. तिला त्याचा स्पर्श परिचित

झाला होता. किती मार्दवाने बोलला होता तो तिच्याशी. तो तिला म्हणाला होता, "तू माझ्याबरोबर कायमची का राहत नाहीस?" त्याने ते केवळ वासनेच्या उत्कटतेत म्हटलं होतं का? उलट तो ते इतक्या आतून म्हणाला होता, की तिला ते म्हणणं प्रामाणिक वाटलं होतं. तो कोणत्या गावचा होता, कोणत्या समाजाचा होता याने काय बिघडणार होतं? या वर्षी ती उत्सवात गेली आणि त्याने आपल्याला बरोबर घेऊन जावं, असं तिने म्हटलं तर तो तिला घेऊन जाणार होता. ते बाळ उचलून घेत तो त्या बाळाशी खेळणार होता.

बारा वर्षं एकत्र राहून, इतकं प्रेम करून कालीकडून तिच्या वाट्याला काहीही आलं नव्हतं. सारं फिकुटलं होतं, त्याची लकाकी नष्ट झाली होती. त्या उलट, तिच्याबरोबर केवळ एक दिवस - खरंतर फक्त एक रात्र घालवलेला तो माणूस किती प्रेमळ होता. त्या रात्री त्याने उच्चारलेला प्रत्येक शब्द तिला आठवत होता. तरीसुद्धा, बाळाच्या चेहऱ्याच्या जागी तिला थोडा वेळ कालीचाच चेहरा दिसला. नंतर मात्र तो चेहरा तिला दिसला नाही. तिला काली दिसला नाही. तिला दिसला माचामी. ते कालीचं मूल नव्हतंच. ते मूल आपलं नाही, असं काली स्वत: म्हणत होता, तो त्या बाळाकडे पाहायलाही तयार नव्हता, असं असताना ते मूल कालीचंच आहे, असा हट्ट धरण्यात काय अर्थ होता? नाही, हे मूल तुझं नाही. हे त्याचं मूल आहे. हे त्याचंच नाव लावेल.

ती त्या माणसाला भेटली तेव्हा त्याचं लग्न झालेलं नव्हतं. त्याची दाढी-मिशी अगदी नवी होती. त्याने अद्यापि पहिली दाढीसुद्धा केलेली नव्हती. कदाचित, एकटाच असावा तो. समजा, त्याचं एव्हाना लग्न झालेलं असलं तरी काय? ती जर त्याला म्हणाली, "मी आणि माझं मूल तुला कधीही छळणार नाही. आम्ही एका बाजूला मुकाट्याने राहू," तर त्याने हरकत घेतली नसती, घेतली असती का? 'उत्सवाच्या वेळेस माझ्यामुळे जन्माला आलेल्या मुलाची काळजी मला घ्यावी लागणार असेल तर किती मुलांचं संगोपन मला करावं लागणार आहे, हे तुला माहीत आहे का?' असं तो म्हणाला असता का? त्या रात्री तो तिला जाऊ द्यायला तयार नव्हता. ती त्याचा अर्धा भाग आहे, असं त्यानेच तिला सांगितलं होतं. त्या दोघांनी कायम एकत्र राहावं, अशी त्याची इच्छा होती. आधीच उशीर झाला आहे अशा चिंतेने तीच तिथून घाईने निघाली होती.

त्याने त्याच्या हृदयात तिला जागा दिली होती. तो तिच्याकडे पाठ फिरवणार नव्हता. पण त्याला नक्कीच कुटुंब असणार, नातेवाईक असणार. त्या सगळ्यांनी तिला घालवून लावलं असतं का? तो त्यांच्या शब्दांप्रमाणे वागला असता का? 'तू रांड आहेस. कोणाचं मूल तू जन्माला घातलं आहेस हेसुद्धा तुला माहीत नाही,' असं त्यानेही म्हटलं तर? एकीकडे ज्याला ती नको होती तो काली आणि

दुसरीकडे माचामी होता. कदाचित त्यालाही ती नको असेल. पोन्ना आता कुठे जाणार होती? बाळासकट ती कावेरी नदीत जलसमाधी घेऊ शकली असती. बाळ बरोबर असताना असं बुडून मरणं, हाच सगळ्यात सोयिस्कर मार्ग होता. ती बाळाला मागे सोडणार नव्हती. तसं जर तिने केलं तर त्याने प्रत्येकाला सांगितलं असतं की हे रांडेचे बाळ आहे. बाळ मोठं झाल्यावर कालीने त्याला विचारलं असतं, 'तुझा जन्म माझ्यामुळे झाला नाही, झाला आहे का?' त्या बाळाने आयुष्यभर अशी नामुष्की का सहन करावी?

मेल्यावर अंतिम संस्कारासाठी सीरायीला नातू हवा होता. नाही का? कदाचित, तिच्याच मांडीवर बाळ ठेवून पोन्नाने तिथून निघून जायला हवं होतं. पंचक्रोशीबाहेर. फक्त पुरुषच परदेशी प्रवास का करत होते? स्त्रिया का नाही? नल्लयन काका तर वाटेल तिथून बायका घेऊन येत होते, त्या बायकांप्रमाणे पोन्नासुद्धा कुठल्या पुरुषाबरोबर निघून जाऊ शकली असती. पुरुषाबरोबर एकदा गेल्याने ती रांड ठरली होती. आता ती इतर दहा जणांबरोबर गेली तरी त्याने काय फरक पडणार होता. या जगात जगण्याचे वेगवेगळे मार्ग उपलब्ध होते, नाही का?

बाळ कुरकुरल्याचा आवाज आल्याने ती त्याला पाहायला झोपडीत परतली. बाळाला बहुतेक स्वप्न पडत असावं. त्याने ओठ काढले होते. ते हळूच हसत होतं. एखादी उमलणारी कळी वाटत होती ती. पोन्ना त्या हसण्याकडे पाहत राहिली. मग बाळ पुन्हा गाढ झोपी गेलं. कदाचित, बाळाच्या स्वप्नात येऊन ईश्वर काहीतरी बोलला असावा. ईश्वर फक्त बाळांशीच बोलतो, पण ते संभाषण काय होतं हे बाळं कधीच कोणाला सांगत नाहीत. हे ईश्वराचं बाळ होतं. त्यामुळे, देवता त्या बाळाशी बरेचदा बोलत असणार. ईश्वर माझ्याशी का नाही बोलत? या परिस्थितीतून बाहेर पडण्याचा मार्ग ईश्वर मला का नाही दाखवत? हे ईश्वरा, या बाळाला जगात आणण्यासाठी तूच मार्ग दाखवलास. हे बाळ वाढवण्याचा मार्ग नाही का दाखवू शकत तू मला? सर्व जण ज्या सामर्थ्यशाली ईश्वरापुढे झुकतात तोच तू खरोखरच असशील तर कृपा करून मला मार्ग दाखव. हे कोणाचं मूल आहे? कालीचं, माचामीचं, की तुझं? त्या रात्री तू माझ्यात प्रवेश करता झाला होतास का? सांग मला!

बाळ पुन्हा कुरकुरलं. ती पुन्हा खोपटात धावली. पणती कोरडी पडत चालली होती. तिने पणतीत थोडं तेल ओतलं. हातपाय हवेत झाडत बाळ खुदकन हसलं. 'हसतोस तेव्हा किती गोजिरा दिसतोस तू?' तुझा बाप कुठे गेला आहे कोण जाणे! तो तुझा बाप आहे का? तू माझं बाळ आहेस! नऊ महिने पोटात बाळगलं आहे मी तुला. बाळाला जन्म देणं किती कठीण असतं हे केवळ अंडी देणारी कोंबडीच जाणू शकते. तुझ्याकडे कोण बघतं आणि कोण बघत नाही, याची पर्वा मी का

करावी? तू माझं बाळ आहेस. असा विचार मी आधी का बरं केला नाही? या आणि त्या माणसाबद्दल मी का बरं चिंता करावी? त्यांना हवं असेल तर येतील ते आणि तू त्यांचा मुलगा आहेस, असा दावा करतील. तू तिचा नातू आहेस, हे स्वीकारायला सीरायीला कुठलीही आडकाठी आलेली नाही. मला तरी अजून काय हवं? या निरुपयोगी कुत्र्यांचा विचार कशाला करायचा? त्याला इतका अभिमान आहे पण एक मूल नाही देऊ शकला तो मला. इथे त्याच्या अंगाखांद्यावर दहा-पंधरा पोरं चढून त्याला 'बाबा, बाबा' म्हणून भंडावत असल्यागत वागतो आहे तो. हे एकच बाळ आहे आणि ते त्याचं नाही. स्वत:चं कामही तो करू शकला नाही. मग एवढा अभिमान कशाचा?

मेंढ्यांच्या कोंडवाड्याबाहेर कुत्रं भुंकू लागल्याचं तिला ऐकू आलं. कोंडवाडा बाहेरच्या बाजूने बांधलेला कालीला मुळीच आवडला नव्हता. त्याने पुन्हा नव्याने आतमध्ये तो बांधून काढला होता. इथे तो एकटाच राहिलेला आणि हागला-मुतलेला हवा होता त्याला. किती काळ तो असा जगू शकणार होता? म्हातारा झाल्यावर, दुर्बल झाल्यावर त्याचं हागमूत काढायला कोण येणार होतं? किती एकांडा होता तो.

काली किंवा सीरायी परत आले का? पोन्नाने अंदाज घेतला. तिला काही आवाज ऐकू आले. पण कुत्र्याच्या जोरात भुंकण्यामुळे तिला ते आवाज स्पष्ट कळेनात. कोणी नवी माणसं होती, अन्यथा, कुत्रा इतका जोरात भुंकला नसता. नल्लयन काका होते का? कोणाशी बोलत होते ते? शेताच्या कोपऱ्यात अंधार इतका दाट होता, की काहीही दिसत नव्हतं. झोपलेल्या बाळाला तिथे सोडून कोण आलं आहे हे पाहायचीही तिला भीती वाटू लागली.

बाळाबरोबर असं एकटं सोडून जाणाऱ्या सीरायीचा तिला संताप आला. ती म्हातारी पट्कन जाऊन चट्कन परत येऊ शकली नसती का? बसली असेल टवळी तिथे रिकाम्या गप्पा करत, कोण कोणाबरोबर झोपतंय याची चर्चा करत. सीरायी शेताकडे परत आली असेल तर पोन्ना तिच्यावर ओरडून म्हणणार होती, "म्हातारे, दुष्ट विधवा! हा घे तुझा नातू! घे त्याची काळजी, खेळ त्याच्याबरोबर. मला एकटीला सोड!"

शेताचं शाकारलेलं फाटक बांधलेलं नव्हतं. कोणीतरी ते ढकलून उघडत होतं. कुत्रा अजूनही भुंकत होता. कोण असेल? झोपलेल्या बाळाकडे पोन्नाने पट्कन एक नजर टाकली. कोण आलं आहे हे पाहायला ती पुढे झाली.

एकतीस

तिने जोरात आवाज दिला, "कोण आहे?"

कुत्र्याच्या सततच्या भुंकण्यातून तिला स्पष्ट आवाज ऐकू आला. "सामी, आम्हीच आहोत." तेवढ्यात, बाळ रडल्याचं वाटून ती आत धावली. बाळ झोपेत अस्वस्थ झालं होतं, पण जागं झालं नव्हतं. बाळाला आत ठेवून बाहेरून दाराला कडी घालायची तिची इच्छा नव्हती. दार सताड उघडं टाकून बाहेर जायचीही तिची इच्छा नव्हती. काय करावं हे न समजून ती तशाच येरझाऱ्या घालू लागली. तेवढ्यात, आवाज जवळ आले. दोघं जण बखोटं धरून कालीला घेऊन येत होते. त्याचं डोकं एका बाजूला कललं होतं.

त्याची ती अवस्था पाहून पोन्नाने कळवळून विचारलं, "काय झालं?"

त्या दोघांपैकी एकजण म्हणाला, "घाबरू नकोस! दारू पिऊन तो मातीच्या रस्त्यावर पडलेला पाहिला आम्ही. झोपू दे त्याला आत."

तो माणूस वेन्गयीचा नवरा चिन्नान होता. त्याच्या बरोबरच्या दुसऱ्या तरुणाला तिने ओळखलं नाही. पारोशा पिंपळाखालच्या बाजेवर कालीला झोपवा, असं त्यांना सांगावं की काय, असं तिच्या मनात आलं पण तिने पट्कन विचार बदलला. अशा अवस्थेतल्या माणसाला बाहेर झोपायला लावण्याएवढी ती निर्दयी कशी असा विचार त्या माणसांच्या मनात आला असता. त्या दोघांनी कालीचं बखोटं धरून त्याला खोपटाच्या दारापर्यंत आणलं. तिने त्यांना बाजेपर्यंत आणायला सांगितलं. तिने त्याच्या खांद्याभोवती हात लपेटला. वर्षभरात तिने पहिल्यांदाच त्याला स्पर्श केला. बाळ झोपलं होतं त्या बाजेच्या बाजूला सीरायीच्या बाजेवर तिने कालीला ठेवून घेतलं. मग ती बाहेर आली. दोन्ही माणसं निघण्याच्या तयारीत होती.

चिन्नान तिला म्हणाला, "हा माझा मेहुणा आहे. तो मला भेटायला आला होता. त्याला घेऊन मी ताडी प्यायला गेलो. परत येताना पाहतो तर काय मातीच्या रस्त्यावर वडाच्या झाडाखाली कोणीतरी पडलं होतं. जवळ जाऊन पाहिलं तर काली होता. इतका अंधार होता की, त्याची ओळख पटवण्यासाठी मला काडेपेटीची

काडी पेटवावी लागली. तो कधी शेतातून पाऊल बाहेर टाकत नाही. कदाचित, मुलाच्या जन्माचा आनंद साजरा करायला प्यायला गेला असेल तो. त्याने ताडीवर अराक ढोसलेली दिसते आहे. म्हणूनच इतकी चढली असावी. अन्यथा, इतक्या सहजासहजी भान हरपणाऱ्यातला नाही तो. त्याला काहीतरी खायला घाल. त्यामुळे मदत होईल त्याला.''

ती दोघं जायला निघाली तेव्हा पोन्ना कळवळून म्हणाली, ''चिन्नान, याबद्दल कोणाशी काही बोलू नकोस बाबा. तो पुन्हा कधी असा रस्त्यावर पडणार नाही याची काळजी घेईन मी.''

चिन्नान त्यावर म्हणाला, ''मी कशाला कोणाला काही सांगायला जाईन? काळजी नको करूस. बरं वाटेल त्याला पट्‌कन. सगळी नांगरटी तोच करेल बघ. शेतात काही काम असलं तर आम्हाला सांगावा धाड. वेन्नायीसुद्धा येईल बरं मदतीला.''

इतकं बोलून ते दोघं तिथून निघाले. फाटक बंद होईपर्यंत आणि कुत्र्याने भुंकणं थांबवेपर्यंत ती तशीच उभी राहिली. मग ती तिच्या खोपटात शिरली.

त्याला स्पर्श केल्यावर तिला कसं वाटलं होतं, हे तिला आठवलं. तो शुद्धीवर असता तर त्याने तिला स्पर्श करूच दिला नसता. एखाद्या मुलासारखा तो त्या बाजेवर पडला होता. त्याचं अंग धूळमातीने माखलं होतं. कमरेभोवती, लंगोटावर गुंडाळलेली त्याची वेष्टी सुटली होती. स्वत:ची एक जुनी साडी आणून तिने त्याचं अंग स्वच्छ पुसलं. तो तसा रस्त्यात किती वेळ पडला होता कोण जाणे! शुद्ध हरपण्याइतकी पिण्याची सवय नव्हती त्याला. आताशा तो अतोनात दारू पिऊ लागल्याचं तिला समजत होतं, पण ती त्याला काय आणि कसं सांगू शकणार होती? गेल्या वर्षभरात ती दोघं एकमेकांशी बोललीसुद्धा नव्हती. ज्या दिवशी त्याने तिला 'रांड' म्हटलं होतं, तेच त्यांचं शेवटचं संभाषण होतं. ती जखम आता भरली होती. बाळाचा जन्म झाल्यावर तर त्या दंशाची उरलीसुरली जळजळसुद्धा नष्ट झाली होती. 'म्हणू दे त्याला काय वाटेल ते' अशी तिची वृत्ती झाली होती. 'नाहीतर, इतक्या सुंदर बाळाला मी जन्मच देऊ शकले नसते.' परंतु, त्याच्या वाराने जखम झाली होतीच.

ती त्याच्याशी आता बोलायला गेली आणि त्याने तिचा अधिक जास्त पाणउतारा केला तर? शिवाय, त्याच्या चेहऱ्याकडे इतक्या थेटपणे इतका वेळ बघण्याची संधी तिला आजवर मिळाली नव्हती. बाजेवर आडव्या पडलेल्या त्याच्याकडे पाहत ती तशीच बसून राहिली. भादरलेल्या त्याच्या मस्तकावर केस पुन्हा उगवू लागले होते. आठवड्याभराच्या पिकाएवढे दिसत होते त्याचे केस. त्याच्या चेहऱ्यावरची झळाळी नष्ट झाली होती. तिथे आता खोल वेदना दिसत

होती. त्याच्या स्नायूंचा पोत नाहीसा झाला होता. तो धड जेवत नव्हता. त्याची आई त्याला नीट जेवू घालायचा प्रयत्न करत असली, तरी तो पुरेसं खात नव्हता. तो लहान असताना त्याच्या आईला त्याच्याकडे लक्ष देणं जसं शक्य होतं, तसं ते आता शक्य होत नव्हतं. बाळाचा जन्म झाल्यानंतरसुद्धा आपला मुलगा किती हेकटपणे आणि निर्दयीपणे वागत आहे, हे पाहून ती अतोनात अस्वस्थ झाली होती. तो ठीक झाला की सगळं काही ठीक होईल, असा विचार तिने केल्याचाच तिला संताप येत होता. पण तसं काही घडलं नव्हतं. पोन्नाने त्याच्या हाताला स्पर्श केला. एखाद्या वाळक्या काटकीला हात लावल्यासारखं वाटलं तिला. मग, तिने गालाला स्पर्श केला. हे खरोखरच कालीचे गाल होते का? तिला स्वत:वर नियंत्रण ठेवणं कठीण गेलं. पुढे होत तिने त्याच्या गालाची पापी घेतली. त्यानंतर ती त्याच्याकडे पाहत तशीच बसून राहिली. तिच्याही नकळत तिने त्याच्याशी बोलायला सुरुवात केली.

''मामा, हे खरोखरच तुझं मूल आहे. मला जे मूल झालं ते तुझंही मूल नाही का? तू परवानगी दिली आहेस, असं वाटलं म्हणून गेले मी त्या उत्सवाला. मी तिथे कोणाबरोबर होते ते माहीत आहे का तुला? मला माहीत होतं की तुझ्या रूपातच ईश्वर माझ्याकडे येईल. ती रात्र मी तुझ्याबरोबरच घालवली. तुझ्याशिवाय इतर कोणाचा चेहरा मला कसा ठाऊक असणार? तुझ्याशिवाय इतर कोणाच्या चेहऱ्याचा विचार तरी मी करू शकेन का? गेली कित्येक वर्षं मी तुझ्याबरोबर आहे. तू मला जराही समजून घेऊ शकला नाहीस का? माझं चुकलं असेल तरी तू मला असं एकटं कसं पाडू शकलास? तू काही चूक केलीस तर मी तुला सोडून जाईन असं वाटतं का तुला?''

''गेल्या वर्षभरात मला किती सोसावं लागलं आहे म्हणून सांगू! तुझ्या यातनाही पाहाव्या लागत होत्या मला. परंतु, तुझा आणि माझा संघर्ष समान नाही. माझ्या पोटात बाळ वाढत होतं. तुझा नकार पचवण्याचा प्रयत्न करत होते मी. त्या भरात मी माझ्या आई-बापाला आणि भावालासुद्धा दूर ढकललं. हे सगळं किती कठीण आहे हे समजतंय ना तुला? तू आपला रोज पिऊन तर्र होत होतास, उताणा पडून राहत होतास. तू यात्रेला निघून गेलास. मी कुठे जाणार होते? एखाद्या तळ्यात किंवा तलावात स्वत:ला बुडवणं हा एकच पर्याय होता माझ्यासमोर. तू मला कितीही दूर ढकललंस तरी मी पुन्हा पुन्हा तुझ्यापर्यंत पोहोचण्याचा प्रयत्न करत होते. तू माझा चेहरासुद्धा पाहू इच्छित नव्हतास. तू माझ्याशी बोलू इच्छित नव्हतास. तू माझ्याबरोबर राहू इच्छित नव्हतास. कुठे जाणार होते मी? एकटी कशी जगू शकणार होते? एखादी स्त्री कुठवर जाऊ शकते यावर या जगानेच मर्यादा नाही का घातल्या? त्या मर्यादा मी कशी ओलांडणार होते?

"मी आता निर्णयाप्रत आले आहे. माझं म्हणणं नीट ऐक. माझ्यापायी तुला इथून पुढे यातना भोगण्याची गरज नाही. इथून पुढे मी जगणारच नाही. असं जगण्यापेक्षा मेलेलं बरं. स्वतःच्या गळ्याभोवती आवळण्यासाठी जो फास तू तयार केला होतास त्यात माझी मानसुद्धा बसू शकेल, नाही का? तू माझ्याशी बोलशील म्हणून वर्षभर वाट पाहिली आहे मी. तुझं माझ्यावर अतोनात प्रेम असल्यामुळेच तू माझ्यावर इतका चिडला आहेस असाही विचार केला मी. परंतु, संतापालासुद्धा एक मर्यादा असते. तू वर्षभर इतका संतापलेला होतास, की इथून पुढे तुझा संताप निवळेल, याची फारच थोडीशी आशा आहे. या दडपणातून बाहेर पडण्याचा काय मार्ग आहे, याचा फार विचार केला मी. पण, काहीच लागू पडत नाही असं दिसतंय. तू आनंदी राहा. मी तुला मुलगा दिला आहे, तुला वाटलं तर ठेव त्याला. नाहीतर घाल खाऊ त्याला पक्ष्यांना. इथून पुढे मी सहन करू शकत नाही. तुला यातना सोसताना मी पाहू शकत नाही. माझ्यापायी स्वतःचा छळ करत तब्येतीची नासाडी करू नकोस. पुन्हा एकदा हे शेत तुझ्यासाठी एक सुरक्षित जागा कर. एखाद्या आईच्या उदराइतकी सुरक्षित जागा."

पोन्ना त्याच्याशी किती काळ बोलत होती कोण जाणे! त्यानंतर अतिशय शांतपणे तिने एक साडी उचलली. उत्सवाच्या दिवशी तीच चंदनी रंगाची साडी ती नेसली होती. काली ज्या बाजेवर निजला होता त्यावर ती चढली. टाचा उंच करत तिने छताच्या वाशावर साडी टाकली. साडीचं दुसरं टोक तिने खाली ओढून घेतलं. त्या बाजेवरून उतरत ती दुसऱ्या बाजेवर गेली. तिने आपल्या बाळाची पापी घेतली. त्या छोट्याशा अर्भकाचा चेहरा तिने आपल्या चेहऱ्याशी घट्ट धरत त्याला मनापासून आशीर्वाद देत म्हटलं, "प्रिय माचामी, तू सुरक्षितपणे जग." झोपेतच बाळाने कुरकुर करत आपल्या इवल्याशा देहाला आळोखेपिळोखे दिले. त्याच्या मऊ छातीवर तिने मायेने थोपटलं. बाळ लगेच गाढ झोपी गेलं.

सुस्कारा सोडत तिने बाळाकडे पाहिलं. मग ती चालत त्या लोंबकळणाऱ्या साडीकडे आली. त्या क्षणी तिला दूर ओढणारा हात जाणवला. काली.

◆

शब्दसूची

अत्थई	:	साधारणत: आत्या, काकू आणि सासूसाठी वापरण्यात येणारा शब्द
दे	:	पुरुषांसाठी वापरण्यात येणारं संबोधन. विशेष करून तरुण मंडळींकडून मित्रत्वाच्या नात्याने वापरलं जातं
कासू	:	जुनं चलन. एक कासू म्हणजे एका आण्याचा बारावा भाग. एक आणा म्हणजे रुपयाचा सोळावा भाग
पात्ती	:	आजी. कुठल्याही प्रौढ स्त्रीसाठी वापरण्यात येणारं संबोधन
पन	:	गूळ घालून केलेलं पन्हं
पिकोता	:	रहाटगाडग्यासारखं पाणी काढायचं साधन
वेष्टी	:	नेसूचं धोतर
पानेई	:	पाम (ताड) वृक्ष
सारू	:	सांबार
अराक	:	स्थानिक दारू
अंगोच्छा	:	डोक्याला गुंडाळायचं मुंडासं

◆